२००९-१०

I0669202

महाराष्ट्र राज्यनिर्मिति सुवर्णमहोत्सवानिमित्त
डायमंड पब्लिकेशन्सचा वैविध्यपूर्ण पुस्तकांचा प्रकल्प

प्रकल्प संपादक : मा. प्राचार्य शिवाजीराव भोसले

महाराष्ट्रातील महिला उद्योजक

प्रा. शैलजा सांगळे

प्रस्तावना

रजनी दांडेकर

डायमंड पब्लिकेशन्स, पुणे

महाराष्ट्रातील महिला उद्योजक

प्रा. शैलजा सांगळे

प्रथम आवृत्ती – नोव्हेंबर २००९

ISBN 978 - 81- 8483 - 219 - 8

© डायमंड पब्लिकेशन्स, पुणे – ४११ ०३०

अक्षरजुळणी :
डायमंड पब्लिकेशन्स, पुणे

मुखपृष्ठ :
शाम भालेकर

प्रकाशक :
डायमंड पब्लिकेशन्स
२६४/३ शनिवार पेठ, ३०२ अनुग्रह अपार्टमेंट
ओंकारेश्वर मंदिराजवळ, पुणे–४११ ०३०
☎ ०२०–२४४५२३८७, २४४६६६४२
info@diamondbookspune.com

ऑनलाईन पुस्तक खरेदीसाठी भेट द्या
www.diamondbookspune.com

प्रमुख वितरक :
डायमंड बुक डेपो
६६१, नारायण पेठ, अप्पा बळवंत चौक,
पुणे ३०. ☎ ०२०–२४४८०६७७

या पुस्तकातील कोणत्याही भागाचे पुनर्निर्माण अथवा वापर इलेक्ट्रॉनिक अथवा यांत्रिकी साधनांनी–फोटोकॉपिंग, रेकॉर्डिंग किंवा कोणत्याही प्रकारे माहिती साठवणुकीच्या तंत्रज्ञानातून प्रकाशकाच्या आणि लेखकाच्या लेखी परवानगीशिवाय करता येणार नाही. सर्व हक्क राखून ठेवले आहेत.

प्रस्तावना

प्रा. शैलजा सांगळे यांच्या या पुस्तकाची प्रुफं वाचली, प्रस्तावना लिहिण्यासाठी. प्रत्येक उद्योगिनीच्या कर्तृत्वाच्या नोट्सपण काढल्या पण त्या उद्योगिनींच्या कामाची, त्यांच्या प्रेरणेची आणि स्वतः सगळं शिकून उद्योग वाढवण्याची त्यांची प्रखर ध्येयनिष्ठा मनात साठवतांना माझ्या स्वतःच्या कामाचा विसरच पडला. मग सगळं पुस्तक पूर्णपणे वाचलं, जीव थंड केला. मगच शांतपणे परत वाचून माझ्या माझ्या दृष्टीने त्याच्या थोड्या थोड्या पण प्रत्येकीच्या कार्याचा आलेख लिहून काढला.

महिला उद्योजकांच्या किंवा उद्योगिनींच्या सर्वसाधारण ३–४ तऱ्हा असतात, उद्योगात उडी मारण्याच्या.

एक म्हणजे आकस्मिक कारणामुळे उद्योगाच्या तलावात, नदीत, सागरात फेकलं जाणं, आणि मनुष्यस्वभावाच्या नियमाप्रमाणे अपरिहार्यपणे तरंगत रहावं, जलसमाधि जिवंतपणे नको म्हणून हात–पाय मारणं आणि मग त्यातून आपल्याला हव्या असलेल्या दिशेला निश्चितपणे खरं तर पोहत जाणं आणि मिळालेल्या किंवा पदरात येऊन पडलेल्या संकटांची संधी बनवणं. माझ्या आयुष्यात मी अबला म्हणवणाऱ्या स्त्रियांनी खंबीरपणे तोंड देऊन संधीच सोन केलेलं पाहिलयं. हाय खाणाऱ्या पुरुषांना बरोबर घेऊन त्यांनी यश मिळवलंय.

दुसरी तऱ्हा म्हणजे स्वतःच्या आयुष्यातले चढ-उतार, पतीबरोबरीने अर्थाजन करणे आणि कुठल्यातरी एका क्षणी स्वतः काहीतरी स्वतंत्रपणे करणं आणि मग त्याचा एक व्यवसाय किंवा उद्योग बनवणे.

उद्योगिनींचा तिसरा वर्ग म्हणजे सुशिक्षितांचा, सर्व सामाजिक सुविधा असलेल्यांचा. घरून प्रोत्साहन मिळणाऱ्यांचा; मी स्वतः पण या वर्गवारीतली.

चौथा प्रकार म्हणजे सामाजिक जाणिवा खूप जागृत असणाऱ्यांचा. त्यांनी इतरांना शहाणं करीत, त्यांना नवनवीन कौशल्य शिकवीत त्यांना अर्थाजन करायला शिकवलं, त्यातून त्यांना स्वतःला अर्थाजन मिळालंच, पण त्यापेक्षा सामाजिक कार्याला, खारीचा का होईना हातभार लागल्याची कृतकृत्यता मिळाली.

या सगळ्या यशस्विनींमध्ये मला एक समान सूत्र दिसतं, ते म्हणजे त्या सगळ्यांनी उद्योग किंवा व्यवसाय हा अतिशय मनापासून आव्हान म्हणून स्वीकारला. त्यासाठी अविश्रांत कष्ट केले, माणंस जोडली. पुरवठा करणारी माणसं शोधून त्यांना विश्वास दिला. विक्रय कला आपली आपण प्रगत केली. सरकारी कायदेकानूंची बूज ठेवली, शिकून घेतले आणि कुठल्याही प्रकारे अडाणीपणा ठेवलाच नाही.

हे सर्व करतांना किती दमछाक झाली असेल याची कल्पना एरव्ही येणार नाही. आपलं कुटुंब, संसार सांभाळून मग या सर्व जबाबदाऱ्या एकावेळी पेलायच्या हे दिव्य त्यांनी इतक्या आत्मविश्वासाने केलंय की, त्यांना त्यांनी किती देदीप्यमान यश मिळवलंय यांची जाणीव नाही. किंबहुना जमिनीवर पाय घट्ट रोवून ठेवण्यासाठी त्यांनी यशाची जाणीव प्रयत्नांनी टाळलीय हे त्यांच्या सामाजिक कार्यामधल्या ओढीवरून आणि घेतलेल्या विविध जबाबदारीवरून दिसतं. त्या सगळ्यांचं मोठेपण त्यांच्या या साधेपणात आहेत.

त्यांच्या मुलाखती अत्यंत बोलक्या आहेत आणि प्रा.शैलजा सांगळे यांनी अतिशय कौतुकाने, आणि प्रेमाने आणि आत्मविश्वासाने घेतल्या आणि लिहिल्या आहेत. आधी शैलजाताईंनी त्यांच्या कॉलेजच्या मुला-मुलींमध्ये स्वतंत्र व्यवसायाची ठिणगी फुलवतच त्यांची कॉलेजमध्ये शिकवण्याची कारकीर्द पुरी केली. मी त्यांच्या कॉलेजमध्ये स्वतंत्र व्यवसायाची रोपं लावण्यासाठी मी प्रमुख पाहुणी म्हणून गेले होते. कॉलेजच्या मुलांना भाषण देणं म्हणजे पोटात गोळा आला होता पण मुलांची शिस्त, अनेक स्पर्धांमधला सहभाग सर्वांत महत्त्वाचा म्हणजे सौजन्याची आणि सुसंस्कृत वागणूक याची मला अजूनही आठवण आहे.

शैलजाताईंनी अशा यशस्विनी शोधण्याचा, त्यांच्या अनुभवांना शब्दबद्ध करण्याची ही पहिलीच वेळ नाही.

स्त्रिया उद्योगात कशा यशस्वी होतात या प्रश्नाबरोबर सर्वसाधारणपणे पुरुष व्यावसायिक, स्वयंपाकी म्हणजे शेफ्स कसे बनतात, हा प्रश्न कोणी विचारत नाही म्हणजे पुरुषांना काहीही जमतं या मनोवृत्तीचं दर्शन होतं. काळाप्रमाणे या मानसिकतेत पुरुष स्वतः थोडा विचारपूर्वक बदल करताना दिसतात आणि बऱ्याच स्त्रियाही पुरुषांच्या क्षेत्रात यशस्वी पदार्पण करतात आणि मग उत्तम काम करतात अशी उदाहरणं दिसतात.

मेधा भानगावकर – इंद्रायणी मॅनेजमेंट कन्सल्टंट्स मधून कारखाना लघुउद्योगाच्या लायसन्सेस पासून भांडवल, मशिनरी, अंदाजपत्रक मांडणे, सर्व कायदे कानून या सर्वांची कल्पना देऊन नवीन उद्योजकांचे प्रोजेक्ट रिपोर्ट्स, रुळावर आणणे यासारखी अभिनव उद्योगाची कल्पना साकार करतात. एखाद्या उद्योगाच्या सर्व बाबींचं ज्ञान, सुरुवातीला नसतंच आणि उद्योग करत शिकायचं फार महाग पडतं. चुका करूनच शिकायचं ही शिक्षणपद्धती फार महाग आहे. त्यांच्या उद्योगाच्या संकल्पनेचं प्रथम कौतुक वाटलं आणि मग त्यांच्या सफलतेचं. सौ. अंजली आपटे यांनी इलेक्ट्रॉनिक्स क्षेत्रात आंतरराष्ट्रीय दर्जाची उत्पादनं केली. पूजा कर्वे यांना पाळीव प्राण्यांच्या ब्यूटी पार्लरचाच उद्योग सुचला, कसं सुचत असं कवितेसारखं? सेवा गोखलेंनी लाडवाचा घरगुती उद्योग केला नाही कुटिरउद्योगासारखा पण शेडमध्ये लाडू वळण्याची यंत्रं वापरली. माझ्यासारखं खाण्याच्या जिनसा करणं आवडण वेगळं. चार माणसं ठेऊन आपल्याच स्वयंपाकघरांत बनवून आजूबाजूच्या दुकानांत ठेवणं वेगळं; पण लाडू अनेक प्रकारचे – हा उद्योग खरंच वेगळा आहे. मेहेंदळे आणि फाटक या स्त्रियांनी ताकदीच्या ढोलकी, ढोलक, तबला या पुरुषप्रधान ताकदीच्या कौशल्याचा व्यवसाय धीटपणे करण्याचा आवेश आणि धाडस दाखवलं. त्यांच सामर्थ्य पाहून त्यांच्या माहेर-सासरच्या मंडळींनी प्रोत्साहन दिलं. घरच्यांचं नुसतं शाब्दिक प्रोत्साहन पुरत नाही. मुलंबाळ, पै पाहुणे, आजारपण या सांसारिक अडचणींना प्रत्यक्ष सहकार्य आणि तेही समजून केलेलं यासारखं उद्योगातल्या स्त्रीचं भाग्य नाही.

स्टेन ग्लासवाल्या स्वाती चांदगडकर इंग्रजीच्या लेक्चरर असण्यापासून परदेशी पतीबरोबर जाऊन रिकामं बसण्याऐवजी २ वर्ष सर्वस्वी वेगळा अभ्यास करून आपले करिअर इतके रूळ पालूटनही यशस्वी करायचे? एक ना दोन पुस्तकातल्या सर्वच स्त्रियांनी इतकी विविध क्षेत्रं पादाक्रांत केली आहेत की, मला एक तर सर्वांना भेटायला

आवडेल त्यांच्या कामाच्या जागी. इतका मला त्यांचा विशेष अभिमान वाटतो. किती वेगवेगळ्या आर्थिक, सामाजिक आणि भिन्न आई-वडिलांच्या या मुली. तशाच विविध स्तरांमध्ये वाढल्या आणि तरी एकच समान सूत्र जे करेन ते यशस्वीच करेन. ही जिद्द येते कशी ? हे रसायन बनलं कसं ?

शहनाज सुरा गाडी चालवण्याऐवजी तिच्या सजावटीची स्वप्नं पाहातात आणि चक्क प्रत्यक्षात उतरवतात. रमा शहांचे तर नुसते कलात्मक गणपती बनवणं नाही, तर विविधतेबरोबर संख्यात्मक कौशल्यही त्यांच्याकडे आहे. नुसत्या कलात्मक बोटांबरोबर शारीरिक आरोग्य कमालीचं, एवढंच गिनीज बुक ऑफ रेकॉर्ड्समध्ये दाखला व्हायला पुरत नाही. त्यांच्या सर्व अटी पूर्ण करणं हे त्यांचं व्यवस्थापकीय ज्ञान आणि अत्युंत्तमाची ओढ दाखवंत.

अनुप्रिता शिवाजी एंजल यांची यशोकथा अशीच स्फूर्तिदायक आहे. शिक्षणाने विचारशक्ती विस्तारते असं आपण समजतो; पण ते नसताना मनोबळावर आणि जिद्दीने आपलं कार्यक्षेत्र त्यांनी उभारलं, विस्तारलं, २००च्या वर हस्तकलेच्या वस्तू बनवणाऱ्या सखी महिला सहकारी संस्था उभारून एका रात्रीत १०-१५ लाखांचा तोटा झाला, पण 'नळ कोणी उघडा ठेवला' यापेक्षा तोटा भरून काढायला काय काय करायला हवं याचा विचार त्यांनी केला, त्यावरून मला त्यांच्या नेतृत्वगुणाला, समयोचित विचारशक्तीला आणि आव्हानाला सामोर जाण्याचा विजिगीषुवृत्तीला वंदन करावंस वाटतं. कोणाही व्यावसायिक वा उद्योगातल्या माणसाला या बाई आदर्श वाटाव्यात.

सुजलाम गाद्या करणाऱ्या डॉ. सुजाता सुनील पवार याही आपत्तीतून संधी शोधणाऱ्या कल्पक उद्योगिनी. मेंढ्याची लोकर ही आत्ताच्या काळांत कालबाह्य वस्तू. त्यात संशोधन करून २-३ प्रकार निवडून त्यांची औषधी तत्त्वं वापरून गादी बनवायची ही आधी कल्पनाच अफलातून आहे; पण गरज ही शोधाची जननी आहे हे त्यांनी सिद्ध केलयं.

रजनी पंडितचा आणखी एक नमुना. मुली-स्त्रिया यांना शंका-कुशंकांचं जाळं डोक्यात बाळगणाऱ्या अशी ख्याती असणाऱ्या समाजात लहानगी रजनी मोठ्या माणसांच्या गप्पांमधली सत्याची विसंगती शोधते, त्या वयात खरं-खोटं शोधण्याचा प्रयत्न करते आणि मोठी झाल्यावर डिटेक्टिव्हचा व्यवसाय करते. तिचे अनुभवही एखाद्या चित्रपटात शोभतील असेच आहेत. कारण माणसाच्या मनाचा थांग

मानासोपचारतज्ज्ञांनाही लागत नसतो कारण एकच व्यक्ती एकसारख्या परिस्थितीत वेगवेगळी वागते. श्वेता इनामदार या रेडिमेड ब्लाऊजच्या उद्योगात आल्या याचं नवलं वाटतं. मला जवळजवळ मॅचिंग चालतं म्हणून मी अजूनही साडी नेसते असा माझा तडजोडीचा मामला आहे. या उद्योजिका ५०० रंगांचे शेकडो आकारांचे १०/१५००० ब्लाऊज एकावेळी विकायला ठेवतात, कमाल आहे. त्यात नवीन पिढीची अमक्या तमक्या नटीसारखा हवा ही मागणीपण त्या पूर्ण करू शकतात. धंद्याला आज काय हवंय आणि उद्या काय लागेल ही दूरदृष्टी त्यांच्याकडे आहे.

अलका बांदेकर काय करतात तर उद्योजिका घडवतात. चार समविचारी महिलांसोबत उद्योगाला आवश्यक ते गुण त्या नवीन स्त्रियांमध्ये पेरतात, रुजवतात. आपल्या क्षमतेची, स्वत्त्वाची जाणीव, आत्मविश्वास जागवतात. स्वयंप्रेरित ६०० महिलांनी शिक्षण घेतलंय त्यांच्याकडे.

एक ना दोन, किती उद्योगिनींबद्दल लिहू? प्रस्तावनेचंच पुस्तक होईल. एक मात्र नक्की, पुस्तक हातात घेतलं की खाली ठेववत नाही. सर्व यशस्विनींचं कार्य आणि शैलजाताईंची आत्मीयतापूर्ण लेखनशैली यामुळं पुस्तक फारच स्फूर्तिदायक आणि स्त्रियांच्या ताकदीबद्दल अत्यंत आशादायक असं झालं आहे. 'चूल आणि मूल' या वर्णनाला छेद देणारं आहे, म्हणजेच हे दोन्ही करून ही तिसरी उद्योगाची मिती देणारी त्रिमितिपूर्ण अशी आधुनिक स्त्रीची प्रतिमा अत्यंत हृद्य आहे; त्यांना आणखी स्त्रिया सतत सापडोत आणि आपल्याला त्यांच्या यशोगाथा वाचायला मिळोत अशी अपेक्षा!

ज्या महिलांना काही उद्योग किंवा व्यवसाय करायचा मनात आहे, त्यांना या पुस्तकामुळे कृती करण्याचा आत्मविश्वास येईल याची खात्री वाटते आणि मला वाटतं, हेच पुस्तकाचं यश ठरेल.

- रजनी दांडेकर

मनोगत

मुलाखतीच्या, समारंभांच्या किंवा भाषणांच्या निमित्ताने समाजात वावरताना असे प्रकर्षाने जाणवले की, महाराष्ट्राच्या कानाकोपऱ्यात अगदी छोट्या गावातही महिला काहींना काही उद्योग करता असतात. काहींच्या उद्योगांचा विस्तार एवढा आहे की तो स्थानिक व राष्ट्रीय बाजारपेठेपुरतेच मर्यादित न राहता त्यांनी परदेशी बाजारपेठाही काबीज केल्यात. भारतासारख्या अजूनही पुरुषप्रधान संस्कृतीचा पगडा असलेल्या देशात स्त्रीने व्यवसायात यशस्वी व्हायचे म्हणजे दिव्य पार करण्यासारखेच आहे. पुरुषप्रधान संस्कृतीत स्त्रीच्या हाती पैसा नसतो. मराठी कुटुंबात तर उद्योगाचे वावडेच असते. सामान्य स्त्रीची चूल व मूल या जबाबदाऱ्यांतून सुटका नसते, त्याशिवायही इतर भूमिका म्हणजे पत्नी, सून, नणंद, वहिनी इ.पार पाडायच्या असतातच. त्यामुळे दिवसाचे १५ तास त्या व्यवसायाला देऊ शकत नाहीत. कुटुंबीयांचा पाठिंबा क्वचितच मिळतो. अशी वस्तुस्थिती असतानासुद्धा काही महिला संधी मिळताच आत्मविश्वासाच्या जोरावर व्यवसाय सुरू करून, त्यासाठी आपले सर्वस्व देऊन, अतिशय जिद्दीने व चिकाटीने व्यवसायाच्या यशोमंदिराचा कळस गाठण्यात यशस्वी होतात. या पुस्तकात उल्लेख केलेल्या सामान्य घरातल्या या महिलांच्या असामान्य कर्तृत्वाला सलाम करण्यासाठी या पुस्तकाच प्रपंच.

काही महिलांनी समाजाच्या बदलत्या जीवनशैलीनुसार निर्माण झालेल्या गरजांनुसार व्यवसाय सुरू केलेत, तर काही महिलांनी स्वतःच्या उपजत कलांचा विकास स्वतःच करून घेतलाय, तर काहींनी अगदीच वेगळ्या स्वरूपाचे व्यवसाय

सुरू करून यश मिळवलंय, तर काही महिलांनी इलेक्ट्रॉनिक वस्तूंची उत्पादने, फर्निचरचे उत्पादन, मासेनिर्यात, फायनान्स कन्सल्टंट, वाईन मेकर, टेस्टर, क्रीडासाहित्याची विक्री, कार सजावट इ. पुरुषांच्या समजल्या जाणाऱ्या क्षेत्रात प्रवेश करून 'हम भी कुछ कम नहीं' हे सिद्ध करून दाखवलंय. अशा या महाराष्ट्राच्या कानाकोपऱ्यातल्या वादळवारा याची तमा न बाळगता आत्मविश्वासाने तेवणाऱ्या पणत्या आहेत. या पणत्यांना समाजासमोर आणावे व या पणत्यांच्या साहाय्याने अनेक पणत्या लावून सारा आसमंत उजळून निघावा, या शुद्ध हेतूने पुस्तक लिहिण्याचा केलेला हा प्रामाणिक प्रयत्न आहे.

या पुस्तकातील काही महिलांच्या मुलाखतीला 'लोकसत्ते'च्या चतुरा, चतुरंग इ. पुरवण्यांमधून प्रसिद्धी मिळाली आहे. या काही महिलांच्या मुलाखती पुन्हा प्रकाशित करण्यासाठी लोकसत्ताचे संपादक कुमार केतकर यांनी परवानगी दिली, त्याबद्दल मी त्यांची मनःपूर्वक आभारी आहे.

अत्यंत दर्जेदार व वेगळ्या विषयावरील पुस्तके कमीत कमी कालावधीत काढून लोकांच्या ज्ञानात भर टाकतात, असे ज्यांचे नाव झालेले आहे, त्या डायमंड पब्लिकेशन्सचे संचालक श्री. दत्तात्रेय पाष्टे यांनी हे पुस्तक लिहावे असे सुचवले. त्यामुळेच हे पुस्तक लिहिले गेले. दत्तात्रय पाष्टे व त्यांचे इतर सहकारी यांनी अतिशय मेहनतीने कमीत कमी कालावधीत हे पुस्तक प्रकाशित केले, त्याबद्दल मी त्यांचे मनःपूर्वक आभार मानते.

या पुस्तकातील कर्तृत्ववान उद्योगिनी महिलांच्या मुलाखती वाचून अनेक महिलांना स्फूर्ती मिळो, मार्गदर्शन लाभो व अनेक उद्योजिका निर्माण होवोत, हीच सदिच्छा.

- प्रा. शैलजा सांगळे

लेखक परिचय

प्रा. सौ. शैलजा अरविंद सांगळे यांनी पुणे विद्यापीठातून भूगोल या विषयात बी.ए.ची. परीक्षा प्रथम वर्गात प्रथम क्रमांकाने उत्तीर्ण करून 'ग्रहभ्रमण यंत्र संशोधन पारितोषिक' प्राप्त केले. पुणे विद्यापीठातून एम.ए. (भूगोल)ची परीक्षा प्रथम वर्गात द्वितीय क्रमांकाने उत्तीर्ण केली. पुणे येथील सेंट मीरा महाविद्यालयात तसेच मुंबई येथील भवन्स, रहेजा, चिनॉय, नगीनदास खांडवाला इ. महाविद्यालयात अध्यापक पदावर १२ वर्षे नोकरी केली. त्यानंतर १४ वर्षे मुंबईत गोरेगाव येथील जशभाई मगनभाई पटेल, महाविद्यालयात प्राचार्यपदाची जबाबदारी सांभाळली. त्या आकुर्डी येथील डॉ. डी. वाय. पाटील प्रतिष्ठानच्या डॉ. डी. वाय. पाटील कला, वाणिज्य व विज्ञान महाविद्यालयात प्राचार्य पदावर कार्यरत होत्या.

मुंबई प्रज्ञा शोध परीक्षा व राष्ट्रीय प्रज्ञा शोध परीक्षेला बसणाऱ्या विद्यार्थ्यांना भूगोल या विषयात त्यांनी सतत १० वर्षे मार्गदर्शन केले. अकरावी व बारावीच्या विद्यार्थ्यांसाठी भूगोल व पर्यावरण शिक्षण ही पाठ्यपुस्तके लिहिली. मुंबई विद्यापीठातील प्रथम वर्ष वाणिज्य वर्गाच्या अभ्यासक्रमानुसार लिहिलेल्या 'पर्यावरणाचा अभ्यास' या त्यांच्या पुस्तकाचा विद्यार्थी गेली १५ वर्षे लाभ घेत आहेत. बी.एड.च्या विद्यार्थ्यांसाठी भूगोल, 'वेगळ्या वाटा' हे वेगळ्या क्षेत्रात करिअर करणाऱ्या महिलांच्या मुलाखतींवर आधारित पुस्तक, 'सागर महासागर' हे जगातील समुद्र व सागर यांच्यावर लिहिलेले पुस्तक इ. पुस्तके प्रकाशित झाली आहेत.

मुक्त पत्रकार म्हणून ‘लोकसत्ता’, ‘महाराष्ट्र टाईम्स’ या वर्तमानपत्रातून तसेच ‘लोकप्रभा’, ‘चित्रलेखा’, ‘श्री’ या साप्ताहिकातून व ‘आम्ही उद्योगिनी’ या द्वैमासिकातून त्यांचे पर्यटन, पर्यावरण व महिलांच्या समस्या, मुलाखती इ.वर आधारित २५०च्या वर लेख प्रसिद्ध झाले आहेत.

मुंबई विद्यापीठाच्या सिनेट सदस्य, प्राचार्य संघटनेच्या खजिनदार, सचिव, केंद्रीय प्रवेश समिती, स्थानिक चौकशी समिती, परीक्षेसाठी भरारी पथके, विद्यापीठ वार्षिक अहवालाच्या संपादक मंडळाच्या सदस्य, नॅक चर्चा समिती इ. महत्त्वाच्या समित्यांवर त्यांनी अनेक वर्षे काम केले आहे.

शैक्षणिक क्षेत्रात केलेल्या कार्याबद्दल त्यांना मुंबई विद्यापीठ, विद्या मॅनेजमेंट आणि करिअर इन्स्टिटट्यूट तसेच लायन्स क्लबतर्फे ‘उत्तम शिक्षक पुरस्कार’ देऊन गौरवण्यात आले आहे.

शैक्षणिक कार्याव्यतिरिक्त आकाशवाणीवर भाषणे, चर्चा, दूरदर्शनवर मुलाखती, चर्चा इ.मध्ये त्यांचा सहभाग असतो. त्यांच्या संवेदनशील मनामुळे सामाजिक बांधीलकी म्हणून अंध महिला, रस्त्यावरील मुले, अनाथ मुले, अपंग व गरीब महिला यांच्यासाठी त्या काम करत असतात. त्यांच्या सामाजिक कार्याचा गौरव म्हणून ‘समाज रत्न पुरस्कार’, ‘महाराष्ट्र गुणीजन रत्नगौरव पुरस्कार’, ‘राष्ट्रीय एकात्मता फेलोशिप’ इ. पुरस्कार देऊन त्यांना सन्मानित करण्यात आले आहे.

‘सागर महासागर’ हे जगातील समुद्र व महासागर यांच्यावर लिहिलेले पुस्तक तसेच महाविद्यालयीन विद्यार्थ्यांसाठी ‘पर्यावरण भूगोल व स्पर्धा परिक्षा देणाऱ्यांसाठी ‘वस्तुनिष्ठ भूगोल’ अशी एकूण १० पुस्तके प्रकाशित झाली आहेत.

‘राष्ट्रीय एकात्मता फेलोशिप’ नंतर ‘द्रोणाचार्य पुरस्कार’, ‘विद्या शिक्षण रत्न पुरस्कार’ व ‘लोककल्याण समाजरत्न पुरस्कार’ इ. पुरस्कार देऊन सन्मानित करण्यात आले आहे.

- अनुक्रमणिका -

सौ. अश्विनी पाटील – आवटे

अश्विनीची वेगळी वाट

महाराष्ट्रीयन माणसाला व्यवसायाचे वावडे आहेच. व्यवसायातील यशाच्या आत्मविश्वासापेक्षा, अपयशाचा आत्मविश्वासच जास्त असल्याने मराठी माणसे व्यवसायात एक पाऊल मागेच असतात. मग वाईन उत्पादन व निर्यात यासारख्या व्यवसायाचा तर कोणी विचारसुद्धा करत नाहीत. एखाद्या तरुणाने जर वाईननिर्मितीचे प्रशिक्षण घेण्याचा मानस जरी व्यक्त केला, तरी त्याला कुटुंबीय वेड्यात काढतात ; ही वस्तुस्थिती असताना सौ. अश्विनी पाटील–आवटे या मराठमोळ्या वातावरणात वाढलेल्या मुलीने फ्रान्समधील बोर्दो येथील शेतकी विद्यापीठात "Masters Vintage in Vine and Wine management" हा दोन वर्षांचा कोर्स पूर्ण करून 'अश्विनी वाईन्स' या नावाने कंपनी सुरू केली आहे. अशा प्रकारचा कोर्स पूर्ण करणारी अश्विनी ही एकमेव भारतीय महिला आहे. ही बाब कौतुकास्पद आहे. 'अश्विनी वाईन्स' या कंपनीच्या माध्यमातून ती द्राक्षांचे उत्पादन काढणाऱ्या शेतकऱ्यांना वाईन तयार करणे व निर्यात करणे याबाबत मार्गदर्शन करते. छोट्या शेतकऱ्यांसाठी सल्लागार म्हणून काम करते. कॉर्पोरेट हाऊससाठी 'वाईन टेस्टिंग'ची कार्यशाळा, शेतकी महाविद्यालयातील मुला–मुलींना भविष्यातील संधीबाबत मार्गदर्शनपर कार्यशाळा, वाईन तयार करणे या विषयांवर कार्यशाळा इ. विषयावर कार्यशाळा घेत असते. याशिवाय नावाजलेल्या वर्तमानपत्रात ती 'वाईन उद्योगातील वाढत्या संधी' या विषयावर सदर लिहून जनजागृती करत असते. हे सर्व करता करता तिला दिवस पुरत नाही.

निवृत्त लेफ्टनंट कर्नल श्री. सुरेश पाटील यांची कन्या सौ. अश्विनी पाटील–आवटे. पुण्यात जन्मलेल्या अश्विनीचे संपूर्ण शालेय शिक्षण वडिलांच्या नोकरीमुळे भारतातील विविध राज्यांत झाले. लहानपणीची वडिलांची कडवी शिस्त व मुलांचा सर्वांगीण विकास व्हावा म्हणून वडिलांनी केलेली धडपड, यामुळे विविध राज्यांत वाढलेली अश्विनी पॅराग्लायडिंग, स्क्युबा ड्रायव्हिंग, ट्रेकिंग इ. सहसा मुलींचे क्रीडाप्रकार नसलेल्या क्रीडाप्रकारांत रमत असे व त्यामुळेच ती धीट बनली. पुण्यातील वाडिया महाविद्यालयातून अर्थशास्त्रात बी.ए. ची पदवी प्राप्त केल्यानंतर फ्रेंच या विषयात तिने एम.ए. केले. तिचा फ्रेंचमधील एम.ए. ते फ्रान्समधील वाईन क्षेत्रातील कोर्स हा प्रवास अभ्यासण्यासारखा आहे. एम.ए. झाल्यावर चारचौघांसारखे शिक्षक न बनता वेगळी वाट निवडायची, अशी महत्त्वाकांक्षा मनात होती. फ्रेंच भाषेचा गाढा अभ्यास शेवटी तिला करिअर निवडण्यात उपयोगी ठरला. महाविद्यालयात असतानाच Youth Exchange Programme मधून ती स्वित्झर्लंडमधील झुरिकला गेली होती. तेथील लोक फ्रेंच, जर्मन व इटालियन भाषा बोलतात. ती ज्या कुटुंबात राहत होती, तेथील आजी फ्रेंच भाषेत बोलत, तर मुले जर्मन भाषेत बोलत. उत्तम ग्रहणशक्ती व स्मरणशक्ती असलेल्या अश्विनीची फ्रेंच भाषा तेथे अधिकच समृद्ध झाली आणि जर्मन व इटालियन भाषासुद्धा तिने आत्मसात केल्या. पुढे तिने स्वित्झर्लंडमधील क्युसर्न येथे टुरिझमचा डिप्लोमा पूर्ण केला. तीन भाषा उत्तमरीत्या येत असल्याने तिला जिनिव्हा येथे टुरिस्ट कंपनीत बोलावले होते ; पण लग्न झाल्यामुळे तिला ती ऑफर सोडावी लागली.

तिचे पती सत्यजित आवटे इंडियन नेव्हीत ऑफिसर असल्याने लग्नानंतर मुंबईत आलेल्या अश्विनीने एका स्विस ट्रॅव्हल कंपनीत (आताची SITA Company) नोकरी स्वीकारली. त्या वेळी क्लायंटना व्हिसा काढून देण्यासाठी कंपनीतर्फे Office Agent नेमले जात. त्यांच्या मदतीने कंपनी व्हिसा काढत असे. अश्विनी फ्रेंच, जर्मन, इंग्लिश व इटालियन भाषा अस्खलितपणे बोलत असल्याने एम्बसीमध्ये संभाषण करणे, व्हिसा मिळवणे सोपे जाईल, या विचाराने कंपनीने तिचीच Office Agent म्हणून नेमणूक केली. तिच्या सगळ्या एम्बसीमध्ये ओळखी झाल्या. एक दिवस असेच गप्पांच्या ओघात वाईन क्षेत्रातील कोर्सबद्दल तिला माहिती मिळाली. अश्विनीला वेगळी वाट सापडली ; पण ती वाट खडतर होती. कारण या कोर्सला प्रवेश मिळण्यासाठी विज्ञान शाखेची पदवी असणे आवश्यक होते. परंतु तिची मुलाखत घेतल्यावर तिचे फ्रेंच भाषेचे ज्ञान बघून स्पेशल केस म्हणून तिची 'इंटरनॅशनल मास्टर्स व्हिन्टेज इन वाईन अँड वाईन मॅनेजमेंट' या कोर्ससाठी नुसतीच निवड झाली नाही, तर

४२००० युरो (सुमारे २४ लाख) इतकी स्कॉलरशिपही मिळाली. या कोर्सला २१ देशांतील ३० विद्यार्थ्यांची निवड झाली होती. खरं म्हणजे चीन व भारत या दोन देशांसाठी जास्त कोटा होता. कारण हीच त्यांची भविष्यातील खात्रीची बडी गिऱ्हाइके! परंतु भारतातून एकटी अश्विनीच होती.

चाकोरीबाहेरच्या वाईनच्या क्षेत्रातील अभ्यासक्रमासाठी प्रवेश घेण्याच्या तिच्या धाडसी निर्णयाला व्यापक दृष्टिकोन असलेल्या आई–वडिलांनी मात्र भरपूर पाठिंबा व प्रोत्साहनच दिले. मात्र, नातेवाईक व इतर मित्रमंडळींनी आई–वडिलांच्या पाठिंब्याबाबत आश्चर्य व्यक्त केले. एक मुलगी आणि वाईनच्या क्षेत्रातले व तेही परदेशातील प्रशिक्षण हे गणितच त्यांना उलगडणारे नव्हते.

अश्विनीचा फ्रान्समधील कोर्सही मोठा इंटरेस्टिंग होता. 'टेरिअर मॅनेजमेंट', 'मार्केटिंग व्हिटिकल्चर' व 'ओऐनॉलॉजी' अशी चार भागांत या कोर्सची रचना असते. आपल्या महाराष्ट्रात येवला हे गाव जसे पैठणीसाठी प्रसिद्ध, त्याचप्रमाणे फ्रान्समध्ये बोर्दो नदीकाठचे बोर्दो हे गाव वाईननिर्मितीसाठी प्रसिद्ध आहे. तेथे प्राचीन काळापासून वाईन बनवतात, त्यामुळे त्या गावाला वाईनचा इतिहास आहे. तेथे अश्विनीला वाईनचा इतिहास, वाईन बनवण्याच्या पारंपरिक पद्धती, वाईन संस्कृती व त्याच्या निर्मितीस आवश्यक पर्यावरणीय घटक इ. बाबत सहा महिने ट्रेनिंग मिळाले. त्यानंतरचे तीन महिने जगातील विविध देशांतील मान्यवर प्राध्यापकांनी मार्केटिंगचे प्रशिक्षण दिले, त्यामुळे मार्केटिंगची स्ट्रेटेजी तिला शिकायला मिळाली. त्यानंतर इटलीमध्ये सहा महिने 'व्हिटिकल्चर' म्हणजे द्राक्षांच्या बागांबाबत प्रशिक्षण तिला मिळाले. तेथे पांढऱ्या व लाल दोन्ही प्रकारच्या द्राक्षांपासून वाईन बनवतात. एक फळ म्हणून खाण्याची द्राक्षे व वाईनसाठी वापरली जाणारी द्राक्षे यांत फरक आहे. नुसती खाण्यासाठी वापरण्यात येणारी द्राक्षे सीडलेस असतात व त्याची वरची साल एकदम पातळ असते; पण वाईनसाठी वापरणाऱ्या द्राक्षांची वरची साल रबरासारखी जाड व चिवट असते व त्यात बिया असतात. त्या बियांमुळेच तर वाईनला रंग येतो. शेवटचे तीन महिने तिला स्पेनमध्ये ओऐनॉलॉजीचे प्रशिक्षण मिळाले. ओऐनॉलॉजी म्हणजे 'वाईन बनवणे' व ओऐनॉलॉजिस्ट म्हणजे 'वाईन बनवणारा'! तेथे बागेतून द्राक्षे तोडून आणल्यावर लगेच क्रश करून मोठमोठ्या स्टिलच्या पिंपात भरून नियंत्रित तापमानाच्या खोलीत आंबवण्यास ठेवतात. वाईनची क्वॉलिटी ही द्राक्षाच्या क्वॉलिटीबरोबरच ती तयार करण्याच्या प्रक्रियेवर अवलंबून असते.

वाईनच्या संदर्भातील सर्व प्रशिक्षण पूर्ण झाल्यावर त्यांची एक महिन्याची स्टडी टूर खूपच इंटरेस्टिंग होती, म्हणूनच संस्मरणीय ठरली. अश्विनी आजही त्या स्टडी टूर

बद्दल एकदम एक्साईट होऊन सांगते. ''संपूर्ण महिनाभर युरोपातील वीस देशांत आम्ही बसने फिरत होतो. अतिसुंदर अशा युरोपियन देशांचे खूप छान दर्शन घडले. तेथील द्राक्षांच्या शेतात गेलो, द्राक्षे झाडावरून काढली. वाईन मेकिंग, पॅकिंग इ. प्रक्रिया अगदी जवळून अनुभवल्या, हाताळल्यासुद्धा. सर्वांत महत्त्वाचे म्हणजे वाईन म्युझियम, वाईन प्रयोगशाळा, वाईन ग्रंथालय, वाईनसाठी लागणारी अद्ययावत यंत्रसामुग्री, उपकरणे, वाईन फिल्म्स, वाईन प्रदर्शन इ. खूप काही बघायला, शिकायला व अनुभवायला मिळाले. आपण कल्पनासुद्धा करू शकणार नाही इतका शास्त्रशुद्ध त्यांचा वाईनचा अभ्यास आहे. काही द्राक्षांच्या बागा इतक्या सुंदरपणे विकसित केल्या आहेत की, त्यांना 'हेरिटेज बागा' म्हणतात. जगातील सर्वांत उत्तम प्रगतीची व महागडी वाईन म्हणजे 'पेट्रस वाईन' फ्रान्समध्ये बनते. तिच्या एका बाटलीची किंमत ३००० युरो, म्हणजे जवळजवळ १ लाख ६० हजार रुपये आहे.''

शेवटचे सहा महिने त्यांना मेडिकल विद्यार्थ्यांसारखी इनटर्नशिप असते; तेव्हा एक थिसीस करायचा असतो. त्या वेळी तिचा विषय होता 'भारतीय बाजारपेठेतील फ्रेंच वाईनचे महत्त्व'. तिच्या मते, भारतात अजून वाईनबद्दल लोकांमध्ये जारूकता नाही. अश्विनी सांगते, ''आपल्याकडे लोक अजूनही दारू व वाईन सारखेच समजतात. वाईन तब्येतीसाठी चांगली असते, हे त्यांच्या लक्षातच येत नाही. ती ॲन्टिएजिंग तर आहेच, पण ॲन्टिऑक्सिडंटपण आहे. संपूर्ण जगातील देशांच्या तुलनेत फ्रांसमधील लोक सर्वांत जास्त वाईनचे सेवन करतात. ते वर्षाला ३३ लिटर वाईन घेतात, त्यामुळे ते स्लीम स्ट्रिम असतात. ते बटर–चीज इ. वजन वाढवणारे खाद्यपदार्थ खूप खातात; पण वाईनमुळे त्याचे फॅट्सचे प्रमाण कमी होते व त्यांना वेगळे डायटिंग करावे लागत नाही. त्याला 'फ्रेंच पॅराडॉक्स' म्हणतात. आपल्याकडे आता शहरांमध्ये राहणीमान उंचावल्याने, तसेच पाश्चात्त्य पद्धतीचा पगडा दिवसेंदिवस वाढत असल्याने काही शहरांत वाईनचा खप वाढत आहे; पण अजूनही एकूणात मागणी मात्र खूप कमी आहे. परदेशातील वाईन उत्पादक मात्र भारताकडे भविष्यातील फार मोठी बाजारपेठ म्हणून बघत आहेत.''

विशेषतः महाराष्ट्रात द्राक्षाचे अमाप पीक येते, कारण महाराष्ट्राचे हवामान व मृदा द्राक्षाच्या वाढीस पोषक आहेत; पण वाईनचा उद्योग मात्र म्हणावा तसा विकसित झाला नाही, याची खंत अश्विनीला सतावते आहे. भारतातले मोठे शेतकरी द्राक्षे काढतात व त्याची वाईन बनवण्यासाठी परदेशी तंत्रज्ञांना बोलावतात व त्यांच्या मार्गदर्शनाखाली वाईन बनवतात; तर छोटे शेतकरी द्राक्षे काढतात तशीच विकतात किंवा त्याचा ज्यूस

काढून विकतात. पण वाईन करण्याचे प्रशिक्षण घेतलेली भारतीय माणसे नसल्यामुळे शेतकऱ्यांना श्रमापेक्षा कमी पैसे मिळतात. द्राक्षे किंवा त्याचा ज्यूस हा झाला कच्चा माल. व कच्च्या मालाला बाजारपेठेत तयार मालापेक्षा कमीच भाव मिळतो. महाराष्ट्रात उसाबाबत जशा सहकारी संस्था स्थापित झाल्या तशाच सहकारी संस्थांची उभारणी वाईननिर्मितीसाठी झाल्यास शेतकऱ्यांना खूप नफा मिळेल. फ्रान्स, इटली, स्पेनमध्ये अनेक सहकारी संस्थांच्या मदतीनेच वाईन तयार केली जाते. तेथे सरकारचाही सहकारी संस्थांना पूर्ण पाठिंबा आहे, त्यामुळे ते यशस्वी झाले आहेत. आपल्याकडेही हे शक्य आहे, त्यामुळे शेतकऱ्याला तर फायदा मिळेलच, पण तरुणवर्गालाही रोजगार मिळेल. त्यामुळे तासगावच्या ५० शेतकऱ्यांना एकत्र आणून वाईन सहकारी संस्था स्थापण्याचा अश्विनीचा प्रयत्न चालू आहे. अगदी छोट्या छोट्या शेतकऱ्यांनासुद्धा ती कन्सल्टंटची सेवा देत आहे.

अशा प्रकारचे कोर्स पूर्ण करून आलेल्या तरुणांना भारतात करिअर करण्यास कितपत वाव आहे? या माझ्या प्रश्नावर अश्विनी आत्मविश्वासाने झटकन् उत्तरली, ''वाईन मेकर, वाईन टेस्टर, वाईन एक्सपोर्टर, वाईन प्रशिक्षण, वाईन टुरिझम, वाईन जर्नालिझम इ. करिअरची क्षेत्रे आहेत. आज आपल्या देशात 'भारतीय वाईन मेकर' तयार करण्यासाठी वाईन प्रशिक्षकांचीही गरज आहे. वाईन टेस्टर म्हणजे ज्या कंपन्या परदेशातून वाईन आयात करून विकतात, त्यांना चांगल्या प्रकारच्या वाईनची निवड करून देणे. यासाठीसुद्धा आपल्याला परदेशी वाईन टेस्टरवर अवलंबून राहावे लागते. हजारो प्रकारच्या विविध देशांतील वाईनची चव बघून निवड कशी करायची, याचे प्रशिक्षण मला कोर्समध्येच मिळाले होते. सध्या वाईन टेस्टिंग करणारी मी एकमेव भारतीय महिला आहे. लोकांमध्ये वाईनबद्दल जागरूकता निर्माण करण्यासाठी वाईन पत्रकारिता फार महत्त्वाची आहे. सध्या भारतात वाईनबद्दलचे प्रशिक्षण घेतलेले लोक नसल्याने आपल्याला परदेशी पत्रकारितेवर अवलंबून राहावे लागते, ही खेदाची बाब आहे. वाईनबद्दल जागरूकता निर्माण करणे, बाजारपेठेचा सखोल अभ्यास, वाईन निर्यातीबाबत मार्गदर्शन, परदेशी वाईन उद्योगाच्या व्यवस्थापनाचा भारतीय शेतकऱ्यांना परिचय करून देणे, परदेशातील द्राक्षाच्या उत्तम दर्जाच्या जातीबाबत तसेच त्याच्या लागवडीबाबत माहिती पुरवणे इ. विषयांवर वर्तमानपत्रे, मासिके किंवा ऑनलाईन माहिती पुरवणे आज अत्यंत आवश्यक आहे. वाईन टुरिझम ही परदेशी संकल्पना आपणही राबवायला हवी. 'वाईन टुरिझम' म्हणजे शेतकऱ्यांना थेट द्राक्षांच्या बागेत घेऊन जाणे, परदेशातील द्राक्षांची शेती, द्राक्षाची तोडणी (Harvest), वाईन प्रक्रिया, त्यासाठी लागणारी मशिनरी, वाईनचे पॅकिंग, मार्केटिंग इ. दाखवणे व त्याचा अनुभव देणे. फ्रान्स, इटली,

स्पेन इ. देशांत वाईन टुरिझमसाठी 'ग्रॅण्ड वेलकम'च असतो. त्याचा फायदा आपण घ्यायलाच हवा. वाईन टुरिझम सुरू करण्याचा माझाही प्लॅन आहे.''

नवीन क्षेत्रात झोकून देण्याची वृत्ती, वडिलांनी अंगी बाणवलेली धडाडीची वृत्ती, ज्ञानार्जनाची आस, मेहनत, चिकाटी, दुर्दम्य आत्मविश्वास व जिद्द इ. अंगभूत गुणांच्या आधारे अश्विनीने ही वेगळी व अवघड वाट निवडलीय. परदेशी भाषांचा अभ्यास परदेशीय अभ्यासक्रमास प्रवेश मिळण्यास उपयुक्त ठरतो व केवळ ग्रॅज्युएट होऊन चाकोरीबद्ध नोकरी करण्यापेक्षा परदेशातील वेगवेगळ्या प्रशिक्षणांचा व भारतात उपलब्ध नसलेल्या संधीचा उपयोग करून वेगळी वाट कशी निवडावी, याचा आदर्शच अश्विनीने स्वतःच्या उदाहरणाने घालून दिलाय. बऱ्याच परदेशी अभ्यासक्रमांसाठी उपलब्ध अनुदान वापरले जात नाही, याची खंत तिच्या बोलण्यातून जाणवते; व त्यासाठीच तिने वाईन पत्रकारितेद्वारे जनजागृती सुरू केलीय. भविष्यात युरोपियन क्लासमेटच्या मदतीने परदेशी विद्यापीठाशी संलग्न असा वाईन मेकिंगचा एखादा डिप्लोमा कोर्स सुरू करण्याचा तिचा निर्धार आहे. तिचा हा 'निर्धार पूर्ण होवो' हीच सदिच्छा.

मीना गोकुळदास

आवाजाची जादूभरी दुनिया

मोठ्या माणसांच्या नकला करण्याची, त्यांचा आवाज काढून त्या टोनमध्ये बोलण्याची कला काही लहान मुलांमध्ये उपजतच असते. आजोबा, आजी, काका, मामा यांच्या आवाजाची नक्कल करायची व सर्वांकडून कौतुकाची थाप मिळवायची, हा कार्यक्रम बऱ्याच लहान मुलांचा चाललेला असतो. अशीच एक मीना नावाची मुलगी लहानपणी तिच्या काकांना त्यांच्या मुलीच्या विशिष्ट आवाजात फोन करून फसवत असे. एकदा–दोनदा नव्हे, तर वर्षभर तिने काकांना बेमालूमपणे फसवले. असे उद्योग करणारी लहानपणीची मीना आज डबिंग क्षेत्रात प्रसिद्ध झालीये मीना गोकुळदास या नावाने.

विविध पक्षी, प्राणी, लहान मुले, वृद्ध, तरुण महिला, पुरुष इ. चे आवाज अगदी हुबेहूब काढणाऱ्या मीनाचा हा प्रवास गेली १७ वर्षे अखंड चालू आहे. अनेक चित्रपट व दूरदर्शनच्या सिरियल्स, ॲनिमेशन फिल्म्स, विविध जाहिरातींसाठी डबिंग करणाऱ्या मीनाने आज या क्षेत्रात खूप नाव कमावलय. अनेक चित्रपटांत बालकलाकारांसाठी तिचा आवाज वापरलाय. चित्रपटातील लहानपणीचा ऋषी कपूर, धर्मेन्द्र, किमी काटकर यांचे आवाज 'बीबी का जवाब नही' चित्रपटात श्रीदेवीसाठी, 'ज्युवेल ऑफ इंडिया' चित्रपटात इंदिरा गांधींचा रोल करणाऱ्या नटीचा आवाज, करीना कपूर, मुनमुन सेन, नीना गुप्ता, दक्षिणेकडची नटी रंभा इ. नट्यांसाठी मीना गोकुळदासचाच आवाज वापरलाय.

या वेगळ्या क्षेत्रात करिअर करण्याची कल्पना कशी सुचली व इथे जम कसा बसला? या माझ्या प्रश्नावर मीना चटकन उत्तरली, ''मला लहानपणापासून लोकांच्या आवाजाची नक्कल करायला खूप आवडायचे. पण या क्षेत्रात करिअर करण्याचे अजिबात ठरवले नव्हते. मी खरं म्हणजे 'मुक्त पत्रकार' म्हणून काम करत होते, त्यामुळे अनेक चित्रपट निर्माते व दिग्दर्शकांशी माझ्या ओळखी होत्या. एकदा मी एका चित्रपट निर्मात्याला लहान मुलीच्या आवाजात फोन करून फसवले. त्यांनी माझा आवाज तर ओळखला नाहीच पण मीच हा फोन केला होता यावरही त्यांचा विश्वास बसेना! त्यांना माझ्या आवाजाचे कौतुकही वाटले. काही महिन्यानंतर त्यांच्याकडून मला डबिंगबाबत विचारणा झाली. मी त्यांच्या अनपेक्षित ऑफरने घाबरले. म्हटलं, ''मी कधी माईकसमोर उभे राहिले नाही, मी एक लिहिणारी मुलगी, त्यामुळे मला हे जमणार नाही. जवळजवळ ठाम नकारच दिला होता, पण त्यांनी जमले तर बघ, प्रयत्न करायला काय हरकत आहे अशी गळ घातली. मी पहिल्याच चित्रपटात एक नव्हे तर तीन अभिनेत्यांच्या – धर्मेंद्र, ऋषीकपूर व किमी काटकर यांच्या लहानपणीच्या आवाजासाठी डबिंग केले. तो प्रयोग यशस्वी ठरला व लहान मुलांच्या आवाजासाठी डबिंग करणारी म्हणून माझे नाव झाले.''

त्यानंतर एका निर्मात्याने मला डबिंगसाठी बोलावले, तेथे गेल्यावर कळले की, पोपटाचा आवाज काढायचा होता. मी चाट पडले. पण आता पक्ष्यांचेही आवाज काढायचे आव्हान मी स्वीकारले, आणि प्रयत्न केला. मी काढलेल्या पोपटाच्या आवाजाने सारे थक्क झाले. त्यानंतर मी 'जबान संभालके' या सिरियलमधील दोन बोलणाऱ्या पोपटांच्या आवाजाचे डबिंग केले, 'चंद्रकांता' सिरियलमध्ये गरुडाच्या आवाजाचे डबिंग केले, 'मिस्टर आणि मिसेस खिलाडी' मध्ये बकरीच्या आवाजाचे डबिंग केले. हळूहळू लहान मुलांबरोबरच पक्षी व प्राणी यांचे हुबेहूब आवाज काढणारी अशी माझी सर्वत्र ख्याती झाली,

त्यानंतर पक्षी व प्राणी यांच्या आवाजाच्या डबिंगचा सिलसिला सुरू राहिला, मागे वळून बघायला फुरसतच मिळाली नाही. मुखतोपरी प्रसिद्धी झाली व मीनाची यशोमंदिराकडे यशस्वी वाटचाल सुरू झाली. अनेक कार्टून फिल्ममध्ये तिच्या आवाजाचा वापर झालाय. 'मिस्टर अॅन्ड मिसेस दॅटसन' मध्ये मिसेस दॅटसनचा आवाज, 'स्नो अॅण्ड व्हाईट' मध्ये दुष्ट सावत्र आईचा आवाज याशिवाय अगदी अलीकडच्या सिरिअल्स – पोगो चॅनेलवरची बॅटमन आणि रॉबिन, हंगामा चॅनेलवरची स्क्रॅपमधील डॉगी, अॅनिमॅक्स चॅनेलवरील प्रिन्सेस टूटू मधील कोनान, डिस्ने चॅनेलवरील ब्रॅंडी, व्हीस्कर्समधील लोलाबुआ–साप, निक्लोडियन रॅग अॅण्ड रॅट्स – लिल आणि फिल जुळ्यांचा आवाज इ. अनेक सिरियलमधील विविध पात्रांसाठी तिचा आवाज वापरलाय.

अनेक चित्रपटात विमानातील हवाई सुंदरी ज्या घोषणा देतात त्यासाठी, परदेशी लोक भूमिका करत असतील त्यांच्या आवाजासाठी, डिस्कव्हरी चॅनेलवर कॉमेन्ट्री देण्यासाठी इ. अनेक कारणांसाठी तिचा आवाज वापरला जातो. इंग्रजी, हिंदी, मराठी, गुजराथी, भोजपुरी, राजस्थानी, उर्दू, सिंधी, पंजाबी इ. अनेक भाषांमध्ये ती डबिंग करते. तिचा पोपटाचा आवाज ६–७ भाषांतील चित्रपटांसाठी वापरला आहे. खरं म्हणजे सिंधी, पंजाबी, राजस्थानी भाषा तिला वाचता येत नाहीत, पण ते संवाद ती हिंदीत लिहून घेते व डबिंग करते. झी चॅनेलने जेव्हा मराठी, गुजराथी, पंजाबी, इ. भाषात चॅनेल सुरू केले तेव्हा अनेक हिंदी सिरियल गुजराथी भाषेत केल्या व त्यात अनेक गुजराथी भाषेतील संवादाचे डबिंग मीनाच्याच आवाजात केले होते. विशेष लक्षात रहाणाऱ्या म्हणजे 'हसरते' मधील सीमा कपूरचे संवाद, सैलाबमधील रेणुका शहाणेचे संवादही गुजराथी भाषेत मीनाच्या आवाजात डबिंग केले होते.

एवढे विविध प्रकारचे व विचित्र असे आवाज इतक्या हुबेहूबपणे कसे काढता येतात? या माझ्या प्रश्नावर ती झटकन् उत्तरली, 'आवाज हवा तसा बदलणे, हवा तसा वळवणे ही जन्मजात कला आहेच, पण तो कसा व किती वळवायचा, त्यात भाव किती ओतायचा, त्याला मध्ये पॉजेस किती द्यायचे, त्यात चढ–उतार किती आणायचे, यासाठी त्या त्या व्यक्तीच्या संवादाच्या पद्धतीचा अभ्यास करावा लागतो. मी त्यांच्या चित्रपटांचे रेकॉर्डींग बघते, ते कितपत तोंड उघडतात, तोंडे कशी वेडीवाकडी करतात, त्यांच्या चेहऱ्यावर भाव किती उतरतात, याचा मी अभ्यास करते. काही व्यक्ती कुठलेही संवाद धीरगंभीर आवाजात बोलतात मग ते प्रेमाचे का असेनात, तर काही व्यक्ती कुठलेही संवाद वरच्या पट्टीतच किंवा अगदी लाईट मूडमध्येच म्हणतात. हा सगळा अभ्यास करूनच डबिंग करावे लागते. त्यासाठी तुमची निरीक्षणशक्ती, मनाची एकाग्रता, चिकाटी, दुसऱ्याच्या चेहऱ्यांवरच्या हावभावाचा अभ्यास करण्याची कुवत, शुद्ध उच्चार, शुद्ध भाषा इ.बाबी महत्त्वाच्या असतात. आता सरावाने मी चटकन् कोणाच्याही आवाजात डबिंग करू शकते''. आणि बोलता बोलता मीनाने मला त्याचे प्रात्याक्षिक करून दाखवले. मीनाकुमारीचा भिजलेला व दर्दभरा आवाज, श्रीदेवीचा खळाळता आवाज, तब्बूचा थोडासा भसाडा आवाज, तर हेमामालिनीचा दबलेला आवाज इ.फरकही तिने मला स्पष्ट केले.

मीना कळकळीने सांगते, ''आजच्या तरुण पिढीला या क्षेत्रात खूप वाव आहे, कारण जाहिरातीच्या क्षेत्रात, चित्रपटात, सिरियल्समध्ये, कार्टून फिल्मस्, ॲनिमेशन फिल्मस्, डॉक्युमेंटरी फिल्मस् इ. साठी डबिंगला 'ते' करियर करू शकतात. या क्षेत्रात

आव्हानही खूप आहे. थोडीशी मेहनत घेऊन निरीक्षणाच्या आधारे या क्षेत्रात करियर करणे महिलांना शक्य आहे. कधी मी प्राण्यांच्या आवाजात डबिंग करते तर दुसऱ्या दिवशी कार्टून फिल्मसाठी तर तिसऱ्या दिवशी म्हाताऱ्या गृहस्थासाठी तर चवथ्या दिवशी एखाद्या प्राण्यासाठी. त्यामुळे या क्षेत्रात 'आव्हान' व 'सृजनशील'तेला खूप वाव आहे.

सौ. रमा शहा

गणेशरूपातील कलाविष्कार

जगात तऱ्हेतऱ्हेची छांदिष्ट माणसे असतात. छंदाने वेडी झालेली माणसे झपाटल्यागत विक्रमावर विक्रम करत असतात; एकाच नादाने झपाटलेपण आल्यामुळे काही विक्रम आपोआपच घडत जातात. व्यक्ती तितक्या प्रकृती. कोणी किल्ले चढून जाण्याचा विक्रम करतात, तर कोणी अतिउंचीवर उडण्याचा, तर कोणी अतिउंचीवरून दरीत उडी घेण्याचा, तर कोणी सर्वांत मोठी रांगोळी काढण्याचा किंवा सर्वांत मोठा केक बनवण्याचा. ही यादी फार लंबीचौडी होईल. अशा विक्रमांची नोंद लिम्का बुक ऑफ रेकॉर्ड, गिनिज बुक ऑफ वर्ल्ड रेकॉर्ड इ. मध्ये होते. अशीच एक कलासक्त व विक्रमाच्या वेडाने झपाटलेली महिला सौ. रमा सतीश शाह. मध्यमवर्गीय गुजराती कुटुंबात जन्मलेल्या, कलेचा पिढीजात वारसा न लाभलेल्या, लहानपणापासून स्वतःची कला विकसित करण्याची संधी न लाभलेल्या रमा शाह यांनी मात्र कोणताही मोल्ड न वापरता, कोणाचीही मदत न घेता निरनिराळ्या आकारांतील, रंगांतील, रूपांतील, पोजमधील, वेशांतील ८०,००० पेक्षा जास्त गणेशमूर्ती बनवून लिम्का बुक ऑफ वर्ल्ड रेकॉर्डमध्ये सात वेळा विक्रमांची नोंद केली आहे, आणि आता ९.९.०९ या दिवशी ९९,९९९ गणपती पूर्ण करून त्यांनी नवा विक्रम प्रस्थापित केला. त्यातही आणखी एक विक्रम म्हणजे ८.९.०९ ला सकाळी ९ वाजून ९ मिनिटांनी गणपतीच्या मूर्ती बनवायला सुरुवात करून शेवटचे ९९९ गणपती (९९,९९९ मधले) २४ तासांत म्हणजे ९.९.०९ला

सकाळी ९ वाजून ९ मिनिटांपर्यंत पूर्ण केले. या ९९,९९९ गणपती बनवण्याचा त्यांचा विक्रम पूर्ण करण्यास ९ वर्षे व ६ महिन्यांचा कालावधी लागला.

त्यांच्या विक्रमांची नोंद वाचून थक्क व्हायला होते. 2000 साली ९९ दिवसांत ९९९९ गणपतीच्या मूर्ती बनवून वल्लभ शिक्षण विद्यालयाच्या सुवर्णमहोत्सवी वर्षी शाळेत प्रदर्शन मांडले होते. 2003 साली एक वृक्ष उभारून प्रत्येक पानावर एक याप्रमाणे ९९९ गणपतीच्या मूर्ती ९९९ पानांवर ठेवून आगळावेगळा 'गणेशवृक्ष' केला होता. २००४ साली २४ तासांत १४४ गणपतीच्या मूर्ती बनवल्या २००५ साली मुंबईच्या सिद्धिविनायक मंदिरात १२ तासांत ९९ मूर्ती बनवल्या. २००६ साली सिद्धिविनायक मंदिरात १२ तासांत सतत १०८ गणपतीच्या मूर्ती बनवून ५०,००० गणपतीच्या मूर्ती पूर्ण केल्या. २००७ साली 20 तासांत ५०० मूर्ती बनवल्या आणि ६५,००० गणपतीच्या मूर्ती पूर्ण झाल्या. २००८, ८ ऑगस्ट २००८ रोजी (८.८.०८) ८०००१ गणेशमूर्ती पूर्ण केल्या. २००९, ९ सप्टेंबर २००९ रोजी (९.९.०९) ९९९९ गणेशमूर्ती बनवण्याचा विक्रम मुंबईच्या एस.आय.ई.एस. कॉलेज, सायन येथे पूर्ण केला आहे.

त्यांच्या विक्रमाची यादी आणि आकडे वाचताना आपण थकतो; पण गणपतीच्या मूर्ती बनवताना रमा थकण्याऐवजी अधिक उत्साहित होताना दिसते. रमाचे वैशिष्ट्य म्हणजे गणपती बनवण्याच्या सरावामुळे ती डोळ्याला पट्टी बांधूनही गणपतीच्या मूर्ती बनवते. अशा प्रकारे डोळ्याला पट्टी बांधून मूर्ती बनवण्याचे प्रात्यक्षिक करून तिने आपल्या उपजत कलेची परीक्षाच दिली आहे व त्याही विक्रमाची नोंद गिनिज बुक ऑफ वर्ल्ड रेकॉर्डमध्ये झाली आहे. तिच्या मूर्तीचे वैशिष्ट्य म्हणजे त्या छोट्या आकारात आहेत; पण त्यामुळेच बारीकसारीक कोरीव काम करणे व आकार देणे अवघड जाते. त्या एमसीलपासून बनवलेल्या असल्याने फुटण्याचा धोका नाही, तसेच धूऊन साफही करता येतात.

रमाच्या या अभिजात कलेबद्दल राष्ट्रीय व आंतरराष्ट्रीय संस्थांकडून कौतुकाची थाप मिळालीय. बृहन्मुंबई गुजराती समाजातर्फे त्या वेळचे मुख्यमंत्री श्री. विलासराव देशमुख यांच्या हस्ते 'गिरनार ऑवॉर्ड' देऊन गौरवण्यात आले. श्री वल्लभ शिक्षण संगीत आश्रमतर्फे 'संगीत सुधाकर स्वामी वल्लभदास कला ऑवॉर्ड' ६५००० गणपती पूर्ण केल्याबद्दल देण्यात आले. त्याशिवाय एकता फोरमतर्फे महिला शक्ती ऑवॉर्ड, जैन जागृती सेंटरतर्फे सत्कार, यशवंतराव चव्हाण प्रतिष्ठानतर्फे गौरव, रोटरी क्लबतर्फे 'व्होकेशनल एक्सलन्स ऑवॉर्ड' इ. च्या त्या मानकरी ठरल्या आहेत. अमेरिकन बायोग्राफी इन्स्टिटयूटने त्यांचा 'वुमन ऑफ द इयर' देऊन २००४ साली सन्मान केला आणि

रमाचे आत्मचरित्र २००४ च्या आवृत्तीत समाविष्ट केले. अमेरिकेच्या 'एएक्सएन' (AXN) चॅनेलतर्फे आयोजित "Ripley's Believe it or not" या जागतिक विक्रम करणाऱ्या, चमत्कारिक, अद्भुत, अविश्वसनीय व अशक्यप्राय वाटणाऱ्या गोष्टी करणाऱ्या व्यक्तिंवरील कार्यक्रमातून तिला प्रसिद्धी मिळाली. असोसिएशन प्रेसतर्फे जगातील १८० देशात तिच्या कलेची ओळख झाली, बी.बी.सी. नेसुद्धा तिला प्रसिद्धी दिली. मलेशियातील पत्रकारांनीसुद्धा तिच्या कलेची नोंद घेतली. 'आस्था' चॅनेलने तर तिच्यावर डॉक्युमेंटरी फिल्म करून दाखवली. झीटीव्हीवर डोळे बांधून तयार केलेल्या गणपतीचे प्रात्यक्षिक प्रक्षेपित केले. 'स्टार प्लस' चॅनेलवरील 'कुछ कर दिखाना है' या कार्यक्रमात रमाचे प्रात्यक्षिक दाखवले व तिचे 'स्टार टॅलेन्ट ऑवॉर्ड' देऊन कौतुक केले.

रमाच्या गणपती बनवण्याच्या विक्रमात ९ आकडा प्रामुख्याने असतो. जे काही गणपती बनवायचे ते ९ च्या हिशेबात. असे का? या माझ्या प्रश्नावर रमा उत्तरली, ''मी फार धार्मिक प्रवृत्तीची आहे. लहानपणापासून धार्मिक ग्रंथ वाचत आले. पुराणातील आख्यायिकेत म्हटलंय की, गणपती ९ वर्षांचाच जन्माला आला. म्हणूनच ९ आकडा निवडला. पुढील विक्रमही ९च्याच पटीत असणार.''

चोवीस तासांत अनेक गणपती बनवण्याचे विक्रम करणाऱ्या रमा आता ८ सप्टेंबर २००९ च्या सकाळी ९ वाजून ९ मिनिटांपासून दुसऱ्या दिवशी म्हणजे ९ सप्टेंबर २००९ च्या सकाळी ९ वाजून ९ मिनिटांपर्यंत ९९९ गणपतीच्या मूर्ती बनवल्या. असे सतत १२ तास किंवा २४ तास काम करून आजारी पडत नाही का? या माझ्या प्रश्नावर रमा झटकन उत्तरली, ''छे! छे! मी तर एकदा गणपती बनवायला घेतले की रात्र रात्र एकाच जागी बसते. जेवणसुद्धा घेत नाही. वेळच नसतो. पण आजारी पडत नाही. कारण हे देवाचे काम आहे. हे मूर्ती बनवणे, हीसुद्धा देवावरची भक्तीच आहे. एकदा संकल्प केला की तो पुरा करायचाच, हा माझा नियम आहे. तो इच्छाशक्तीच्या जोरावर व ईश्वरी कृपेने पूर्ण होतोच.'' रमाकडून हे ऐकल्यावर गांधीजींचे शब्द आठवले, "Success does not come from physical capacity, it comes from an indomitable will." तिचे काम पाहून प्रचंड कल्पनाशक्ती, सृजनशीलता, अखंड मेहनतीची तयारी, चिकाटी, संकल्पपूर्तीचा अहोरात्र ध्यास, कामावरची निष्ठा या तिच्या गुणांची प्रचीती येते.

९९९९९ गणपतीच्या मूर्ती बनवणाऱ्या रमाने बनवलेला प्रत्येक गणपती वेगळा असतो, हे विशेष. एमसीलने गणपती बनवत असल्याने भराभर हात चालवावा लागतो नाही तर ते सुकून कडक होते. प्रत्येक गणपतीला त्यांनी वेगवेगळा बेस दिलाय.

स्फटिक, ग्रॅनाईट, काचेचा तुकडा किंवा संगमरवर इ. चा बेससाठी वापर करून त्यावर गणपतीची मूर्ती खूप उठून दिसते. दुनियाभरचे सारे रंग म्हणजे पांढरा, केशरी, हिरवा, पोपटी, सोनेरी, रूपेरी, गुलाबी, राणी, राखाडी, तपकिरी, डबल रंग वापरून, तिरंगी झेंड्याच्या रंगात इ. चा अतिशय कलात्मकतेने वापर केलेला आढळतो. गणपतीच्या पोजेस, रूपे, आकार यांतही भरपूर वैविध्य आहे. अगदी पिस्त्याच्या आकारापासून १ फूट उंचीचेही गणपती बनवलेत. पिंपळाच्या पानातला, शंकराच्या पिंडीवरचा, निरनिराळ्या आकारांच्या पानात बनवलेला, कमळातला, डोक्यावर नागाचा फणा असलेला, एका पायावर उभा असलेला, लोडाला पहुडलेला, झोपाळ्यावर बसलेला, शंकराच्या पिंडीवरचा, पोथी वाचणारा, लेखन करणारा, नृत्य करणारा, नटराजरूपातला, तऱ्हेत-हेचे मुकुट परिधान केलेला, शिंपल्यातला, तबला वाजवणारा, वीणा घेतलेला, पिपाणी वाजवणारा, बासरी वाजवणारा इ. रूपांतले गणपती त्यांच्या कल्पनाशक्तीची प्रचीती देतात. एखाद्या खोलगट दगडाच्या टोकावर गणपती बसवून, खोलगट भागात पाणी भरून त्यांनी तळ्याकाठचा गणपती बनवलाय किंवा त्या खोलगट भागात लाईट सोडून शो–पीस बनवलाय. एवढे वेगवेगळे आकार, रूपे सुचतात तरी कशी? या माझ्या प्रश्नावर रमा उत्तरली, ''ही तर गणपतीची कृपा. मी नुसते क्षणभर डोळे बंद केले तरी मला गणपतीची अनेक रूपे दिसतात व ती मी प्रत्यक्षात साकारते. माझ्या सासू–सासऱ्यांची मी आजारपणात खूप सेवा केली. त्यांचे आशीर्वाद व लोकांच्या सदिच्छा व ईश्वरी कृपा हेच माझ्या यशाचे गमक.''

गुजरात राज्यातील नदियाड या छोट्याशा गावात जन्मलेली रमा म्हणजे एकत्र कुटुंबातील लाडकी मुलगी. सर्व भावंडांत मोठी असलेली रमा तिच्या जबाबदारीची जाणीव असलेल्या आणि सतत धडपड्या स्वभावामुळे घरातला 'मोठा मुलगा' म्हणून नावाजली जायची. वयाच्या १९ व्या वर्षी लग्न झाल्यावर पुन्हा एकत्र कुटुंबाची जबाबदारी तिला पेलावी लागली. मुलांचे संगोपन, सासू–सासऱ्यांचे आजारपण इ. मध्ये रमाला इतर काही करायला वेळ मिळत नसे; पण अगदी लहानपणापासूनच चित्रकला, हस्तकला, सजावट यांची आवड असल्याने पहिलीत असल्यापासूनच रमा चित्रकला, मेहंदी, रांगोळी, फुले बनवणे इ. स्पर्धांमध्येबक्षिसे मिळवीत असे. काचांचे तुकडे, मणी, शिंपले इ. जमा करून राख्या बनवणे, ग्रीटिंग कार्ड बनवणे इ. उद्योग चालू असत. त्यांच्या गावात कलामहाविद्यालय नसल्याने तिला बी.कॉम.चे शिक्षण घ्यावे लागले. तिचे पती सतीश शाह यांचा केशराचा व्यवसाय असल्याने लग्नानंतर रमा मुंबईत आल्यावर त्यांनी तिचे कलागुण हेरून तिला अनेक संस्थांचे सभासदत्व घ्यायला लावले. आज रमा

लायन्स क्लब, कला गुर्जरी, गुजरात समाज, कॉस्मोपोलिटन लेडीज असोसिएशन, गुजराती केळवाणी मंडळ, जैन सोशल ग्रुप इ. ३० संस्थांची सदस्य आहे. या संस्थांमध्ये तिने ॲक्टिव्ह मेंबर म्हणून काम करायला सुरुवात केल्यामुळे तिला तिची कला लोकांपर्यंत पोहोचवता आली. रांगोळी, चित्रकला, रासदांडिया, कुकिंग, सॅलड डेकोरेशन इ. स्पर्धांमध्ये तिने अनेक बक्षिसे मिळवली. संस्थांमध्ये अनेक मान्यवरांच्या ओळखी झाल्या, अनुभव मिळाला. त्यामुळे तिची स्पेशल एक्झिक्युटिव्ह ऑफिसर (S.E.O.) म्हणून नेमणूक झाली व पोलीस शांतता व महिला दक्षता समितीचे सदस्यत्वही तिला देण्यात आले.

सिरॅमिक पॉट बनवणे, फ्रेम्स् ग्लास पेंटिंग, फॅब्रिक पेंटिंग, कॅलिग्राफी, सोलावूडच्या वस्तू, कागदाची, कापडाची फुले, ग्रीटिंग कार्ड्स, केनच्या वस्तू इ. कलांच्या क्षेत्रातील काहीही बनवणे म्हणजे रमाचा अगदी एका हाताचा मळ. पण त्यांची गणपती बनवण्याची कला सुरू झाली २००० सालापासून. रमा सांगते, ''मार्च २००० साली मी स्वप्नात एक महाभव्य म्हणजे आकाशाएवढी मोठी, अतिशय तेजस्वी आणि दागिन्यांनी मढलेली अशी गणपतीची मूर्ती पाहिली. ते स्वप्न मी घरच्यांना सांगितले आणि गणपतीच्या संदर्भात काही तरी आगळेवेगळे करावे, असे मनोमन ठरले. मग गणपती बनवण्याचा विचार झाला. दोन–चार करत वेगवेगळे गणपती बनवले.''

२००० साली तिचे पती ज्या शाळेत शिकले, तेथे श्री वल्लभ शिक्षण विद्यालयाच्या सुवर्णमहोत्सवी वर्षानिमित्त बरेच कार्यक्रम होणार होते. श्री वल्लभ आश्रमात गणपतीचे प्रदर्शन गणेशोत्सवात मांडायचे ठरले. प्रचंड कल्पनाशक्ती व सृजनशीलता असलेल्या तिच्यातल्या कलाकाराला बाहेर पडायला वाव मिळाला. लहानपणी दूरदर्शनवर गिनिज बुक ऑफ वर्ल्ड रेकॉर्डचा कार्यक्रम बघताना आपणही असाच काही विक्रम करावा, असे रमाला नेहमी वाटे व ती इच्छा चाळिसाव्या वर्षी अखेर पूर्ण झाली. रमाने गणेश चतुर्थीच्या मुहूर्तावर ९९९९ गणपतींचे प्रदर्शन मांडायचे ठरवले. ठरल्या दिवसापासून फक्त १० दिवस बाकी होते; पण निश्चय पक्का होता. दुर्दम्य आत्मविश्वास होता. पतीचा संपूर्ण पाठिंबा होता. दुसऱ्याच दिवशी सामान आणून कामाला सुरुवात केली आणि ९९ दिवसांत ९९९९ गणपती बनवण्याचा विक्रम पूर्ण केला.

अजूनही रमाला त्या प्रदर्शनाच्या वेळची धांदल, गडबड, टेन्शन सारेकाही डोळ्यांपुढे तरळते. रमा सांगते, ''दिवसाला १०० ते १२५ गणपती बनवत होते. संकल्प बनवला तो पुरा करायलाच हवा. ते गणपती मोजायला व्यवस्थित टेबले लावून त्यावर मांडायलासुद्धा दोन दिवस लागले. प्रदर्शनाचा दिवस माझ्या आयुष्याचा टर्निंग पॉइंट ठरला. २५००० लोकांनी त्या प्रदर्शनाला भेट दिली. मी डोळे बांधून गणपती

बनवण्याचे प्रात्यक्षिकही केले. लोकाग्रहास्तव प्रदर्शनाची मुदत वाढवावी लागली.''

आज रमाचे गणपती गुजरातचे मुख्यमंत्री नरेंद्र मोदी, मनोहर जोशी, त्या वेळचे पोलीस कमिशनर एन. एम. सिंग, रणजित शर्मा, रामदेवबाबा, प्रमोद नवलकर, विठ्ठल कामत, अनुराधा पौडवाल, हरिभाई कोठारी आदी मान्यवरांच्या संग्रही आहेत.

ऑगस्ट २००३ साली रमाने बनवलेला 'गणेशवृक्ष' अनेकांच्या कौतुकाचा व कुतूहलाचा विषय ठरला. अतिशय वेगळा असा हा वृक्ष म्हणजे ९९९ पाने असलेला व प्रत्येक पानावर गणपतीची मूर्ती असलेला वृक्ष. त्याच्या बुंध्याच्या पायथ्याशी अष्टविनायक तयार केले होते व वृक्षाच्या वरच्या टोकावर एक गणपती ठेवला होता. अशा प्रकारे १००८ गणपती असलेला व स्वतः हाताने बनवलेला वृक्ष रमाने केवळ नऊ दिवसांतच करावा, हे आणखी नवलच.

रमा गणपतीच्या मूर्ती व्यावसायिक दृष्टिकोन ठेवून विकत नाही. केवळ बेससाठी वापरण्यात येणाऱ्या मटेरियलचे पैसे घेऊन त्या अगदी वाजवी किंमतीत गणपती विकतात. विकून आलेले पैसेही बरेच वेळा त्या दान करतात. २००० साली शाळेत भरवलेल्या प्रदर्शनात मूर्ती विकून मिळालेले पैसे त्यांनी शाळेला दान केले. 'झी टीव्ही'वरच्या कार्यक्रमात बनवलेली मूर्ती विकून आलेले पैसे व झी टी.व्ही.ने दिलेले पैसे हे सर्वकाही त्यांनी पंतप्रधानांच्या रिलिफ फंडास देऊन टाकले. कलेचा विकास करता करता सामाजिक बांधीलकी म्हणून सभासदत्व घेतलेल्या संस्थांतून त्या समाजसेवाही करत असतात.

अतिशय प्रेमळ, मनमिळाऊ, निगर्वी अशा रमाचे एकच स्वप्न आहे; व ते म्हणजे 'गिनिज बुक ऑफ वर्ल्ड रेकॉर्ड' ने तिच्या कामाची नोंद घ्यावी. ते लवकरच पूर्ण होवो, हीच शुभेच्छा.

वरश्री नारायण

वाळूचा दगड सजीव करणारी वरश्री

खऱ्या कलावंताची कला कोणत्याही माध्यमात खुलतेच. मग तो साधा काळा दगड असो, संगमरवर असो, वाळूचा दगड असो, मेण असो, रांगोळी असो, काच असो की शाडू माती. कलाकाराची सृजनशील व कल्पनाशक्ती यांचा मिलाफ झाल्यानेच कोणत्याही माध्यमात कलाकार आपली कला खुलवतो. शिल्पकलेतील प्रावीण्याबद्दल 'पद्माश्री' प्राप्त केलेल्या महान शिल्पकार पद्माश्री मणी नारायण यांची सूकन्या वरश्री नारायण हिने शिल्पकलेचे कोणतेही प्रशिक्षण न घेता वाळूच्या दगडात व मेणात अप्रतिम अशी शिल्पे तयार केली आहेत. अगदी जिवंत वाटणारी व हावभाव हुबेहूबपणे दाखवणारी अशी शिल्पे कलासक्त माणसाला निर्भेळ आनंद मिळवून देतात. तिच्या शिल्पकृतीची चार प्रदर्शने तिने भरवली आहेत. वाळूच्या दगडाशिवाय मेण, चांदी व सोने या तीन माध्यमांतही तिने शिल्पे बनवली आहेत, हे विशेष. तिला 'बेस्ट स्कल्पर इन प्रोफेशनल कॅटेगरी' हे महाराष्ट्र राज्याचे बक्षीसही मिळाले आहे.

आई व वडील दोघेही प्रसिद्ध शिल्पकार असताना 'शिल्पकला' घरातच पाणी भरत असताना व शिल्पकला परंपरेने हातात उतरली असतानासुद्धा वरश्रीला वेगळे काही तरी करायचे होते. तिची आई हातात छिन्नी व हातोडा घेऊन दिवसभर मेहनत करत असे, तेव्हा कुठे एक महिन्यानंतर संगमरवरातले एक शिल्प पुरे होई. एवढी मेहनत करून शिल्प बनवणे इन्स्टंटच्या जमान्यात वावरणाऱ्या वरश्रीला पटतच नव्हते. त्यामुळे तिने मुंबईच्या सेंट झेविअर्स महाविद्यालयातून बी.ए.ची पदवी घेतली व त्यानंतर

मोरारजी इन्स्टिटय़ूट ऑफ शिपिंग अ‍ॅण्ड मॅनेजमेंट या संस्थेचा शिपिंगचा डिप्लोमाही पूर्ण केला; पण आईच्या सांगण्यावरून तिने 'वरमणी एंटरप्रायझेस' नावाने व्यवसाय सुरू केला. आईने डिझाइन केलेली ब्रॉन्झची शिल्पे साच्यातून काढून सोने किंवा चांदी यांचे पाणी देऊन तयार केलेल्या कलाकृती 'ब्ल्यू स्टार', 'सिकॉम' या कंपन्यांना भेटवस्तू देण्यासाठी पुरवण्यास सुरुवात केली. तेवढ्यावरच आपली शिल्पकला सीमित करून एखाद्या नोकरीच्या शोधात वरश्री होती.

विधात्याने वरश्रीला शिल्पकार बनवायचे, हे मनोमन ठरवले असावे; व म्हणूनच ती आज उत्तम शिल्पकार म्हणून लोकांना परिचित आहे. एक दिवस योगायोगाने का होईना; पण तिच्या हातात छिन्नी आलीच. तिची आई मणी नारायण एकदा फिरायला गेल्या असताना त्यांचे लक्ष एका इमारतीच्या कुंपणाकडे गेले. काही कामगार ती भिंत तोडत होते. कारण त्यांना नवीन भिंत बांधायची होती. जुन्या भिंतीचा दगड 'वाळूचा दगड' होता. कलाकाराची घारीची नजर असणाऱ्या मणीनारायण यांनी त्या दगडाचे मूल्य जाणले. त्यांनी वाळूच्या दगडाचा एक छोटा तुकडा घरी आणला व त्यावर एक गणपती कोरून बघितला. त्या दगडावर काम करणे जमत होते. दुसऱ्या दिवशी त्या पुन्हा त्या भिंतीजवळ पोहोचल्या, तर वाळूचे दगड भरून ट्रक तयार होता. मणीनारायण यांनी सर्व जुन्या भिंतीचे वाळूचे दगड विकत घेतले आणि ते स्टुडिओत आणून टाकले. अधाशासारखे सगळे दगड तर आणून टाकले; पण संगमरवरी शिल्पे बनवण्याची ऑर्डर असल्याने त्यांना स्वतःला त्या वाळूच्या दगडावर काम करायला वेळ कुठे होता? स्टुडिओत सगळा दगडांचा हा पसारा येता-जाता दिसे. एक दिवस त्या वरश्रीला म्हणाल्या, ''तुला प्राणी आवडतात ना! बनव ना मग प्राण्यांची शिल्पे वाळूच्या दगडात! त्यांचा रंगही प्राण्यांशी मिळताजुळता आहे. शिल्प कसे कोरायचे ते मी तुला शिकवते.'' पण आईचे म्हणणे वरश्रीने अजिबात मनावर घेतले नाही. मणी नारायण तिला म्हणाल्या, ''तुम्हा हल्लीच्या पिढीला अंगात कला असूनही मेहनत करायला नको.'' वरश्री मनातून दुखावली गेली आणि एक तरी शिल्प आईला बनवून दाखवायचेच, असे तिने ठरवले. मणी नारायण यांनी तिला सतत दोन महिने दिवसाचे काहीच तास शिल्प कसे बनवायचे ते प्रात्यक्षिकासह शिकवले. दोन महिने 'गुरू-शिष्या' काम करत होत्या. मणीनारायण सांगतात, ''मी तिला प्रथम एक मांजराची जोडी बनवून दाखवली. त्यानंतर तिने माकड बनवले ते अगदी हुबेहूब व जिवंत वाटणारे. मी बघून थक्क झाले. मला लाकडावर कोरीव काम शिकायला दोन वर्षे लागली होती. वरश्री मात्र दोन महिन्यांतच शिकली. तिची आकलनशक्ती व कल्पनाशक्ती चांगली आहे आणि हातात कला आहे, त्यामुळे शिल्पे

बनवायला लागल्यावर तिच्याच बनवलेल्या शिल्पाने तिला निर्मितीचा इतका निर्भेळ आनंद दिला की, तिला शिल्पकलेची गोडी लागली. उत्तम कलाकृती निर्माण झाल्यावर कलाकाराचा श्रमपरिहार होतो, याचा अनुभव वरश्रीने घेतला आणि तेव्हापासून तिने मागे वळून पाहिले नाही.''

मणी नारायण यांचे वैशिष्ट्य म्हणजे कोणतेही शिल्प बनवण्यापूर्वी त्याचा अनेक संदर्भग्रंथांच्या साहाय्याने सर्वांगीण अभ्यास करायचा; तसेच वरश्रीला त्यांनी प्राणिशास्त्राचा संपूर्ण अभ्यास करायला लावला. तिने विश्वकोश, प्राण्यांवरील भारतीय व परदेशी पुस्तके वाचली. त्यामुळे प्राण्यांच्या सवयी, शरीररचना, वैशिष्ट्ये, उभे राहण्याच्या पद्धती इ.चा बारकाव्याने अभ्यास केला. अनेक प्राण्यांचे अनेक पोजेसमधील फोटो जमा केले. त्यानंतर एक एक करत प्राण्यांची २५ शिल्पे बनवली.

खरं म्हणजे वाळूच्या दगडात शिल्पे बनवणे अत्यंत कठीण काम. वाळूचा दगड एकसंघ बारीक कणांचा नसतो; त्यामुळे छिन्नी मारताच मोठा तुकडा तुटतो. अशा वाळूच्या दगडात पक्ष्यांची चोच, प्राण्यांचे कान, तिरपे शेपूट, डोळे, नाक इ. बारकावे कोरणे म्हणजे कलाकाराच्या प्रतिभेची व हाताची परीक्षाच असते; पण वरश्रीने मात्र सर्व शिल्पांचे काम इतके अप्रतिम केलंय की प्राणी, पक्षी अगदी हुबेहूब व जिवंत वाटतात. या २५ शिल्पांचे व सलीम अलींच्या शिल्पांसह बॉम्बे नॅचरल हिस्ट्री सोसायटीच्या हॉलमध्ये भरलेल्या प्रदर्शनात रसिकांनी भरभरून दाद दिली होती. वाळूच्या दगडातील त्या कलाकृती पाहून रसिक भारावून गेले होते. त्या प्रदर्शनाचे नाव होते, 'ट्रीब्युट टू नेचर.'

विविध देशांतील विविध जातींची माकडे, गरुड, पोपट, अस्वल, मासा, खार, बेडूक, कांगारूंची जोडी, चित्ता, पांडा, घुबड, सलीम अलींचा आवडता हॉर्नबील पक्षी इ. अनेक पशू-पक्ष्यांची विविध पोजेसमधील शिल्पे म्हणजे वरश्रीच्या कलेचा मुक्त आविष्कार. वाळूच्या दगडाचा गव्हाळी रंग जनावरांच्या रंगाशी मिळताजुळता आहे व दगडांचा खडबडीतपणा जनावरांच्या शरीराशी मिळताजुळता आहे. त्यासाठी गुळगुळीत पॉलिशची जरुरी नाही. तिच्या वाळूच्या प्रत्येक शिल्पात तिने कुठे तरी सपाट पृष्ठभाग बनवलाय. त्याचा उपयोग कुंडी ठेवण्यासाठी करता येतो. झाडांच्या सान्निध्यात ती शिल्पे अधिक उठावदार दिसतात. माकडाची ७-८ शिल्पे तिने बनवली; पण प्रत्येक शिल्प वेगळे आहे. प्रत्येकाच्या चेहेऱ्यावरील हावभाव जिवंत वाटावे इतके हुबेहूब. त्यातील कुठलाही प्राणी तिने संथपणे बसलेला दाखवला नाही, तर सर्व क्रियाशील दाखवले आहेत.

वरश्रीला लहानपणापासूनच वन्यप्राण्यांचे खूप आकर्षण आहे. त्यातल्या त्यात माकडे व रानमांजरी हे तिचे आवडते प्राणी. ती स्वतःला 'वन्यप्राणी शिल्पकार' म्हणते. माकड हा तिचा अत्यंत आवडता प्राणी. विविध देशांतील माकडांचा सखोल अभ्यास करून तिने हनुमान लंगूर, बॉक्सिंग स्टाईल माकड, पाटस, हाऊलर, मॅकॉक (जापनीज) कॅप्युचिन, टापोलीन इ. माकडाची शिल्पे बनवलीत. वरश्री एक एक माकडाचे शिल्प दाखवताना त्यांची माहिती देते. त्यामुळे ते शिल्प किती हुबेहूब बनलंय याची खात्री पटते. वरश्री सांगते, ''कॅप्युचिन माकड दक्षिण अमेरिकेचे असून, त्याचे डोळे, छाती व गळा पांढरा असतो. डोक्यावर केसांची झालर असते. आफ्रिकेतली टोपोलीन माकड महाखोडकर असते. म्हणून त्यांची जीभ मी बाहेर दाखवलीय. जणू दुसऱ्याला वाकुल्या दाखवतोय. घुबडासारखे तोंड असणाऱ्या डाऊराऊकाऊलिस (आऊल माकड) या ब्राझील व पेरूत आढळणाऱ्या माकडाला घुबडाप्रमाणे दिवसा दिसत नाही. फक्त रात्रीच दिसते. त्यामुळे तो दिवसा झाडात लपतो. जपानमध्ये आढळणारे मॅकॉक हे उत्तर गोलार्धातले एकमेव माकड. ते माकड थंड प्रदेशात राहते. त्यामुळे थंडीपासून बचाव करण्यासाठी ते नेहमी गटाने फिरतात. म्हणून मी मॅकॉक, त्याची मादी व पिल्ले एकमेकांना चिटकून बसलेले दाखवलेत.'' हनुमान लंगूरच्या मादीला ती 'बेबी सीटर' म्हणते, कारण ती मादी लहान पिल्लांचा काळजीपूर्वक सांभाळ करते. म्हणून तिने तिच्या डोक्यावर एक व पोटाशी बिलगलेले एक अशी दोन बाळे दाखवली आहेत. पाटस हे आफ्रिकेच्या गवताळ प्रदेशात राहणारे माकड. ते त्याच्या दोन पायांवर सतत उभे राहून गवताळ प्रदेशात काही भक्ष्य मिळेल, याची वाट पाहत असते. त्याला मिशा असतात व डोक्याची ठेवण हॅटसारखी असते. तसेच त्याच्या थॉयरॉईड ग्रंथी मोठ्या असतात. म्हणून त्याच्या मानेचा भाग तिने रुंद दाखवलाय.'' वरश्री सांगते.

मानवाशी सर्वात कमी साम्य असणाऱ्या गिबनचे झाडाच्या फांदीवर आरामात लोंबकळणाऱ्या पोजमध्ये असलेले एक शिल्प वरश्रीने बनवलंय. गिबन सडपातळ असतात; त्यांना शेपटी नसते. नेहमी चपळाईने या झाडावरून त्या झाडावर लटकत असतात. हा झाडाच्या फांदीला लोंबकळणारा गिबन व त्याचे पूर्ण बारकावे पाहिल्यावर त्या शिल्पाला दाद न देणारा अरसिकच म्हणावा. झाडांच्या एका फांदीवर बसलेला आफ्रिकन पोपटही बनवलाय. या शिल्पांना 'मोबाईल शिल्पे' म्हणतात.

सर्व माकडांच्या तोंडावरील हावभाव वेगवेगळे; पण त्यांच्या स्वभावधर्माशी जुळणारे; माकडाचे मिश्कील भाव शिल्पात कोरणे हे अतिशय अवघड काम तिने सहज–लीलया पेलले आहे. मोठी व लांब चोच असलेला व भरदार पंख असलेला हॉर्नबील पक्षीही सुंदर

बनवलाय. गरुडाचे शिल्प तर सर्वांत अवघड. त्याचे पंख व पंखावरील बारकावे अगदी खऱ्या गरुडासारखेच. तिच्या निरीक्षणशक्तीला दाद द्यायला हवी. घुबड, चित्ता, कांगारूंची जोडी, आयबेरियन टोल, पांडा, मासा सर्वच वाखाणण्याजोगे व प्रेक्षणीय. वाळूचा दगड सछिद्र असल्याने त्यात धूळ साठून मळू नये म्हणून त्या शिल्पावर तिने लॅकरचा (रसायन) थर देऊन शिल्पांना चकाकी व उठाव आणला आहे.

वाळूच्या दगडात प्राण्यांची शिल्पे बनवता बनवता व्यक्तींचीही शिल्पे बनवण्यास हे माध्यम उत्तम आहे, याची जाणीव झाल्याने तिने पक्षितज्ज्ञ डॉ. सलीम अली यांचे सर्व बारकाव्यांसह हुबेहूब शिल्प बनवले. त्यासाठी तिने त्यांचे अनेक पोजेसमधील, वेगवेगळ्या अँगलमधले फोटो जमा केले. चेहऱ्याचा अभ्यास केला, स्केचेस काढली, त्यांची वेशभूषा जाणून घेतली. अगदी हुबेहूब चेहरा, वाढलेली दाढी, विशिष्ट प्रकारची कानाची ठेवण, टिपिकल टोपी, खोल गेलेले गाल, चेहऱ्यावरच्या सुरकुत्या हे सर्व तपशील अगदी बारकाव्यांसह उत्तम प्रकारे कोरलेत. म्हणून ते जिवंत वाटते.

वरश्री सांगते, ''कपड्याच्या बाबतीत सलीम अली फार बेफिकीर होते. त्यामुळे त्यांची शर्टची कॉलर मी दुमडलेली दाखवलीय. ते नेहमी दोन शर्ट एकावर एक घालत व आतल्या शर्टचे वरचे बटणही लावत. जंगलात फिरताना छातीला गारवा लागू नये म्हणून असेल. त्यांना पक्ष्यांची आवड होती व त्यात चिमणी त्यांना फार आवडे, म्हणून त्यांच्या खांद्यावर त्यांची आवडती चिमणी कोरून 'The call of Sparrow' हे नाव त्या शिल्पाला दिले.''

चांदी व सोन्यातही तिने भेट देण्यासाठी छोट्या छोट्या आकृत्या, मूर्ती, प्राणीही बनवले. पूसी कॅट, डचसुंद कुत्रा, चित्ता, ओरॅंगटन, मांजर, गणपती इ. याशिवाय वरश्रीने मेणात बनवलेली शिल्पेसुद्धा अशीच वेगळी व नजर खिळवणारी. मेणाच्या शिल्पाची तिची दोन प्रदर्शने झाली. मेणात रंग मिसळून गरम असतानाच त्याला आकार देऊन तिने मानवाच्या मूर्ती बनवल्यात. गरम असतानाचा तिचा हात किती जलद गतीने फिरत असावा, याची प्रचीती ही शिल्पे बघताना येतो. या शिल्पात तिने वातीपण लावल्यात. त्यामुळे मेणबत्ती म्हणूनही त्याचा उपयोग करता येतो; पण एवढी सुंदर शिल्पे क्वचितच कोणी मेणबत्ती म्हणून वापरली असावीत.

अनेक आकारांच्या, रंगांच्या टोप्या घातलेले, तोंडे रंगवलेले विदूषक, केसात पाने-फुले घातलेल्या हवाईयन तरुणी, हॅटवर फुले लावलेल्या मेक्सिकन तरुणी, बांबूच्या पिसाऱ्याप्रमाणे डोक्यावर शिरोभूषण घातलेले रेड इंडियन, गवताच्या काड्यापासून बनवलेल्या हॅट घातलेले आफ्रिकन, मुकुट व मोत्याची माळ घातलेला राजकुमार,

मोगल सरदार, कथकली नर्तक असे विविध चेहरे असलेल्या मेणबत्त्या तिने बनवल्यात. त्या बघून स्तंभित व्हायला होते. नृत्य करणारी स्नो–बॉय, स्नो–गर्ल तिने पूर्णाकृती केल्यात. दोघांच्या अंगावर थोडेसे भुरभुरते बर्फ पडलेलेही दाखवलेय.

या सर्व आकृत्या बनवताना तिने स्केचेस काढलेली नाहीत किंवा चित्रांचा वापर केलेला नाही. साच्यांचाही वापर केलेला नाही. केवळ निरीक्षणशक्तीमुळे लक्षात राहिलेले चेहरे तिच्या कलात्मक हातांनी हुबेहूब साकारलेत. प्रत्येक चेहऱ्यावरील नाकाची ठेवण, केसातील सजावट, डोळ्यांतील भाव, वयस्करांचे थकलेले डोळे, निस्तेज डोळे, राक्षसाचे रागीट डोळे, डोक्यावरील टोप्यांचे प्रकार, चेहऱ्यावरच्या सुरकुत्या, कपड्याच्या चुण्या हे सारेकाही सुरेख जमले आहे. काही आकृत्या दोन्ही बाजूंनी वेगवेगळ्या चेहऱ्यांच्या आहेत. ते पाहून हैदराबादच्या सालारजंग म्युझियममधील शिल्पाची आठवण होते. शिल्पकार असल्याने अतिशय कलात्मकतेने फिरलेल्या हातातून तयार झालेल्या आकृत्या म्हणजे जणू मेणाची शिल्पेच आहेत. या मेणाच्या शिल्पांचे 'बनी कॅन्डल' नावाने आयोजित केलेल्या प्रदर्शनात लोकांनी विकत घेतलेल्या शिल्पांनी अनेक घरातील शोकेस सजल्या आहेत.

त्याशिवाय विविध फळांचे आकार करून त्यावर वाती लावूनही मेणबत्त्या बनवल्या आहेत. अननस, संत्रे, शहाळे इ. फळे अगदी हुबेहूब बनवलीत. विविध रंगांची गुलाबाची फुले बनवून त्यात वाती लावल्यात. त्याचा 'फ्लोटिंग कॅन्डल' म्हणून वापर करता येतो. 'पिरॅमिड कॅन्डल' हा वरश्रीच्या कलेचा मुक्त आविष्कार. पिरॅमिडच्या आकाराचा साचा तिने घरीच तयार केलाय. त्यात विविध रंगाचे मेण ओतून बनवलेल्या पिरॅमिड मेणबत्तीच्या तिन्ही बाजूंनी, विविध रंगांनी डोंगर, नद्या, धबधबे, हिरवळ, ज्वालामुखीच्या उद्रेकानंतर दिसणारी विविध दृश्ये इ. देखावे तिने अप्रतिमरीत्या बनवलेत.

जन्मजात कलाकाराला त्याची कला वाळूच्या दगडात किंवा मेणातसुद्धा कशी व्यक्त करता येते, याचा वस्तुपाठच वरश्रीने स्वतःच्या उदाहरणाने घालून दिलाय. तिचा भाऊसुद्धा शिल्पकारच आहे; पण पेशाने वकील असल्याने त्याला फार वेळ देता येत नाही. शिल्पकारांच्या कुटुंबात वरश्रीची कला अधिक फुलो व बहरो, हीच ईश्वरचरणी प्रार्थना!

❖❖❖

कार सजावटीचे कौशल्य

सौ. काजल गाबा

सजावटीचे वेड माणसाला अगदी पुरातन काळापासूनच असलेले आढळते. पूर्वी लोक केसात पाने, फुले, गळ्यात शंख–शिंपले, मणी यांच्या माळा घालून सजत. ग्रीक व रोमन लोकांनी त्यांची धर्मस्थळे सजवल्याचेही उल्लेख आढळतात. आजच्या 'शो बिझनेस' च्या युगात तर सजावट हा माणसाच्या जीवनाचा अविभाज्य घटक बनलाय. लोक आपली घरे वा ऑफिस झाडे, फुले, फर्निचर, पडदे, झुंबर, फ्रेम्स् इ.ने सजवतात. पार्टी, लग्न, मुंजी इ. समारंभ तर सजावटीशिवाय पार पडणे अशक्य! सजावटीतून माणसाचे व्यक्तिमत्त्व, आवडनिवड, हौशीवृत्ती प्रकट होत असली तरीसुद्धा आजच्या स्पर्धात्मक युगात राजावटीच्या गाध्यगातून श्रेष्ठत्व सिद्ध करण्याचा प्रयत्न धनवान मंडळी नेहमीच करतात. लग्नाच्या सजावटींवर लाखो रुपये उधळणे प्रतिष्ठेचे मानले जाते. त्यामुळेच घर, ऑफिस, लग्न, मुंजी, वाढदिवस, पार्टी इ. ठिकाणी सजावट करून देण्याचा व्यवसाय अनेक महिलांनी स्वीकारलाय पण शहनाज सुरा या तरुणीने मात्र कारमध्ये उत्तम डिझाईन व रंगसंगती असलेले सीट कव्हर व इतरही सजावट करून देण्याचा व्यवसाय 'एक्सक्लूसिव्ह क्रिएशन' (Exclusive Creation) या नावाने सुरू केलाय. संपूर्ण कार आतून सजवून देऊन डोळ्यात भरेल. अशी बनवून देणाऱ्या शहनाज सुराला या व्यवसायात अतिशय उत्तम प्रतिसाद लाभला आहे.

शहनाज गाडीची आतील सजावट करताना 'शो' न बघता उपयुक्ततेच्या दृष्टीने अनेक सोयी करून देते. कारचे विविध डिझाईनचे सीट कव्हर, गाडीत उशा असल्यास त्याचे कव्हर, टिश्यू पेपर ठेवण्यासाठी सजवलेला बॉक्स, ६ नॅपकिन्स व ते ठेवण्यासाठी नॅपकिन रिंग, मॅगझीन रॅक, कॅसेट्स ठेवण्यासाठी कॅसेट थैला, सूट वा ड्रेस अडकवण्यासाठी हँगर, सेंटची बाटली ठेवण्यासाठी पॉटपुरी, मोबाईल फोनवरील मेसेज

व नंबर लिहून घेण्यासाठी मेमोपॅड व पेन ठेवण्यासाठी स्टँड इ. सर्व काही एकाच प्रकारच्या कापडाने व रंगाने सजवले जाते. कारमध्ये या सर्व वस्तू जेथे हव्या तेथे कायमस्वरूपी बसवल्या जातात, त्यामुळे गाडीला ब्रेक लागल्यावरही त्या पडण्याची भीती नसते. गाडीत आवश्यक त्या सर्व वस्तूंची आकर्षक मांडणी केल्याने गाडी खूप उठावदार दिसते.

शहनाज विविध रंगांचे मिश्रण असलेले, चेक्सचे डिझाईन असलेले, भरतकाम करून बनवलेले, लेस, पायपीन लावून सजवलेले, पॅचवर्क करून सजवलेले इ.विविध प्रकारचे सीट कव्हर्स बनवून देते. त्यासाठी तिने या सर्व प्रकारची डिझाईन्स छोटे नमुने करून पुठ्ठ्यावर लावून ठेवलेत, त्यामुळे लोकांना ते कसे दिसतील? याची कल्पना येते व निवड करणे सोपे जाते. एकदा डिझाईन व रंगसंगती पसंत झाली की लोकांच्या आवडीनिवडी व पैसे खर्च करण्याची इच्छा यानुसार सुती, पॉलिस्टर वा रेशमी कापड वापरून सर्व वस्तू व कव्हर बनवले जातात. गाडीत ठेवायच्या सर्व वस्तू पुठ्ठा व लाकूड वापरून बनवून त्याला मॅचिंग कापडाने सजवले जाते. 'हौसेला मोल नसते' या म्हणीप्रमाणे अगदी ४०० रु. मीटरपासून ते १००० रु. मीटर पर्यंतचेही कापड पसंत करणारे लोक असतात.

गाडीचा आकार व रंग यानुसार रंगसंगती व डिझाईन शहनाज सुचवते. काही मंडळी गाडीच्याच रंगाचा वापर करणे पसंत करतात तर काहींना विरुद्ध रंगाचा वापर करणे आवडते. एकदा डिझाईन व रंग यांची निवड झाली की, शहनाजला त्या ठराविक रंगाच्या कापडासाठी बाजारात खूप फिरावे लागते. कधी योग्य रंगाचा कपडा मिळतो पण पुरेसा नसतो, तर कधी ठराविक रंग मिळतच नाही. थोडा फिका असतो. अशा वेळी तिला कपडा रंगवून घ्यावा लागतो. कटिंग करणे, कव्हर शिवणे व कारमध्ये ठेवायच्या वस्तू पुठ्ठ्याच्या साहाय्याने बनवणे व सजवणे इ. कामे तिच्या वर्कशॉपमध्ये ७-८ माणसे करतात; पण कापड सजावटीसाठी आवश्यक तो माल मात्र शहनाज स्वतः खरेदी करते, कधी कधी लेसमध्ये मॅचिंग रंग मिळत नाहीत मग संपूर्ण लेसच रंगवून घ्यावी लागते. कधी एखाद्या कापडावर भरतकाम करून फुले, पाने व इतर डिझाईन करून घ्यावे लागते वा पॅचवर्क करून डिझाईन बनवले जाते. नुकतेच तिने एका झेपावणाऱ्या वाघाचे डिझाईन असलेल्या कापडाचे सीट कव्हर 'सुमो कारसाठी बनवले आहे.

तयार सीट कव्हर विकत मिळत असताना सुद्धा लोक तुझ्याकडे ऑर्डर देणे का पसंत करतात? या माझ्या प्रश्नावर शहनाज उत्तरली, ''रेडिमेड सीट कव्हरपेक्षा,

मी बनवलेल्या सीट कव्हरमध्ये व्हरायटी आहे, नवीन नवीन डिझाईन्स आहेत. एक स्त्री हा व्यवसाय करत असल्याने ती व्यवस्थित माल देईल, फसवणूक करणार नाही, हा विश्वास त्यांना वाटतो. माझ्याकडे असलेल्या डिझाईन्समधून निवड करणे त्यांना सोपे जाते. आमच्याकडे बनवलेल्या सीट कव्हरची शिलाई तर उत्तम असतेच पण त्यासाठी वापरलेले इलॅस्टिक लेस वा कापडही उत्तम दर्जाचे असते. सीट कव्हरला नेहमी नाड्या लावलेल्या असतात व नाड्या आवळून ते बांधले जातात; पण मी मात्र हूक लावून देते. त्यामुळे आपल्या अंगावरील कपड्याप्रमाणे ते सीटला फिट बसतात व कुठेही नाड्या लोंबत नाहीत की झोळ येत नाही. चार दुकाने न हिंडता आपल्या पसंतीप्रमाणे आतून गाडी सजवून मिळत असल्याने लोकांना सोईस्कर वाटते. मी शब्द दिलेला असतो, त्याच दिवशी सर्व तयार ठेवते त्यामुळे गैरसोय होत नाही. माझ्या ग्राहकांना केवळ दोन तास खर्चावे लागतात. एकदा सजावटीचे डिझाईन, रंग इ.काय हवे ते ठरवायला व एकदा या सर्व गोष्टी कारमध्ये लावून घ्यायला. सीट कव्हर, मेमो पॅड, टिश्यू पेपर बॉक्स, मॅगझीन रॅकेट इ. सर्व एकाच रंगात असल्याने ते खूष होतात.''

मुंबईच्या सेंट अॅन्ड्र्यु महाविद्यालयातून बी.ए.ची पदवी प्राप्त केलेल्या शहनाजने आवड म्हणून फॅशन डिझाईनिंगचा कोर्स केला व रेडिमेड ड्रेसेस बनवून बांद्र्याला घरीच ब्यूटिक सुरू केले. तिचे ड्रेसेसचे डिझाईन खूप वेगळे व एकमेव असे, त्यामुळे तिला उत्तम प्रतिसाद मिळाला. पुढे लग्न झाल्यावर जागेअभावी ब्युटिक काढणे तिला जमेना. आपल्या कलेच्या आधारे घरच्या घरीच काय करावे? असा विचार करता करता कारचे सीट कव्हर व कार सजावटीसाठी इतर काही वस्तू बनवाव्या असे तिच्या मनात आले. घरूनही तिच्या विचाराला दुजोरा मिळाला. तिने बहीण, मावशी, आत्या यांच्या गाड्या सजवून दिल्या. त्या गाड्या बघून नातेवाईकांकडून ऑर्डर्स मिळू लागल्या. मुंबईला दरवर्षी भरणाऱ्या सोसायटी प्रदर्शनात शहनाजच्या बहिणीने चादरी, उशांचे अभ्रे,टेबलक्लॉथ इ. विकण्यासाठी स्टॉल घेतला होता. त्या स्टॉलमध्येच एका कोपऱ्यात शहनाजने तीन सीट कव्हर मांडले होते. शहनाज सांगते, ''मी तर घाबरतच माझे सीट कव्हर मांडले होते, वाटले होते कोणी फिरकेल का नाही कोण जाणे! पण माझ्या बहिणीने पैसे भरून स्टॉल घेतला होता व गर्दी मात्र माझ्या सीट कव्हरभोवती झाली होती. तीनही सीट कव्हर विकले गेले. अनेकांनी लगेच ऑर्डर दिली, तर काहींनी माझे कार्ड घेतले व नंतर ऑर्डर दिल्या. मारुती, सुमो, व्हॅन, फियाट, होंडा सिंटी इ. सर्व गाड्यांची सजावट मी केलीय. आता होंडा सिटी कंपनीतर्फेच गाड्यांचे सीट कव्हर बनवण्याचे काम मिळाले आहे.''

आज शहनाजला मोठमोठ्या शोरूममध्ये बोलावले जाते. तिथून गाडी सजवूनच नेणे लोक पसंत करतात. 'युनायटेड मोटर्स' या नावाजलेल्या 'कार डिलर' कंपनीमध्ये शहनाजने बनवलेल्या विविध डिझाईन्सची सीट कव्हर्स, सजावटीसाठी लागणाऱ्या इतर वस्तू मांडलेल्या (Window display) आहेत, त्या बघूनही अनेक लोक ऑर्डर देतात.

आता शहनाजने घर सजावटीसाठी एकाच रंगाचे कापड वापरून पुठ्ठ्याचा वापर करून लॅम्प शेड, अॅश ट्रे, पेन स्टँड, मेमोपॅड, व्हिसिटिंग कार्ड होल्डर, विविध डिझाईन्सचे पडदे, कॅसेटथैली इ. बनवले आहेत. सर्व वस्तू एकाच रंगात असल्याने दिवाणखान्याची शोभा वाढते.

रोज नवीन डिझाईन कसे सुचतात? या प्रश्नावर शहनाज उत्तरली, ''विविध ग्राहकांशी बोलून, चर्चा करून त्यांना काय हवंय ते जाणून घेऊन त्याप्रमाणे कशा वस्तू पुरवाव्या याचा विचार करता करता नवीन कल्पना सुचतात. त्यामुळे आपोआपच नवीन डिझाईन्स् तयार होतात.''

शहनाजशी बोलल्यावर असं जाणवलं की, सजावटीची आवड आणि दृष्टी ही तर जवळजवळ प्रत्येक महिलेच्या अंगी असते, पण तिचा वापर करून सध्याच्या बदलत्या जगाशी मिळताजुळता पण वेगळ्या स्वरूपाचा व्यवसाय करणे महिलांना कसे शक्य आहे याचे उदाहरण म्हणजे शहनाजने सुरू केलेला हा वेगळा व्यवसाय.

सौ. आशा शिंदे

क्रीडा साहित्याचा व्यवसाय

क्रीडा क्षेत्रात आज मुली-मुले चमकताना दिसतात. आज एक किंवा दोन मुलांच्या जमान्यात, मुलींनी क्रीडा क्षेत्रात करीअर करायचे ठरवल्यास एक वेगळे क्षेत्र म्हणून घरून पाठिंबा व प्रोत्साहन मिळते. कोचिंगसाठी पैसे खर्च केले जातात; पण १९७५ साली मात्र क्रीडा व महिला हे समीकरण जमत नसे. अगदी हाताच्या बोटांवर मोजण्या इतक्या महिला क्रीडा क्षेत्रात होत्या. त्यावेळी मुलींची क्षेत्रे चूल आणि मूल किंवा एखादी सरकारी नोकरी एवढ्यापुरतेच मर्यादित होते. अशा परिस्थितीत क्रीडा साहित्याचे दुकान चालवणे आणि क्रीडा साहित्याची होलसेल विक्री पुण्याच्या सौ. आशा दत्ताराम शिंदे या महिलेने 'आशा एजन्सी' या नावाने सुरू केली; आजही त्यांचे पुण्यातील टिळक रोडवर 'आशा स्पोर्ट्स' हे दुकान आहे व तेथे त्या जातीने हजर असतात. दुपारच्या वेळी पती जेवायला गेल्यावर दुकानात बसणाऱ्या किंवा फावल्या वेळात दुकानात जाऊन बसलेल्या अनेक महिला आपण पाहतो, पण क्रीडासाहित्य विक्रीचा व्यवसाय स्वतंत्रपणे सांभाळणाऱ्या आशाताई या पुण्यातीलच नव्हे तर महाराष्ट्रातली एकमेव महिला आहे. तसेच स्क्वॉश, बॅडमिंटन व टेनिस रॅकेट्सना हाताने व मशिनवर गटींग (जाळी विणणे) करणारी ती एकमेव महिला असावी.

आशाताईंची जीवनकहाणी खूपच रंजक व प्रेरणादायी आहे. श्रीरामपूरजवळच्या गावात जन्मलेल्या आशाताई जेमतेम ११ वी मॅट्रिक झाल्या. व त्यानंतर एस.टी.सी. करून त्यांनी चारचौघींसारखी शिक्षिकेची नोकरी धरली. पुढे सी.पी.एड. करण्यासाठी त्या पुण्यात आल्या तेव्हा त्यांचा श्री. दत्तात्रय लक्ष्मण शिंदे यांच्याशी परिचय झाला; ते

सुप्रसिद्ध स्क्वॅश, बॅडमिंटन व टेनिसमधील राष्ट्रीय पातळीवरील विजेते व निष्णात खेळाडू होते प्रेमविवाह जमला खरे; पण आशाताई सी.के.पी. तर शिंदे म्हणजे कट्टर मराठा, त्यामुळे लग्नाला दोन्हीकडून भरपूर विरोध झाला. आंतरजातीय विवाहास पूर्ण विरोध असणाऱ्या त्या काळात, आंतरजातीय विवाहाचा प्रस्ताव सुद्धा आई–वडिलांपुढे आणणे पण खूप धाडसाचे होते, ते धाडस करून विवाह करण्यात त्या यशस्वी झाल्या.

विवाहानंतर चारचौघींप्रमाणे त्या संसारात रमल्या. त्यांच्या संसारवेलीवर दोन फुले उमलली. १९६० साली श्री. दतात्रय शिंदे यांनी मोठ्या उमेदीने सुरू केलेले दुकान पुराच्या पाण्यात वाहून गेले होते, पण ते त्यांनी परत नव्या उमेदीने जोरात सुरू केले; या सुखाने भरलेल्या घरात चोरपावलांनी दुःखाने कधी प्रवेश केला ते कळलेच नाही. २१ डिसेंबर १९७४ दिवस हा काळदिवस ठरला. त्यांचे पती स्कूटरवरून घरी जात असताना झालेल्या अपघातात, गंभीर जखमी झाले. मेंदूला जबरदस्त मार लागल्याने मेंदूला इजा झाली. शुद्ध हरपली, शरीराचा उजवा भाग लुळा पडला. स्मृती गेली. मुलांनाही ते ओळखेनात. डॉक्टरांनी 'बेड रेस्ट'चा सल्ला दिला. आशाताई जेमतेम मॅट्रिक झालेल्या; दुकान बंद करावे तर खायचे काय? आंतरजातीय विवाहामुळे सासरचा पाठिंबा नव्हता. त्याच काळात माहेरी वडिलांना पक्षाघाताचा झटका आल्याने तिथूनही मदत मिळणार नव्हती. मुले लहान म्हणजे तिसरी–चौथीत. पती बेडवर. पतीची सेवा करावी की दुकान चालवावे? मोठा अवघड प्रश्न होता. आशाताईंवर चहुबाजूंनी संकटे आली होती, आकाशच कोसळले होते.

लोकमान्य टिळकांनी म्हटलंय, ''माझ्यावर कितीही संकटे आली तरी मी डगमगणार नाही, आनंदी वृत्तीने मी त्यांचा सामना करीन, माझ्यावर आकाश कोसळले तरी त्या कोसळलेल्या आकाशावर पाय ठेवून मी उभा राहीन आणि त्याचा व्यासपीठासारखा उपयोग करीन.'' टिळकांच्या या वचनानुसार आशाताईंनी कंबर बांधली, संकटांच्या आकाशावर उभे राहण्याची मनाची तयारी केली. संकटातून मार्ग काढल्याशिवाय आपण त्यातून बाहेर पडूच शकत नाही, हा विचार मनात पक्का केला. दिवसाचे वेळापत्रक बनवले. त्यात त्यांच्या स्वतःसाठी वेळ नव्हता. सकाळी लवकर उठून स्वयंपाक करायचा, मुलांचे आवरून द्यायचे. पतीचे चहा, औषध स्पंजिंग इ. आवरायचे. डॉक्टरांच्या सांगण्यानुसार पतीला झोपेची गोळी द्यायची. त्यांना झोप लागल्यावर दाराला बाहेरून कुलूप घालून मुलांना शाळेत सोडायचे व दुकानात जाऊन बसायचे. दुपारी दुकान बंद करून येताना मुलांना घेऊन घरी यायचे. सगळ्यांची जेवणे उरकायची. मधल्या वेळात घरातली उरलेली कामे करायची व ४।। वाजता पुन्हा दुकानात जायचे.

वेळापत्रक तर चांगले बनवले होते; पण केवळ मॅट्रिक पास झालेल्या व व्यवसायाचा जराही गंध नसणाऱ्या आशाताईंनी स्वीकारलेले दुकान चालवण्याचे आव्हान पेलणारे नव्हते. त्यांचे इंग्लिश यथातथाच होते. इंग्रजी लिहिण्याचा सराव नव्हता, त्यामुळे सप्लायरशी पत्रव्यवहार करायचा कसा? व्यवसायाची पत्रे लिहिण्याची पद्धतच वेगळी असते. शेवटी ओळखीपाळखीच्या लोकांकडून त्या पत्रे लिहायला शिकल्या. एक दोन पत्र लिहून झाल्यावर त्यातील भाषा, पद्धत शिकून घेतली. व्यवहारात लागणाऱ्या इतर बाबी म्हणजे सेल्स टॅक्स, इन्कम टॅक्स इ. बाबत माहिती करून घेतल्या. बँकेचे व्यवहार समजून घेतले. स्वतःच स्वतःच्या पद्धतीने हिशोब मांडायला, रेकॉर्ड ठेवायला शिकल्या. केवळ शालेय शिक्षण पूर्ण केलेल्या आशाताईंना महाविद्यालयापेक्षा जास्त शिक्षण जीवनाच्या शाळेत अनुभवाने मिळाले. 'अनुभव' हाच त्यांचा मोठा गुरू होता.

अपार कष्ट, जिद्द, चिकाटी आणि स्वानुभवातून शिक्षणाच्या आधारे शिंदे स्पोर्ट्सचा कारभार त्यांनी ४ वर्षांत खूप सुधारला; पण या चार वर्षांच्या काळात त्यांना अनेक अग्निदिव्यांचा सामना करावा लागला. एक बाई पुरुषांचे म्हणून गणल्या गेलेल्या क्षेत्रात काम करते आहे, हे विघ्नसंतोषी लोकांच्या डोळ्यांत सलायला लागले. त्यांनी अफवा पसरवल्या. शिंदे स्पोर्ट्स दुकान बंद होणार. या बाईला काय ते चालवायला जमणार? अनेक प्रकारे त्रास दिल्यावर पोलिसांची मदत घ्यावी लागली. घराबाहेरच्या शत्रूंचा सामना आपण जोमाने करू शकतो; पण घरातल्यांचा सामना कसा करायचा? आंतरजातीय लग्नाचा राग मनात असलेल्या मंडळींनी सुद्धा त्रास द्यायला सुरुवात केली. दुकानावर सासऱ्यांनी स्वतःचा हक्क सांगितला. वीज व टेलिफोन कनेक्शन तोडून हैराण केले. शेवटी आशाताईंना कोर्टाची पायरी चढावीच लागली. त्यांच्या पतीच्या मित्रांनी या कामात त्यांना मोलाची मदत केली आणि त्यातूनही त्या तरुन गेल्या.

काही सप्लायर्सनी मार्केटमध्ये अफवा उठवल्या. शिंदे वेडे झालेत, आता दुकान बंद होणार, येणी वसूल करून घ्या व नवीन सप्लाय बंद करा. खेळाचे साहित्य उत्तरेकडे म्हणजे जम्मू, काश्मीर, पंजाब, दिल्ली, हरियाना येथे बनत असे. पुण्यातील ८० टक्के खेळाच्या साहित्याचे दुकानदार पंजाबी होते. बाजारातील आपली पत सांभाळण्यासाठी त्या स्वतः पती व मुलांसकट थेट पंजाबला गेल्या. तेथील उत्पादकांना जाऊन भेटल्या. सत्य परिस्थितीची त्यांना कल्पना दिली. अफवांवर विश्वास न ठेवण्याची विनंती केली. आशाताईंचे बोलण्यातील आर्जव, मृदुता, समजावून देण्याची कला व समोरच्या व्यक्तीमध्ये विश्वास निर्माण करण्याचे कौशल्य याचा परिपाक म्हणजे व्यापाऱ्यांमध्ये त्यांच्याबद्दल नुसताच विश्वास निर्माण झाला नाही, तर एक बाई पतीच्या आजारपणात स्वतः खंबीरपणे दुकान चालवतेय याचे त्यांना कौतुक वाटले, सहानभूती

वाटली. त्यांनी क्रीडा साहित्याचा पुरवठा तर चालू ठेवलाच, पण खेळाच्या साहित्याच्या उत्पादनाबाबतची पूर्ण माहितीसुद्धा आशाताईंना दिली.

आशाताई सांगतात, ''खेळाच्या साहित्याच्या दुकानात नुस्ते उभे राहून व दुकानाचा व्यवहार बघून चालत नाही. साहित्याची पुरेपूर माहिती असायला हवी. दुकानात येणाऱ्या गिऱ्हाईकांच्या शंकांचे निरसन करावे लागते. क्रीडासाहित्याच्या दर्जानुसार त्याचे फायदे–तोटे समजावून सांगावे लागतात, त्यासाठी त्याचे सखोल ज्ञान हवेच. सर्व क्रीडासाहित्य कसे तयार होते, याची मला पुरेपूर माहिती मिळाली. शिवाय पती उत्तम खेळाडू असल्याने माझे ज्ञान अद्ययावत झाले. एखाद्या खेळाडूला फक्त त्याच्या खेळाशी संबंधित क्रिडासाहित्याची माहिती असते, पण मला सर्व खेळाला लागणाऱ्या क्रीडासाहित्याची सखोल माहिती आहे. बॅडमिंटनच्या फेदर कॉकला फेदर किती ? त्याची उंची किती ? वजन किती ? क्रिकेटच्या लाल आणि पांढऱ्या बॉलमध्ये फरक काय ? फुटबॉल कसा शिवतात (त्याला टाके नसतात). हॉकी स्टिक एका टोकाला वाकडी असते पण ती बनवतांना मात्र सरळ लाकडापासूनच त्याच्या टोकाला केमिकल प्रोसेस करून बनवलेल्या उकळत्या पाण्यात रात्रभर ठेवतात, नंतर साच्यात घालून वाकडा भाग तयार होतो. क्रिकेट बॅट विलो झाडाच्या लाकडापासून बनवल्यास उत्तम प्रतीची बनते. चांगल्या दर्जाच्या बॉलमध्ये 'वूल' व 'कॉर्क' घालतात. हलक्या दर्जाच्या बॉलमध्ये फक्त कॉर्क घालतात. क्रिकेट बॅटचे हॅन्डल बॅटच्या सलग लाकडाचे नसते, ते वेगळे बनवून लावतात. नऊ बांबूंचे तुकडे बांधून ते बनवतात. कडक बॉल शिवायला सुई वापरत नाहीत कारण ती त्याच्यात घुसत नाही, तर अस्वलाचा केस सुई म्हणून वापरतात; हे सगळं मी बघून आले आहे.'' आशाताई हे सगळे धडाधड सांगत असताना आपल्या डोळ्यांपुढे त्या क्रीडा साहित्याची उत्पादनप्रक्रिया दिसत असते. दिल्ली, पंजाब, जम्मू, काश्मीर इ. राज्यातील क्रीडा साहित्य बनवणाऱ्या उत्पादकांच्या पोटात शिरून, विश्वास संपादन करून, त्यांनी मिळवलेले ज्ञान क्वचितच एखाद्या पुस्तकात वाचायला मिळेल. क्रीडा साहित्याबद्दलच्या त्यांच्या सखोल ज्ञानाबद्दल टेनिसपटू रामनाथन, रमेश कृष्णन्, बॅडमिंटनपटू नंदू नाटेकर, प्रकाश पदुकोण, क्रिकेटपटू चंदू बोर्डे यांच्याकडून कौतुकाची थाप त्यांच्या पाठीवर पडलीय.

या दौऱ्याचा उपयोग त्यांना ग्राहकाला पटवून साहित्य विकण्यात झाला. बॉक्सर दुकानात आला की, आशाताई त्याला ग्लोव्हज् बरोबर टिथगार्डचे महत्त्वही पटवून देतात. हॉकीचा खेळाडू आला तर त्याला स्टॉकिंगच्या आत घालायच्या शीनगार्डची माहिती देतात. व्हॉलीबॉल खेळाडूला तो पासिंगला खेळणार की, डायरेक्टरला हे विचारून सामान देतात. एकदा सुप्रसिद्ध क्रिकेटपटू चंदू बोर्डे त्यांचे ज्ञान पाहून चकित होऊन

म्हणाले होते, ''मी क्रिकेटमध्ये आयुष्य घालवले पण बॉल कसे बनवतात, शिवतात, क्रिकेटच्या बॅटचे हॅन्डल कसे बनते? याचे मला काहीच ज्ञान नाही; आणि तुमच्याकडे मात्र सखोल ज्ञान आहे, ही बाब कौतुकास्पद आहे.''

त्यांच्या दुकानात अनेकजण बॅडमिंटन, टेनिस व स्क्वॉश रॅकेटचे गटिंग बदलण्यासाठी येत. हातानी तसेच मशिनवर गटिंग करायलाही त्या शिकल्या. रामनाथन् कृष्णन्, रमेश कृष्णन्, प्रकाश पदुकोण, विजय अमृतराज इ. जगप्रसिद्ध खेळाडूंच्या रॅकेटचे गटिंग आशाताईंनी बदलून दिले आहे. रॅकेटला गटिंग करण्यासाठी लागणारे मशीन पुण्यातच नव्हे तर महाराष्ट्रात सर्वप्रथम शिंदे स्पोर्टसमध्येच आणले होते.

१९७५ साली दुकानाची जबाबदारी स्वीकारून आशाताईंनी चार वर्षांत उत्तम जम बसवला. त्या काळात त्यांच्या पतीची तब्येतही सुधारली व ते डेक्कन जिमखान्यावर मुला-मुलींना टेनिस शिकवू लागले पण तब्येत तंदुरुस्त नसल्याने व स्मृती कमी झाल्याने दुकानाची संपूर्ण जबाबदारी मात आशाताईवरच होती. १९७९ साली त्यांनी क्रीडासाहित्याच्या होलसेल विक्रीचा नवा व्यवसाय 'आशा एजन्सी' या नावाने सुरू केला. त्यांचे घर क्रीडासामानाचे गोडाऊन झाले. त्यांचे क्रीडासामान शाळा, महाविद्यालये, क्लब्ज् इ. ठिकाणी जाते.

आपला व्यवसाय सांभाळत त्यांनी समाजसेवेचे व्रतही अंगीकारले आहे. गरीब, होतकरू खेळाडू व मतिमंद मुले यांना क्रीडासाहित्याची देणगी देणे, पोलीस मित्र संघटनेत स्वयंसेवक म्हणून काम करणे, सकाळ चॉरिटी ट्रस्ट 'स्वच्छ पुणे सुंदर पुणे' या मोहिमेत स्वयंसेविका म्हणून काम करणे, इ. कामे करतात. ट्रस्टतर्फे आयोजित चर्चासत्रे, प्रदर्शने, स्वच्छता फेऱ्या, मेळावे, बैठका यात सक्रिय सहभाग, कचऱ्यापासून गांडूळखत निर्मिती प्रकल्पाच्या प्रात्यक्षिकात सहभाग, ज्यूटच्या कॅरीबॅगची मोफत विक्री, सामाजिक प्रबोधन करणाऱ्या मासिकासाठी वर्गणीदार मिळवणे इ. मध्ये त्यांचा सहभाग असतो. त्यांच्या सामाजिक बांधीलकीमुळे त्यांची विशेष कार्यकारी अधिकारी म्हणून नेमणूक झाली होती.

दूरदर्शन, आकाशवाणी, सी.के.पी. महिला मंडळ, रोटरी क्लब इ. मंडळातून व्याख्याने देऊन त्यांनी लोकांना प्रबोधित केले आहे. स्त्री, माहेर, ज्ञान, चपराक इ. मासिकातून त्यांनी लेखन केले आहे. लोकमत, महाराष्ट्र टाईम्स इ. वर्तमानपत्रातून त्यांनी लेखन केले आहे. गायन, लेखन, चित्रकला, पाककला, रांगोळी, बागकाम इ. कला त्यांनी जोपासल्या. व्यंगचित्राच्या रांगोळीबद्दल बाळ ठाकरे यांच्याकडून, गायनाबद्दल सुप्रसिद्ध गायक स्व. गजानन वाटवे व कै. सुधीर फडके यांच्याकडून पाककलेबद्दल माननीय शरद पवार यांच्याकडून, त्यांना दाद मिळालीय, ही त्यांच्या कलेची पावती.

लायन्स क्लब ऑफ पुणे, एलिट व सुखकर्ता सांस्कृतिक प्रतिष्ठान पुणे तर्फे 'स्वयंसिध्दा पुरस्कार' तसेच 'राष्ट्रीय समाजरत्न पुरस्कार' त्यांना प्राप्त झालेला आहे.

'Life is a challenge accept it.' Life is a battlefield, fight it' या विचाराने आयुष्य जगलेल्या आशाताई आज सुखाचे आयुष्य जगत आहेत. त्यांची रणजित व अजित ही दोन्ही मुले वडिलांच्या पावलावर पाऊल ठेवून राष्ट्रीय व आंतरराष्ट्रीय टेनिसपटू बनलीत. दोघेही टेनिसमध्ये इतके तरबेज आहेत की, यू.एस.पी.टी.आय. या अमेरिकेतील संस्थेचे ते अधिकृत टेनिस मार्गदर्शक बनलेत, ही गौरवाची बाब आहे. 'बाप से बेटे सवाई' निघालेत याचे आशाताईंना खूप समाधान आहे. दोन्ही मुले परदेशात स्थायिक झाली आहेत.

अतिशय जिद्दीने, जोमाने, चिकाटीने, आत्मविश्वासाने व त्यातून येणाऱ्या उत्साहाने जीवनाची काटेरी वाट तुडवत आज आयुष्याच्या शेवटच्या टप्प्यावर आल्यावर कटू आठवणींच्या भूतकाळात अडकून न पडता आजचा दिवस त्या जगत आहेत, उपभोगत आहेत. त्यांच्याच शब्दांत सांगायचे तर 'आपले आरोग्य उत्तम असेल तरच आयुष्यात मिळालेल्या यशाचा, सुखाचा, धनाचा व जगण्याचा आनंद आपल्याला लुटता येतो? त्यामुळेच आता त्यांनी व्यवसायाचा पसारा कमी केलाय. व्यवसायाचा व्याप कमी केला तरी रोज दुकानात जातातच! आयुष्यात त्यांना स्वतःसाठी वेळ देता आला नाही पण आता व्यवसाय आवरता घेतल्याने त्यांना स्वतःसाठी वेळ मिळतोय. बऱ्याच लोकांना आयुष्यात कुठे थांबायचे तेच कळत नाही आणि तिथेच गफलत होते. जीवनाची घोडदौड चालू ठेवता ठेवता चांगल्या गोष्टींचा आस्वाद घ्यायचे राहून जाते; पण हे आशाताईंना योग्य वेळीच उमगलय, म्हणून त्या सुखी जीवनाचा आस्वाद घेत आहेत. योग्य वेळीच थांबून जीवनाच्या इतर अंगांचा आनंद उपभोगण्याचा त्यांचा विचार अनेकांना मार्गदर्शक ठरेल.

उषा शिंदे

उषाताईंची गरुडभरारी

बरेच वेळा उद्योगाची भरभराट झालेली असताना व सर्व सुख पायाशी लोळण घेत असताना काही उद्योजकांचे अकाली निधन होते. उद्योग पोरका होतो. बसलेली घडी पूर्ण विस्कटते. स्त्रियांना उद्योगातील काहीच समजत नाही अशा विचाराने बरेच पुरुष घरात उद्योगाबाबत चर्चा करत नाही, त्यामुळे अगदी शिकल्या-सवरल्या पत्नीला सुद्धा उद्योगातील 'ओ' की 'ठो' कळत नाही. पती निधनानंतर तर त्यांच्यावर दुःखाचा डोंगरच कोसळतो. बऱ्याच जणी उद्योग बंद करून, विकून पैसे करतात; पण अगदी हाताच्या बोटावर मोजण्याइतक्या महिला मात्र उद्योगातली फारशी जाण नसूनही जिद्दीने व आत्मविश्वासाने उद्योग पुढे केवळ चालूच ठेवत नाहीत तर त्यांचा विस्तार करतात. पती उद्योग चालवत असताना होणाऱ्या नफ्यापेक्षा जास्त नफा कमवतात असेही आढळते. अशा मोजक्या महिलांमध्ये ज्यांचे नाव घेता येईल, त्या आहेत साताऱ्याच्या उषा यशवंत शिंदे.

श्रीमती उषा यशवंत शिंदे यांनी पतीचा व्यवसाय चालू ठेवून त्याची भरभराट केलीय याची पावती म्हणजे त्यांना मिळालेले पुरस्कार होत. उपमुख्यमंत्री आर.आर. पाटील यांच्या हस्ते 'उद्योगश्री पुरस्कार', माजी निवडणूक आयुक्तांच्या हस्ते 'राष्ट्रीय उद्योगरत्न पुरस्कार', सांगली येथे बिझिनेस एक्स्प्रेसचा 'श्री उद्योग पुरस्कार' पुण्याच्या प्रवीण मसाले यांच्यातर्फे 'उद्योगजननी पुरस्कार', लघुउद्योजकांना दिला जाणारा २००४ चा 'जिल्हा पुरस्कार', रोटरी क्लब ऑफ सातारा कॅम्प तर्फे २००६ चा 'व्यवसाय

सेवा पुरस्कार', साताऱ्यातील राजेश्वर युवक बँकेकडून २००५ चा 'गुणगौरव पुरस्कार', साताऱ्याच्या शिवशक्ती महिला मंडळातर्फे महिला दिनी पुरस्कार इ. पुरस्कारांनी त्यांना गौरवण्यात आले आहे. केवळ बी.कॉम. पास महिलेला उद्योगक्षेत्रातील यशस्वीतेबद्दल एवढे पुरस्कार मिळण्याची ही पहिलीच वेळ असावी.

साताऱ्याचे उद्योगपती स्वर्गीय माधवराव कदम यांची ही कन्या. कऱ्हाडमध्ये शालेय व महाविद्यालयीन शिक्षण झाले. वडिलांना नोकरी करणे आवडत नसल्याने, वडिलांनी कारखान्यांचा विकास केला. अगदी लहानपणापासूनच उद्योग-व्यवसाय उषाताईंनी जवळून पाहिला होता; पण स्वतःच एक यशस्वी उद्योजिका होणार असे भविष्य त्यांना कोणी सांगितले असते; तर त्यावर त्यांचा विश्वास बसलाच नसता. इंजिनिअर मुलाशी लग्न झाल्याने त्या मुंबईत आल्या. पती यशवंतराव मुंबईतील 'लार्सन ॲण्ड टुर्बो' कंपनीत प्रॉडक्शन इंजिनिअर होते. त्यांच्या संसारवेलीवर सचिन व श्वेता ही दोन फुले फुलली. आनंदीआनंद झाला. उषाताई पत्नी, गृहिणी व माता या भूमिका आनंदाने निभावत होत्या. १० वर्षे 'लार्सन ॲण्ड टुब्रो' कंपनीत मिळालेल्या अनुभवाने आत्मविश्वास प्राप्त झाल्याने यशवंतराव स्वतःचा व्यवसाय सुरू करण्याचे स्वप्न पाहू लागले. प्रश्न जागेचा होता. मुंबईत तर कारखान्यासाठी जागा घेणे आवाक्याबाहेरचे होते. शेवटी सातारा येथे एम.आय.डी.सी. एरियात १९९५ साली त्यांनी प्रिसाईज कंट्रोल नावाचा कारखाना सुरू केला. अनुभव व उत्तम व्यवस्थापनामुळे कारखान्याची भरभराट झाली; पण पुढच्या दाराने सुख भरभरून येत असताना मागच्या दाराने चोरपावलाने दुःखाने कधी प्रवेश केला ते त्यांना कळलेच नाही. आनंदाच्या ठिकाणी एखादे दुःखाचे गालबोट लावावे हा निसर्गाचा नियमच असावा. कामाच्या दगदगीमुळे व व्यवसायाच्या ताण-तणावांमुळे यशवंत शिंदे यांचे १९९९ साली हृदयविकाराच्या झटक्याने अकाली निधन झाले.

केवळ गृहिणीपद सांभाळणाऱ्या उषाताईंच्या तर पायाखालची जमीनच सरकली. मेंदू बधिर झाला, कंबर खचली, पायातले अवसान गळाले. अगदी बालवयातील मुलांना बघावे, वाढवावे, शिकवावे, संसाराची धुरा पेलावी हे सगळं एकटीनेच करायचे आहे, हे हळूहळू त्यांच्या मनाने स्वीकारले. पण कंपनीचे काय करायचे मोठा प्रश्न होता. लहानपणी केवळ सप्लायर, कस्टमर एवढचे शब्द कानावर पडलेले होते; तेवढीच काय ती व्यवसायाची माहिती होती; पण केवळ माहेरच नव्हे तर सासरच्या मंडळींनी धीर दिला, त्यांच्यावर विश्वास व्यक्त केला आणि कंपनीची धुरा सांभाळण्याचे आत्मबळ मिळवून दिले. आपल्या माणसांनी विश्वास व्यक्त केल्यानंतर महिलांमध्ये हत्तीचे बळ येते, याची

प्रचीती उषाताईंना आली आणि कंपनी चालवायचा निर्धार पक्का झाला. 'Never start with diffidence, always start with confidence' या जे.आर.डी. टाटांच्या वचनानुसार त्यांनी आत्मविश्वासाने कंपनीच्या ऑफिसात जायला सुरुवात केली आणि वास्तव समोर आले. किती अडचणींचे डोंगर पार करायचे आहेत याची कल्पना आली. लोकांची देणी थकली होती, कंपनीवर १५ लाखांचे कर्ज होते, मंदीचा काळ असल्याने नवीन ऑर्डर्स मिळत नव्हत्या, गेलेल्या मालाच्या पैशांची वसुली होत नव्हती. उषाताईंना तर कंपनीचे तंत्रज्ञान, पैशांचा व्यवहार, कामगारांच्या अडचणी कशाचाही काडीचाही गंध नव्हता. अंधारात चाचपडणाऱ्या माणसासारखीच अवस्था होती; पण 'संयम व सतत प्रयत्न यामुळे अडचणीचे हजारो डोंगर पार करता येतात' या गांधीजींच्या वचनाप्रमाणे त्यांचा निर्धार पक्का होता. यशवंत शिंदे यांनी कामगारांना दिलेल्या प्रेमामुळे व आपुलकीमुळे कामगारांनी उषाताईंना मोलाचे सहकार्य केले. 'अनुभव' हा सर्वांत मोठा गुरू असतो हे जाणून त्या उत्पादन प्रक्रियेच्या सर्व गोष्टीत जातीने लक्ष घालू लागल्या. सतत नवीन तंत्रज्ञानाचा अभ्यास, निरीक्षण व सहकाऱ्यांशी चर्चा अशा स्वयंशिक्षणातून त्यांनी उद्योगाचा कारभार जाणून घेतला.

प्रिसाईज कंट्रोल कंपनीत डी.सी. इंजेक्शन, ब्रेक, सॉफ्ट स्टार्टर, डी.सी. ड्राईव्हज्, कंट्रोल पॅनेल अशी उत्पादने होत होती; पण मंदीच्या लाटेमुळे मागणीत घट झाल्याने उत्पादनात बदल करावा याची जाणीव उषाताईंना झाली हे विशेष! उत्पादन खर्चात कपात करण्यासाठी अनिवार्य अशी कामगार कपातही त्यांना करावी लागली. उत्पादनात बदल करायचा तर काय करायचे? या प्रश्नाचे उत्तर शोधण्यासाठी त्या स्वतः 'मनुग्राफ' कंपनीत गेल्या, तेथे त्यांच्या गरजेनुसार काय उत्पादन करता येईल याची चर्चा केली! त्यांची खूप मदत झाली. स्वतःची माणसे ट्रेनिंगला त्यांच्याकडे पाठवली. त्यांच्या गरजेप्रमाणे मशीन गार्ड्स, बेस युनिट, इलेक्ट्रीकल्स, सबअसेम्ब्ली, वॉशर, स्पीन्डल्स इ.ची ऑर्डर मिळवली. त्यानंतर त्यांना टेल्को, किर्लोस्कर, रेमंड अशा नावाजलेल्या कंपन्यांकडूनही ऑर्डर्स मिळू लागल्या. कर्ज फेडायचे होते, धंद्यात भांडवल हवे होते. पतीच्या इन्शुरन्सचे थोडे पैसे मिळाले, मग सुमो गाडी विकली. उत्पादन खर्चात कपात केली व थोडे भांडवल जमवले.

हळूहळू कंपनीची विस्कटलेली घडी पुन्हा पूर्वपदावर आली. नवीन शिकण्याची वृत्ती, उत्तम आकलनक्षमता, सूक्ष्म निरीक्षणशक्ती व कामाचा आवाका या गुणांमुळे त्यांना उद्योगाच्या विस्ताराची कल्पना सुचली. पैशांचे पाठबळ नव्हते; पण त्यांनी उद्योग विस्ताराचा ध्यासच घेतला. बँकेकडून ८ लाखांचे कर्ज मिळवण्यात त्या यशस्वी झाल्या.

कंपनीचे थोडे भांडवल लावून नवीन मशीनरी घेतली. २५०० चौरस फुटांचा कंपनीच्या इमारतीचा विस्तार ७५०० चौरस फुटांपर्यंत नेला. त्यांच्या कंपनीला फॅब्रिकेशनचे काम बाहेरून करून घ्यावे लागत असे. तेव्हा स्वतःचाच फ्रॅब्रिकेशन प्लांट उभारण्याचा निर्णय घेतला. 'प्रिसाईज सिस्टीम' हे जपानी मशिनरी वापरून फॅब्रिकेशनचा प्लांट उभारला. कंपनीचा विस्तार करायचा असेल व मालाचा दर्जा टिकवायचा असेल तर आधुनिक तंत्रज्ञान स्वीकारायलाच हवे हे त्यांनी सुज्ञपणे जाणले. पावडर कोटिंगचा आधुनिक प्लांट उभारला. त्यासाठी त्यांनी स्वतंत्र प्रयोगशाळा बनवली आहे. त्या प्रयोगशाळेत पावडर कोटिंगवर हवा, पाण्याचा अजिबात परिणाम होऊ नये म्हणून काय काळजी घ्यावी? याचा अभ्यास होतो. त्यांचा माल परदेशी, तेही जहाजाने जात असल्याने तो प्रवासात गंजू नये म्हणून काळजी घ्यावी लागते.

आज उषाताई प्रिसाईज कंट्रोल, प्रिसाईज ट्रान्सटेक, प्रिसाईज सिस्टिम व प्रिसाईज कोटर्स या चार कंपन्यांचा कारभार स्वतः जातीने पाहतात. त्याशिवाय कऱ्हाडमध्ये त्यांनी राजलक्ष्मी डेव्हलपर्स कंपनी स्थापून बांधकाम व्यवसायातही पदार्पण केले आहे. त्यांच्या कंपनीचा टर्नओव्हर कोटींपेक्षा जास्त आहे. कामात झोकून देण्याची वृत्ती, भरपूर कार्यक्षमता, उत्पादनाचा दर्जा राखण्याची तळमळ व जातीने देखरेख यामुळे त्यांच्या डी.सी. इन्जेक्शन ब्रेक, थायरीस्टोराईजड्, डी.सी. ड्राईव्ह सॉफ्ट स्टार्टर, कंट्रोल पॅनेल्स, जंक्शन बॉक्सेट इ. उत्पादनांना किर्लोस्कर कंपनीकडून उत्तम दर्जा ठेवल्याबद्दल बक्षिसे मिळाली आहेत. उत्पादनाचा उत्तम दर्जा असल्यामुळेच आज त्यांची उत्पादने इंडोनेशिया, नेपाळ, ओमान व युनायटेड अरब एमिरेट्स इ. देशात पोहोचली आहेत. मनुग्राफ कंपनीच्या मार्फत त्यांची उत्पादने युरोप व अमेरिकेतील देशांसह जगातील पन्नास देशांत निर्यात होतात, ही गोष्ट भूषणावह आहे.

उद्योगाचा विस्तार करता करता आई व वडील या दोन्ही भूमिका निभावून मुलांच्या विकासातही त्यांनी पूर्ण लक्ष घातले आहे. हे त्यांच्या मुलाचे शिक्षण व मुलीचे यश यावरून स्पष्ट होते. मुलगा इंजिनिअर झालाय व मुंबईला इंडस्ट्रीयल मॅनेजमेंटचे शिक्षण घेऊन आईच्या मदतीला आलाय. इंजिनिअरिंग क्षेत्रातले काडीचेही ज्ञान नसताना उषाताईंनी उद्योगाचा एवढा पसारा वाढवलाय. आता तर उद्योगाचे शास्त्रशुद्ध शिक्षण घेतलेला मुलगा मदतीला आल्यावर, त्या त्यांच्या उद्योगाचा वेलू गगनावरी नेतील, यात शंका नाही. त्यांची सुकन्या श्वेता हिने मात्र अगदीच वेगळ्याच क्षेत्रात म्हणजे दूरदर्शनवरील मालिकांमध्ये काम करून नाव कमवलय. आज मुलगा, मुलगी हे सुद्धा आईप्रमाणेच कर्तबगार व यशस्वी हीच उषाताईंची आयुष्याची पुंजी.

सर्व आप्तेष्ट व मुलगा, मुलगी या सगळ्यांबद्दल उषाताईंवर कौतुकाचा वर्षाव होतोय; पण आपल्या यशाचे श्रेय विनम्रपणे त्या आपल्या उद्योगातील कामगारांना देतात, हा त्यांच्या मनाचा मोठेपणा. कामगारांच्या ऋणांचा नेहमीच उल्लेख करतात. त्यांच्या मते, 'माझ्या उद्योगातील चढ-उतारात माझ्या उद्योगातील निष्ठावंत व मेहनती कामगार यांचे सहकार्य मिळाल्यानेच मी ही यशस्वी वाटचाल करू शकले. उद्योजक व कामगार यांच्यात केवळ 'नोकर' आणि 'मालक' असे कोरडे संबंध न राहता जेव्हा जिव्हाळ्याचा ओलावा निर्माण होतो, तेव्हा उद्योगाच्या रोपट्याचा वटवृक्ष होतोच. हेच माझ्या उद्योगविस्ताराचे गुपित.' आता मुलगा मदतीला आल्याने त्याच्या नवनवीन कल्पनांना वास्तव रूप देण्यात उषाताईंच्या अनुभवाची शिदोरी नक्कीच उपयोगी पडेल. ऑलीव्हर व्हेन्डेल होल्म्स या तत्त्ववेत्त्याने म्हटलंय, "The great thing in world is not where you stand but in what direction we are moving." त्यांच्या या वचनाशी उषाताई सहमत असाव्यात. त्यांची उद्योगातील गरुडभरारी यशस्वी होवो, हीच सदिच्छा!

पेट सलून

सौ. पूजा कर्वे

हल्ली, विभक्त कुटुंब पद्धतीत माणसे गावोगाव विखुरली गेली. एक किंवा दोन मुले असलेल्या कुटुंबातील मुले पाखरासारखी उडून गेली. बरीच मुले सीमारेषा पार करून परदेशी स्थायिक झाली आहेत; आणि आता उरली आहेत घरात एक किंवा दोन माणसे. घरात बोलायला, प्रेम करायला, जीव लावायला कोणीच नसल्याने परदेशातल्या लोकांप्रमाणेच बऱ्याच भारतीयांनी कुत्री सांभाळायला सुरुवात केली आहे. वैद्यकीय शास्त्रात झालेल्या संशोधनानुसार पाळीव प्राणी मानसिक व भावनिक सुख देतात. परदेशात तर पाळीव प्राण्यांच्या स्पर्शामुळे मानसिक संतुलन सावरण्याची थेरपी विकसित केली आहे. मानसिक संतुलन हरवलेल्यांना हवे असते कोणीतरी प्रेमाचे माणूस व ते प्रेम त्यांना पाळीव प्राण्यांकडून मिळत आहे. तसेच घरात अगदी एकटेच रहाणाऱ्या वृद्ध मंडळींना कुत्र्यांची सोबत सुरक्षिततेच्या दृष्टीने मोलाची वाटते. त्यामुळेच आता कुत्रे पाळण्याचे प्रमाण वाढत आहे.

अशा कुत्र्यांसाठी पहिले पेट सलून सुरू करण्याचे श्रेय जाते सौ.पूजा कर्वे या तरुणीकडे. तीन वर्षांपूर्वी पुण्यातील कोंढवा येथे पेट सलून सुरू करून उत्तम प्रतिसाद मिळाल्याने तिने आता दुसरे पेट सलून कर्वे रोडवर सुरू केले आहे. केवळ दोनच वर्षांत तिला मिळालेला प्रतिसाद हेच सूचित करतो की, आता अशा सलूनची शहरात मोठ्या प्रमाणात आवश्यकता आहे.

पूजाला हा आगळावेगळा व्यवसाय सुचला तो स्वानुभवातूनच. खरे म्हणजे ग्राफिक डिझाईनचा कोर्स पूर्ण केलेल्या पूजाला त्या क्षेत्रात भरपूर वाव होता; पण ते क्षेत्र

सोडून या वेगळ्या क्षेत्रात करिअर करण्याचे कारण सांगताना पूजा म्हणाली माझ्या माहेरी निओपुलीटीन व कॉकर स्पॅनिअर या जातीचे दोन मोठे कुत्रे आहेत. त्यामुळे कुत्र्याबद्दल मला खूप प्रेम आहे.

या कुत्र्यांना आंघोळ घालणे, त्यांची नखे कापणे, त्यांना स्वच्छ करणे इ. वेळखाऊ व अवघड काम आहे; हे आमच्या कुत्र्याचे करता करता माझ्या लक्षात आले. कुत्र्यांची स्वच्छता फारच महत्त्वाची. त्यांची स्वच्छता न ठेवल्यास त्यांना त्वचेचे रोग होतात, अंगाला दर्प येतो. असेच एकदा कुत्र्याच्या डॉक्टरांकडे, मी माझ्या कुत्र्याला घेऊन गेले असताना, मी त्यांच्याशी कुत्र्यांच्या स्वच्छतेबाबत खूप वेळ चर्चा केली; तेव्हा ते म्हणाले ''त्यासाठी 'डॉग सलून' हवेत म्हणजे तेथे कुत्र्यांची स्वच्छता करून मिळेल. तुला कुत्र्यांच्या स्वच्छतेबाबत एवढा इंटरेस्ट आहे तर तूच का नाही डॉग सलून काढत? त्यामुळे डॉग सलून काढण्याचा विचार माझ्या मनात पक्का झाला. मग मी सिंगापूरला सहा महिन्यांचा डॉग ग्रूमिंगचा कोर्स पूर्ण केला व हा व्यवसाय सुरू केला.

डॉग सलून म्हणजे काय? तिथे तुम्ही काय करता? माझे अज्ञान व्यक्त करणाऱ्या या प्रश्नावर पूजा उत्तरली ''डॉग सलूनमध्ये आम्ही कुत्र्याचे केस वाढले असतील तर त्यांची कटींग करतो, आपले केस वेडेवाकडे वाढले तर चेहरा नीट दिसत नाही, गबाळेपणा जाणवतो. त्याचप्रमाणे, काही कुत्र्यांच्या अंगावर खूप केस असतात. ते भरपूर वाढल्यावर ती कुत्री स्मार्ट वाटत नाहीत; आणि त्यांना त्रासही होतो. काही कुत्र्यांना कातडीचे रोग होतात, त्यामुळे त्या जागेवरचे केस काढले तरच मलम लावता येते. त्यामुळे त्यांचे केस कापावे लागतात. कुत्र्यांना रोज आंघोळ घालत नसल्याने व अंगावर केस असल्याने कातडीचे रोग झटकन होतात. काही कुत्र्यांच्या केसात अस्वच्छतेमुळे गोचीड किंवा इतरही किडे होतात, त्यासाठी प्रथम केस कापावे लागतात. कुत्र्यांना आम्ही तेलाने मालिश करतो. काही कुत्री हायपर असतात म्हणजे ओव्हर ऑक्टिव्ह असतात, त्यामुळे आंघोळ घालायला लागल्यावर ती आक्रमक बनतात; पण मसाज केल्यावर मात्र शांत होतात. केस गळत असतील तर त्यांच्या केसांच्या मुळांना मजबुती येण्यासाठी हेअर मसाज करावा लागतो. काही लोक कुत्र्यांचे केस रंगवून घेतात. कुत्र्यांचे केस रंगवण्यासाठी स्पेशल रंग असतात. केवळ हौस म्हणून कुत्र्यांचे केस रंगवणारे खूप लोक असतात. हा एक कुत्र्यांचे लाड करण्याचाच प्रकार आहे. त्याशिवाय आम्ही त्यांची नखे कापून देतो. घरात सोफा सेट, काचेच्या वस्तू, भिंती इ. वर ते ओरखडे ओढतात, कधी नकळत कुणाला नखाने बोचकारले जाते, त्यासाठी नखे कापणेच योग्य. महत्त्वाचे म्हणजे आम्ही त्यांचे दात साफ करून देतो. त्यासाठी

स्पेशल ब्रश व पेस्ट असते. त्यांचे कानही साफ करावे लागतात. ही सर्व कामे झाल्यावर आम्ही त्याला शाम्पू लावून आंघोळ घालतो. त्यांचा शाम्पूसुध्दा कमी रसायने असलेला स्पेशल असतो. अगदी कंडीशनरसुद्धा लावतो. त्वचेला संसर्ग झाला असल्यास मेडीकेटेड शाम्पू वापरावा लागतो. हे सर्व काम त्यांच्या कलेकलेने करायला एक ते दीड तासांचा अवधी लागतो.

कुत्र्यांच्या अनेक जाती आहेत. व्यक्ती तितक्या प्रकृती भिन्न असतात तसेच कुत्रे सुद्धा वेगवेगळ्या टेंपरमेंटचे असतात. नवीन माणसाला ते हात लावायचे तर दूरच पण जवळ फिरकू सुद्धा देत नाहीत; पण पूजा मात्र स्वतःच्या हातांनी कुत्र्याच्या साफसफाईची सर्व कामे करते. तिच्या सलूनमध्ये कुत्र्यांना त्यांचे मालकच घेऊन येतात व ते स्वतः उपस्थित असले की, कुत्रा फार त्रास देत नाहीत. तरीसुद्धा काही कुत्री आक्रमक बनतात, कधी कधी चावतात, चिडले म्हणजे मग मालकांचे सुद्धा ऐकत नाहीत, त्यांना आवरत नाहीत. अशा वेळी, मालकांच्या मदतीने पूजा त्यांचे तोंड बांधते, त्यामुळे ते चावण्याची भीती नसते. हळूहळू त्यांना चुचकारून कामे करावी लागतात. अशा कुत्र्यांना जरा जास्तच वेळ द्यावा लागतो.

पूजाच्या कर्वेरोडवरील दुकानात कुत्र्यांसाठी शाम्पू, टुथपेस्ट, टुथब्रश, सुवासिक पावडर (आंघोळ घातल्यावर लावण्यासाठी) तऱ्हेतऱ्हेचे गळ्यात बांधायचे पट्टे, तऱ्हेतऱ्हेची कुत्र्यांची खेळणी, कपडे इ. सर्व काही विकायला ठेवले आहे. कुत्र्यांची खेळणी आणि कपडे मात्र बघण्यासारखे आहेत. अगदी तान्ह्या बाळासाठी असतात तशीच वेगवेगळ्या रंगातली व आकारातली रबरी व लाकडी खेळणी लक्ष वेधून घेतात. चुईंग वूड, चुईंग रबर टॉय, रोप टॉय इ. खेळणी आहेत. कुत्र्यांची बरीचशी खेळणी ते खेळण्यापेक्षा चावण्यासाठीच वापरतात. दोरीने त्यांना खेळायचे असते. खेळण्याप्रमाणेच कुत्र्यांचे कपडेसुद्धा विकायला आहेत. कुत्र्यांचे कपडे म्हणजे फ्रॉक, अगदी फ्रीलचा फ्रॉक, लेस लावलेला फ्रॉक, गाऊन, शर्ट, तऱ्हेतऱ्हेच्या फॅशनच्या टोप्या इ. घालून लोक कुत्र्यांचे फोटो काढतात. कुत्र्यांच्या साईझप्रमाणे रेडिमेड कपडे विकायला असतात. कितीतरी अभिनेत्यांच्या कुत्र्यांचे कपडे तेथून नेतात. हे सगळे पाहून माणसासाठीच नव्हे तर कुत्र्याच्या सुद्धा हौसेला मोल नसते.

कुत्र्यांच्या स्वच्छतेबाबत हवी तेवढी जागरूकता लोकांमध्ये नाही, याची खंत पूजाने व्यक्त केली. ''लोकांना वाटते कुत्र्याला आवडीचे खायला दिले, फिरवून आणले, लाड केले, फोटो काढले म्हणजे झाले, पण त्याची स्वच्छता आरोग्याच्या दृष्टीने फार महत्त्वाची आहे. त्यासाठी महिन्यातून दोनदा तरी त्यांना सलूनमध्ये आणायलाच हवे.

कुत्र्यांचे दात, कान साफ करायचे असतात हेच कित्येकांना माहीत नसते व सांगितले तरी त्याचे गांभीर्य नसते. परदेशात अशी अनेक सलून्स् आहेत व तेथे लोक नियमितपणे कुत्र्यांना घेऊन जातात. आपल्याकडे अजूनही अशा सलूनमध्ये कुत्र्याला नियमितपणे नेण्याची गरज आहे, हे लोकांना पटत नाही. हळूहळू एकमेकांचे पाहून, ऐकून लोकांमध्ये याबाबत जागरूकता वाढेल अशी आशा करू या''.

सौ. सेवा गोखले

सेवाताईंचा लाडूउद्योग

पाककला काही महिलांना उपजतच असते, तर काही ती आत्मसात करतात. स्वयंपाकघर ही प्रयोगशाळा मानून तेथे अनेक प्रयोग महिला करतच असतात. एखादा प्रयोग उत्तमरीत्या जमून जातो व त्या पदार्थाची त्या महिलेची स्पेशालिटीच होऊन जाते. पुढे मुले मोठी झाल्यावर, असा एखादा खाद्यपदार्थ बनवण्याचा उद्योग अनेक महिला आर्थिक गरज म्हणून करतात. मग पुरणपोळ्या, चकल्या, चिवडा, लाडू इ. काहीही असो त्यातूनच छोट्या गावात व शहरातही महिला गृहउद्योग सुरू करतात. वेळ चांगला जातो, चार पैसे मिळतात व नावही होते. पुण्याजवळचे वडगांव शेरी येथील सौ. सेवा संजीव गोखले या महिलेने वयाच्या चाळीशीला लाडू बनवण्याचा व्यवसाय 'मे. एस. गोखले गृहउद्योग' या नावाने सुरू केलाय. मुगाच्या डाळीचे, हरभऱ्याच्या डाळीचे, नाचणीचे व पंचधान्याचे लाडू बनवून त्या मोठ्या मोठ्या स्टोअरमध्ये विकायला देतात. आज त्यांच्या व्यवसायाचा विस्तार एवढा झालाय की त्यांनी आता लाडूचे पीठ भाजण्यासाठी, भाजलेले पीठ व पिठीसाखर मिक्स करण्यासाठी व लाडू वळण्यासाठी सुद्धा मशिन्स विकत घेतली आहेत. त्यामुळे कमी श्रमात, कमी कामगारांच्या मदतीशिवाय हा व्यवसाय चालवणे त्यांना शक्य झाले आहे. त्यांच्या लाडूसाठी त्यांनी 'डेलीवन' (Dailione) हा ट्रेडमार्क घेऊन तो रजिस्टरही केला आहे. रजिस्टर्ड ट्रेडमार्कखाली विकले जाणारे त्यांचे लाडू पहिलेच असावेत. त्याशिवाय मॉलसाठी आवश्यक म्हणून युरोपियन आर्टिकल नंबरचे बारकोडही त्यांनी घेतले आहे. आज त्यांचे लाडू अपना

बझार, बिग बझार, स्पेन्सर इ. नावाजलेल्या दुकानांच्या सर्व शाखांमध्ये तसेच वडाळा, दादर भागातील खाद्यपदार्थ दुकानांमध्ये विक्रीस आहेत.

सहसा खाद्यपदार्थांचे उद्योग करणाऱ्या महिला सुगरण असतात. सतत नातेवाईक, कुटुंबीय व मित्रमंडळी यांच्याकडून एखादीच्या एखाद्या पदार्थाला वाहवा मिळाली की आपण म्हणतो तिचा हात बसलाय. त्यामुळे त्या पदार्थांबद्दल आत्मविश्वास निर्माण होऊन महिला विक्रीचा विचार सुरू करतात; पण स्वतः सेवा गोखले मात्र स्वयंपाकात एकदम अडाणी होत्या. लग्न होऊन सासरी आल्यावर त्यांचे पितळ उघडे पडले. रोजची पोळी–भाजी सुद्धा धड करता येत नव्हती. त्यात त्यांची गाठ पडली ती सुगरण सासूशी, त्यामुळे सासूबाईंची त्याबाबतीत पदोपदी बोलणी खावी लागली. प्रत्येक खाद्यपदार्थ बनवला की, सासूबाईंचे ऐकावे लागले; पण किती दिवस असे चालणार? सेवाताईंनी स्वतःलाच हा प्रश्न केला व त्याचे उत्तरही स्वतःच दिले. एवढे सगळे ऐकून घेण्यापेक्षा स्वतः सगळं शिकून घ्यावे व आपणही त्यांच्यासारखे सुगरण व्हावे हा निर्धार सेवाताईंनी पक्का केला व त्या दिशेने पावले टाकली. म्हणूनच त्या आज लाडूचा व्यवसाय यशस्वीरीत्या करत आहेत.

जी कला आपल्यात नाही त्यासाठी दुसऱ्याकडून हसू बनण्यापेक्षा, 'जे येत नाही ते शिकून शाबासकी मिळवायची' हे पक्के झाले. मनाचा दृढनिश्चय झाला सुगरण बनण्याचा. हळूहळू सासूबाईंकडून एकेक पदार्थ शिकत गेल्या आणि सेवाताईंना पाककलेची गोडी लागली. पतीच्या प्रोत्साहनामुळे पंजाबी, गुजराती, बंगाली इ. पाककृती बनवण्यात त्या तरबेज झाल्या. त्यावेळी त्यांच्या सासूबाई घरीच दिवाळीचे पदार्थ, पुरणपोळ्या, गुळपोळ्या इ. खाद्यपदार्थ बनवून नातेवाईक, मित्रमंडळी, शेजारीपाजारी इ. ना. पुरवत असत. त्यात व्यापारी दृष्टिकोन नव्हता, पण एक आवड म्हणून त्या त्यांचा हातखंडा असलेले पदार्थ बनवून विकत. सेवाताई दिवसभर ते खाद्यपदार्थ बनवण्यासाठी सासूबाईंना मदत करत, त्यामुळे सुगरणीच्या टिप्स् त्यांना अवगत न झाल्या तर नवलच. पण त्यावेळी जर त्यांना कोणी भविष्य सांगितले असते की, भविष्यात त्या गृहउद्योग सुरू करणार तर त्याला त्यांनी अगदी वेड्यातच काढले असते.

त्यानंतर पतीच्या नोकरीच्या निमित्ताने त्या मुंबईत वडाळा येथे रहायला आल्या. त्यांची लहान मुलगी खाण्याच्या बाबतीत अगदी उदासीन होती. पण अगदी चळवळ्या वृत्तीची होती, थोडक्यात हायपरअॅक्टीव्ह होती. त्यामुळे तिच्या एकूणच अॅक्टिव्हीटीला पोषक असा काही खाद्यपदार्थ बनवावा या विचारातून त्यांनी नाचणीचे व पंचधान्याचे लाडू बनवले आणि त्यांना जाणवले की हे लाडू पोषक तर आहेतच पण मुले ते खेळता

खेळता आवडीने खातात; तिचे बघून तिच्या मैत्रिणी पण खाऊ लागल्या. त्यांच्या व्यवसायाला सुरुवात मात्र योगायोगानेच झाली. मुलाला जिम्नॅशियममधून घरी आणत असताना घराजवळच्या ओळखीच्या दुकानदाराकडे काही विकत घ्यायला त्या गेल्या असता, दुकानदार म्हणाला ''तुम्ही होममेड खाद्यपदार्थ बनवत असाल तर इकडे विक्रीला आणून द्या.'' आणि दुकानदाराच्या या वाक्यानेच त्यांच्या व्यवसायाचे बीज रोवले गेले. सेवाताईंनी अति उत्साहाने पंचधान्याचे, नाचणीचे, मुगाच्या डाळीचे, हरभरा डाळीचे लाडू बनवले, छोट्या प्लॅस्टिकच्या पिशव्यात भरले, मेणबत्तीवरच पिशव्या सील केल्या आणि दुकानात नेऊन दिल्या. त्यांच्या घराजवळ मार्केट मिळाल्याने त्या बेहद खूष झाल्या; पण थोडेच दिवसात त्यांच्या उत्साहावर पाणी पडले. एकही लाडूचे पाकीट विकले न गेल्याने सर्व लाडू परत आणावे लागले.

व्यवसायात अगदी सुरुवातीलाच अपयश आलं की आत्मविश्वासाला तडा जातो, उमेद संपते, उत्साहही सरतो. कुठल्याही व्यवसायात असे प्रसंग येतातच, पण त्यावेळी कुटुंबियांची साथ, विशेषतः पतीची साथ नवी उभारी देते याचा प्रत्यय सेवाताईंना आला. अशाप्रकारे सर्व लाडूंची पाकिटे परत आल्यावर 'आता तरी वेडे खूळ बंदा करा' असा टोमणा एखादीला पतीकडून ऐकायला मिळाला असता. पण सेवाताईंचे नशीब थोर. त्यांच्या पतीने त्यांना उभारी दिली, आत्मविश्वास परत मिळवून दिला तो केवळ शब्दातूनच नव्हे तर प्रत्यक्ष कृतीतून. स्वतःची नोकरी सांभाळून संध्याकाळी दमून घरी आल्यावर पुन्हा वडाळा-दादर भागातील दुकानदारांना भेटून त्यांच्याशी बोलून लाडूंचे मार्केटिंग करण्याची चिकाटी त्यांचे पती संजीव गोखले यांनी दाखवली ही बाब कौतुकास्पद आहे. सतत महिनाभर फिरून त्यांनी १०-१५ दुकानदारांच्या ऑर्डर्स मिळवून दिल्या व सेवाताईंचा व्यवसाय खऱ्या अर्थाने सुरू झाला. ते सर्व मुंबईचे दुकानदार आज त्या पुण्यात असल्या तरीही त्यांचे लाडू विक्रीला ठेवतात.

सेवाताईंच्या लाडूमध्ये सर्वांत नावाजलेले म्हणजे पंचधान्याचे लाडू, गहू, तांदूळ, मूग, उडीद डाळ, व हरभरा डाळ या पाच धान्यांचे मिश्रण करून दळून त्या लाडू तयार करतात. पंचधान्यांच्या लाडूंची कल्पना त्यांना सुचवली; त्यांच्या एका डाएटीशियन मैत्रिणीने. तिच्या मते एक पंचधान्याचा लाडू व एक कप दूध म्हणजे उत्तम नाष्टा. विशेषतः मुलांच्या पोटात सर्व धान्ये जातात व पोटही भरते. त्यांच्या लाडूच्या पाकिटावर त्यांनी पोषणमूल्येही छापली आहेत, त्यामुळे लोकांना पंचधान्यांच्या लाडूचे महत्त्व उमगले. नाचणीचे लाडूसुद्धा पौष्टिक व भरपूर कॅल्शियम युक्त असल्याने जेष्ठ मंडळीसाठी खूपच

उपयोगी आहेत. या दोन लाडूंशिवाय मुगाचे व हरभरा डाळीचे लाडू बनवण्याचा त्यांचा हातखंडा आहे.

लाडूला मागणी वाढल्यावर त्यांनी दोन–तीन बायकांना कामाला ठेवले. फोनवर लाडूची ऑफर घेऊन, बनवून पॅकिंग करून त्या रेडी ठेवत, संध्याकाळी त्यांचे पती ऑफिसमधून आल्यावर मोटारसायकलवर जाऊन दुकानदारांना पोहोचवत; घरच्या घरी अर्धा किलो पीठ भाजून सुरू केलेल्या लाडवाचा आता मोठा व्यवसाय झाला होता, प्रसिद्धी मिळाली व मागणी वाढू लागली. त्यामुळे उत्साह वाढला व नवी उमेद आली. घरातली जागा अपुरी पडू लागली.

मेहनती वृत्ती व चिकाटी या अंगभूत गुणांमुळे व्यवसायाचा मोठ्या जागेत विस्तार केल्यास हमखास यश मिळेल याचा आत्मविश्वास होता. पण प्रश्न होता मोठ्या जागेचा म्हणजे भांडवलाचा. पण, त्यांच्या या अडचणीवर तोडगा त्यांच्या पतीनेच काढला. त्यांनी स्वेच्छानिवृत्ती घेतली व मिळालेल्या फंडाच्या पैशातून पुण्याजवळील वडगाव शेरी येथे मोठा फ्लॅट घेतला. सेवाताई स्वतःच्या व्यवसायाच्या विस्ताराची स्वप्ने घेऊन मोठ्या आशेने मुंबईहून वडगाव शेरीच्या नवीन जागेत आल्या खऱ्या; पण इथे सर्वात मोठी अडचण होती कामाला बायका मिळण्याची. त्यांच्या आजूबाजूला असलेल्या आय.टी. पार्कमध्ये धुण्या–भांड्यांच्या कामात बायका भरपूर पैसे कमवत, पण लाडूचे पीठ भाजायला, पीठ व पिठीसाखर मिक्स करायला, लाडू वळायला बायका मिळेनात. 'चणे आहेत पण दात नाहीत' अशी अवस्था झाली. व्यवसायाचा विस्तार तर दूर राहिला, आहे ते काम पुरे करायला बायका मिळेनात; पण, 'हे जग भेकड माणसांसाठी नाही, संकटापासून पळून जाण्याचा प्रयत्न करू नका'. या स्वामी विवेकानंदांच्या वचनाला अनुसरून त्यातूनही मार्ग काढलाच. पुन्हा पतीच्या आर्थिक मदतीने त्यांनी एकाच वेळेस दहा किलो पीठ भाजण्याचे मशीन, लाडूचे पीठ व पिठीसाखर मिक्स करण्याचे मशीन, लाडू वळण्यासाठी सुद्धा मशीन घेतलय. पीठ दळण्यासाठी त्यांनी घरघंटी पण ठेवलीय. आता सर्वच कामे मशीनने होत असल्याने केवळ दोन–तीन बायकांच्या मदतीने त्या महिन्याला ७००० ते ८००० लाडू दुकानांना पुरवतात. श्रावण महिना, गणपती, दसरा, दिवाळी इ. सणांच्या दिवसांत त्यांच्या लाडूला प्रचंड मागणी असते.

व्यवसायाबद्दल यत्किंचितही ज्ञान किंवा अनुभव नसताना, माहेरी, सासरी नातेवाईक किंवा मित्रमंडळींकडून कोणतीच अनुभवाची शिदोरी मिळालेली नसताना, व्यवसायातील सर्व अपयशाच्या पायऱ्या अत्यंत आत्मविश्वासाने चढत नेटाने सेवाताईंनी या व्यवसायाची वाढ केली. घरच्या घरी कढईत अर्धा किलो पीठ भाजून लाडू बनवणाऱ्या सेवाताई आज

उद्योजिका बनल्यात ही गोष्ट स्पृहणीय आहे. व्यवसायासाठी अन्नप्रक्रिया परवाना, व्हॅट कायद्याखाली नोंदणी, लाडूतील पोषक मूल्यांचे पृथक्करण, लघुउद्योग म्हणून नोंदणी, शेल्फ लाईफच्या चाचण्या, कायद्यात बसणारे पण आकर्षक असे पॅकिंगचे डिझाईन इ. बाबी पूर्ण करून त्यांनी घरगुती उद्योगाला व्यावसायिक स्वरूप दिले. आज मशीनचा वापर होत असला तरी लाडू तयार करत असताना त्यांची जातीने देखरेख असते. त्यामुळे आजचा लाडू व काल बनवलेला लाडू यात यत्किंचितही फरक पडत नाही. लाडूची उत्तम क्वॉलिटी हेच त्यांच्या यशाचे गमक आहे. आपल्या उद्योगाच्या यशाचे श्रेय त्या त्यांच्या पतीला देतात. जागेसाठी, मशिनरीसाठी भांडवल गुंतवणूक, बाजारपेठेचा अभ्यास, नवीन कस्टमर शोधणे व कस्टमरना जातीने डिलीव्हरी देणे हा सगळा व्यवसायाचा भार त्यांनी नोकरी करत असतानासुद्धा स्वेच्छेने व सहजरित्या पेलला. म्हणून आज सेवाताई यशस्वी उद्योगिनी बनल्यात. एका संस्कृत श्लोकात म्हटले आहे 'वेल ही धडपडतच वाढते, पण वृक्षाच्या आधाराने ती ताठ राहते व अधिक जोम धरते.' तद्वतच सेवाताईंच्या धडपडीला त्यांच्या पतीची आश्वासक साथ मिळाल्याने व्यवसाय वृद्धिंगत झालाय. त्यांच्या सासूबाईंचेही त्यांना प्रोत्साहन मिळाले. व्यवसायात अशी पतीची व कुटुंबाची साथ फार थोड्या महिलांच्या भाग्यात असते.

एवढा पाठिंबा आहे, तर पुढच्या विस्ताराच्या योजना काय? या माझ्या प्रश्नावर सेवाताई उत्तरल्या 'गृहउद्योगाचे प्रायव्हेट लिमिटेड कंपनीत रूपांतर करायचेय आणि लाडूची चव आपल्या देशातील लोकांनी तर घेतलीच पण परदेशीयांना त्यांची चव मिळावी व लाडू निर्यात करून देशासाठी परकीय चलन मिळवण्याच्या कामात निदान मुंगीचा तरी वाटा उचलावा ही माझी उद्दिष्टे मी कधीही नजरेआड होऊ देत नाही''. सेवाताईची धडपड, मेहनत, पतीची साथ असा दुग्धशर्करा योग असल्याने त्यांच्या व्यवसायाची स्वप्ने त्या साकार करतील यात तिळमात्र शंका नाही. कोणतेही प्रशिक्षण नसताना, अनुभवाची शिदोरी नसताना पतीची साथ लाभल्यास एखादी महिला उद्योजिका बनू शकते हे सेवाताईंनी स्वतःच्या उदाहरणाने सिद्ध केले आहे, त्यांच्या पुढील प्रवासास हार्दिक शुभेच्छा!

❖❖❖

शैक्षणिक सहली

माणिक नाईक, सीमा साळगावकर,
डॉ. माधुरी गवांदे

आजच्या धकाधकीच्या व धावपळीच्या जीवनात अगदी शाळकरी मुले सुद्धा शाळा, ट्युशन्स, गृहपाठ, दूरदर्शनवरील कार्यक्रम बघणे यात दिवसभर बिझी असतात. अगदी छोट्या मुलांचा सुद्धा मिनिट टू मिनिट कार्यक्रम ठरलेला असतो. परवाच माझ्या भाच्याला फोन केला व म्हटलं 'आईला फोन दे' त्यावर तो उत्तरला, 'मावशी मी माझा होम वर्क करतोय आणि आईपण स्वयंपाक घरात बीझी आहे, जरा एक तासाने फोन कर' आणि त्याने फोन ठेवूनच दिला. तर अशा या आजच्या परिस्थितीत शाळकरी मुलांना जर कोणी सहलीला येण्याचे विचारले तर ते एका पायावर तयार होतात. रोजच्या रूटीन जीवनातून त्यांनाही विरंगुळा हवाच असतो. आजच्या मुलांच्या या परिस्थितीचा फायदा घेऊन महिन्यातून एखाद्या शनिवारी मुलांच्या शैक्षणिक सहली 'पेटल्स' या नावाखाली आयोजित करण्याचा स्तुत्य उपक्रम दादरमधील तीन उत्साही महिलांनी – माणिक नाईक, सीमा साळगावकर व डॉ. माधुरी गवान्दे यांनी गेल्या दोन वर्षापासून सुरू केला आहे.

विविध शाळांमधील ६ ते १२ या वयोगटातील ५० मुलांचा गट बनवून शक्यतो महिन्याच्या दुसऱ्या शनिवारी त्या या मुलांना कारखाना, वर्कशॉप, हॉस्पिटल प्रिंटींग प्रेस इ. ठिकाणी २–३ तास नेऊन तेथील सर्व कार्याची प्रत्यक्ष ओळख करून देतात. तेथील सर्व कामाचे निरीक्षण करून मुलांच्या ज्ञानात भर तर पडतेच, तसेच जिज्ञासाही जागृत होते. गेल्या दोन वर्षात त्यांनी झण्डु फार्मासिटिकल्स, मोंजीनीस केक फॅक्टरी, विंडिज आईस्क्रीम फॅक्टरी, फ्लोअर पेन बनवण्याचा कारखाना, कॅम्लिन कारखाना,

वॉटरबॅग, रेनकोट, टुथपेस्ट, छत्र्या व खेळायचे पत्ते बनवायचे कारखाने, वरळी दूध डेअरी, फायर ब्रिगेड स्टेशन, गोल्डस्पॉट फॅक्टरी, कालनिर्णय प्रिंटिंग प्रेस, सुप्रिमो, पृथ्वी थिएटर, गारमेंट्स फॅक्टरी, गुरांचा दवाखाना इ. ठिकाणी सहली नेल्या. माणिक नाईक म्हणाल्या, ''कुलाबा येथील ट्रॅफिक पार्क, केलाग फॅक्टरी, फलाईंग क्लब, ब्रिटानिया कंपनी, मारूती उद्योग सर्व्हिस सेंटर इ. ठिकाणी आम्ही मुलांना नेणार आहोत. ट्रॅफिक पार्कमध्ये ट्रॅफिकच्या नियमांचे त्यांना ज्ञान होईल, रोज नाष्ट्याला आपण खातो ते केलॉगज् व त्यांची बिस्किटे कशी बनतात ते बघायला त्यांना मजा येईल, मारुती सर्व्हिस सेंटरमध्ये त्यांना मोटारीचे विविध भाग व यंत्रणा यांची ओळख होईल. मुलांना हे सगळे बघायला आवडते. त्यांच्या मनात प्रत्येक बाबतीत कुतूहल असते, जिज्ञासा असते त्याची पूर्तता या सहलींमुळे होते.''

सीमा साळगावकर म्हणतात, ''हल्ली प्रत्येक घरात एक वा दोनच मुले असल्याने म्हणेल ती वस्तू मुलांना हातात मिळते व ती हरवली तरी पुन्हा मिळते. पण या वस्तू तयार करण्यामागे किती मेहनत आहे, याची त्यांना काडीमात्र कल्पना नसते. पण आता सहलींमुळे एका वस्तुसाठी किती माणसे राबतात याची कल्पना आल्यामुळे मुले पेन, वॉटरबॅग, छत्री, रेनकोट या वस्तू जपून वापरतात व त्या हरवू नये म्हणून काळजी घेतात. बिस्किटे, केक बनवण्यासाठी किती कष्ट पडतात ते आता त्यांच्या लक्षात आलं आहे. मुले आता या सहलीची वाट बघत असतात. त्यांना त्याची आवड निर्माण झाली आहे. मुले केवळ सहलीला येतात असे नाही तर त्यांनी सहलीत काय पाहिले याचा एक प्रोजेक्ट रिपोर्ट बनवतात. त्यातून त्यांना सहल कशी वाटली याचा प्रतिसाद मिळतो.'' गुरांच्या हॉस्पिटलमध्ये तर मुले फारच रमली. जनावरांना कशी औषधे, इंजेक्शने देतात, त्यांची कशी काळजी घेतात ते पाहून त्यांना आश्चर्य वाटले. आमची सर्वात संस्मरणीय सहल ठरली ती फायर ब्रिगेड स्टेशनची निरनिराळ्या शिड्या, आग विझवण्याचे प्रात्याक्षिक, आधुनिक सोयींनी युक्त गाड्या, संपूर्ण भिंत उचलण्याचे प्रात्याक्षिक इ. पाहून मुलेच काय पण आम्ही तिघीही मंत्रमुग्ध होऊन गेलो. पृथ्वी थिएटरला मुलांनी मेकअप कसा करतात, प्रकाशयोजना, दिग्दर्शन कसे करतात, रंगमंचावरील सीन कसे बदलतात, स्टेजच्या मागे लोक कसे व किती काम करतात ते पाहिले व मुले खूप खूष झाली.''

साळगावकर सांगतात, प्रत्येक ठिकाणी या पन्नास मुलांना सांभाळून नेणे हे फार अवघड काम तिघींना करावे लागते. कारखान्यात यंत्रे, शेगड्या, विषारी पदार्थ, नाजूक

वस्तू इ.पासून मुलांना लांब ठेवावे लागते. मुले भान हरपून पुढे पुढे जातात, त्यामुळे त्यांच्यावर बारीक लक्ष ठेवावे लागते. मोंजीनीस कारखाना बघताना तेथील ओव्हनना हात लावू नये म्हणून खूप खबरदारी घ्यावी लागली. या सहलींचे आयोजन करणे हे काम तसे जिकिरीचेच. कारखानदारांशी बोलून, त्यांची अपॉईंटमेंट घेऊन त्यांना या सहलीमागचा हेतू स्पष्ट करून, त्यांना विश्वासात घेऊन तारीख मिळवणे महाकठीण काम. मुले एखाद्या कारखान्यात गेल्यावर कारखान्याच्या कामातही 'व्यत्यय' येतो; पण एकदा त्यांना सहलीचा हेतू समजला की, मग ते खूप सहकार्य करतात व जातीने उभे राहून मुलांना सर्व गोष्टी समजावून सांगतात.

या शैक्षणिक सहलीची कल्पना कशी सुचली याचे स्पष्टीकरण देताना डॉ. माधवी गवान्दे म्हणतात, ''हल्ली मुले टि.व्ही.पुढे बसून निष्क्रियपणे कार्यक्रम बघत असतात, पण त्यांना इतर क्षेत्रातील प्रात्यक्षिक ज्ञान नसते. केवळ पुस्तकी ज्ञानावर अवलंबून राहून मुलांना बाहेरचे जग बघायला मिळत नाही, म्हणून आम्ही तिघी मैत्रिणींनी आपल्या मुलांना हे सर्व दाखववावे असे ठरवले, पण नंतर वाटलं की आपल्या नातेवाईकांच्या मुलांनाही हा लाभ मिळावा. असे करत एक बस भरेल एवढी मुले जमा झाली, उत्तम प्रतिसाद मिळाल्यामुळे आम्ही आता दर महिन्याला या सहली सुरू केली''

'पेटल्स' तर्फे सहली आयोजित करण्यासाठी अनेक शाळांकडून विचारणा होते पण 'पेटल्स्' तर्फे हा उपक्रम केवळ शैक्षणिक उपक्रम म्हणून राबवला जात आहे, त्यातून उत्पन्न करण्याचा व्यापारी दृष्टिकोन नसल्याने ५० पेक्षा अधिक मुले न नेण्याचा व तेही महिन्यातून एकदाच नेण्याचा त्यांचा निर्धार पक्का आहे. इतर महिलांना अशा सहली आयोजित करायच्या असल्यास त्यासाठी मार्गदर्शन करण्याची त्यांची तयारी आहे.

या शैक्षणिक सहलींबाबत माधुरी, सीमा व माणिक यांच्याकडून ऐकल्यावर जाणवले की, हल्लीच्या मुलांना सर्व गोष्टी हातात आयत्या मिळत असल्याने त्याची किंमत व जाण नसते. पण या सहलींमुळे त्यांना प्रत्येक वस्तुच्या निर्मितीसाठी भरपूर मेहनत करावी लागते याची जाण होते हे महत्त्वाचे. पेटल्स्तर्फे खालील संस्कृत श्लोकाची शिकवण या शाळकरी मुलांच्या मनावर बिंबवली जाते आहे असे वाटते.

''उद्यमेन हि सिध्यन्ति कार्याणि न मनोरथैः।
न हि सुप्तस्य सिंहस्य प्रविशन्ति मुखं मृगाः।''

अर्थ – उद्योगाने, श्रम केल्याने कामे यशस्वी होतात, केवळ मनोरथ करून, मनात बेत रचून नव्हे. झोपलेल्या सिंहाच्या तोंडात हरणे आपण होऊन पडत नाहीत. सिंह जरी जंगलचा राजा असला व कितीही शूर असला तरी त्याला शिकार करायला कष्ट घ्यावेच लागतात.

'पेटल्स्' या प्रशंसनीय उपक्रमातून स्फूर्ती घेऊन सर्व शाळातील शिक्षकांनी प्रत्येक वर्गासाठी वर्षातून दोन जरी सहली आयोजित केल्या तरी मुलांना बरेच काही शिकायला मिळेल.

सौ. लक्ष्मी मोरे

भाज्यांचा रतीब

आज घरोघरी महिला शिकू लागल्या, नोकरी करू लागल्यात. व्यवसाय करू लागल्यात; पण कितीही शिकल्या तरी स्वयंपाकघरातील कामे त्यांना चुकत नाहीत. केवळ स्वयंपाकघरातीलच कामेच नाही तर मुलांचे डबे भरणे, दप्तर भरणे, गृहपाठ घेणे, पतीची खातरदारी, दूरदर्शनवरील कार्यक्रम बघणे, थोडे-फार वाचन, सणवार, वाढदिवस साजरे करणे, लग्न, मुंजी, पार्ट्या इ. समारंभांना जाणे इ. करता करता दिवसाचे चोवीस तास आजच्या गृहिणीला कमी पडू लागले आहेत. प्रत्येकीचीच वेळ पुरत नाही, ही तक्रार असतेच! त्यामुळे स्वयंपाकघरात कमीतकमी वेळ देऊन इतर कामांना वेळ द्यावा ही प्रत्येक सुशिक्षित महिलेची इच्छा असते. पण स्वयंपाकघरातील कामे मोलकरणींच्या भरवशावर टाकूनही चालत नाही. मोलकरणी पण धरसोड करतात. त्यामुळे बाजारात जाऊन भाजी आणणे, ती निवडणे, कापणे इ. कामे आदल्या दिवशी करून ठेवणे यात वेळ खूप जातो. विशेषतः नोकरी/व्यवसाय करणाऱ्या महिलांची अडचण जाणून ठाण्याच्या सौ. लक्ष्मी मधुकर मोरे यांनी धुवून, कापून निवडून, चिरून 'रेडी टू कुक' केलेल्या भाज्यांचा रतीब सुरू केलाय. 'लक्ष्मीज् फार्म फ्रेश व्हेजिटेबल्स' या नावाने त्यांनी हा व्यवसाय चालू केलाय. आठवड्यातून तीन दिवस पाच भाज्यांची पाकिटे (एका दिवशी पाच) ५०० घरी पोहोचवली जातात. सॅलड, मोड आलेली कडधान्ये, पालेभाजी, फळभाजी (हिरवी) व लाल फळभाजी अशा दोन दिवसांच्या भाज्या मुलुंड, ठाणे, कळवा, भांडुप इ. उपनगरात महिलांना आठवड्यातून तीन दिवस घरपोच मिळत आहेत. भाजीचा हा व्यवसाय त्यांनी एखाद्या कारखान्यात प्रॉडक्शन व्हावे अशा पद्धतीने

वर्कशॉपमध्ये चालू केलाय. कंपनीच्या मॅनेजिंग डायरेक्टरसारख्या त्या रिव्हॉल्व्हिंग चेअरवर बसून सर्व कारभार मॅनेज करतात हे पाहून कौतुक वाटले. त्यांच्या या उद्योगातील यशाबद्दल त्यांना २००७ साली 'उद्योगश्री' पुरस्काराने गौरवले आहे.

नाशिक जिल्ह्यातील सटाणा तालुक्यातील वटार या खेड्यात जन्मलेल्या लक्ष्मी मोरे यांचा जीवनप्रवास ऐकून आठवले.

'क्यो न कितनी कडी हो, क्यो न कितनी कठीन हो।
नदी की राहसे हर चट्टान को हटनाही पडा है।

नदीच्या मार्गात कितीही अडथळे आले, कितीही मोठे व कठीण खडक आले तरी त्याला पार करून ती पुढे जातच असते. तद्वतच अनेक अडथळ्यांचा सामना करत त्या यशस्वी उद्योगिनी बनल्यात, हे विशेष. शेतकरी कुटुंबात वाढल्याने घरात शिक्षणाचे वातावरण नव्हते. वटार हे अगदी छोटे खेडे असल्याने तेथे प्राथमिक शिक्षण देणारी शाळासुद्धा नव्हती; पण लहानपणीच बाजूच्या खेड्यात ५ कि.मी. चालत जाऊन त्या शिकत होत्या. शिवाय घरची शेती असल्याने शेतातील कामेही करत होत्या; कसेबसे दहावीच्या वर्गापर्यंत शिक्षण पोहोचले; पण दहावी पास होण्यापूर्वीच वडिलांनी सरकारी नोकरीत असलेल्या श्री. मधुकर मोरे यांच्याशी त्यांचे लग्न लावून दिले व स्वतः लग्नाच्या जबाबदारीतून मुक्त झाले. चारचौघींसारखी लक्ष्मी सुद्धा सुखी संसारात रमली. दोन अपत्यांचे संगोपन करण्यात दिवस जाई; पण १० वी चा एक विषय राहिल्याची सल मनात होती. शेवटी निर्धार करून त्या विषयात पास झाल्या. आत्मविश्वास वाढला. पुढे शिकायची दुर्दम्य इच्छा होती. पण दोन लहान मुले, पतीची नोकरी, घर सांभाळायला कोणी नाही, त्यामुळे घराबाहेर पडणे अवघड होते, पण 'इच्छा तेथे मार्ग' या म्हणीप्रमाणे त्यांनी त्यावर तोडगा काढला. एस.एन.डी.टी. विद्यापीठात बाह्यविद्यार्थी म्हणून प्रवेश घेऊन घरीच अभ्यास करून बी.ए. व नंतर एम.ए.ची परीक्षा दिली. त्यानंतर माटुंग्याच्या वेलिंगकर इन्स्टिट्यूटमध्ये डी.बी.एम. (डिप्लोमा इन बिझनेस मॅनेजमेंट) पूर्ण केला. बी.ए., एम.ए., डी.बी.एम. करताना त्यांच्या पतीच्या बदलीमुळे त्या पालघर व शहापूर यथे राहत होत्या; पण तेथून त्यांनी शिक्षण पूर्ण केले, हे त्यांच्या दृढनिश्चयाचे उदाहरण. लहानपणी आम्हाला वडिलांनी शिकू दिले नाही म्हणून आज आमचे नुकसान झाले असे म्हणून उराशी दुःख कवटाळत बसणाऱ्या महिलांना त्यांचे उदाहरण पुन्हा शिक्षणास प्रोत्साहित करेल.

पालघर, शहापूर असा प्रवास करीत शेवटी त्यांच्या पतीची बदली ठाण्याला झाली. मुले जरा मोठी झाली होती. सतत काहीतरी करायचे हे डोक्यात असल्याने

शिक्षिकेची नोकरी करायची नाही हे ठाम होते. एम.पी.एस.सी.ची परीक्षा देऊन ऑफिसर व्हावे असे वाटले, पण वयोमर्यादा संपलेली होती. मग काय करायचे, हा विचार चालू असताना, वर्तमानपत्रात दरवर्षी पैठणीचे प्रदर्शन भरवणाऱ्या स्व.सरोज धनंजय यांची महिलांनी प्रदर्शनात स्टॉल लावावा म्हणून आवाहन करणारी जाहिरात बघितली. लक्ष्मीताई सरोज धनंजयना मुंबईत जाऊन भेटल्या व पैठणीशिवाय इतर साड्या प्रदर्शनात मांडण्याचे ठरले. अतिशय हुशार व चाणाक्ष लक्ष्मीताईंनी सरोज धनंजय यांचे पैठणी विकण्याचे टेक्निक समजून घेतले. नवीन ओळखी झाल्या आणि दुसऱ्याच वर्षी स्वतःच ठाण्यात पैठणीचे प्रदर्शन आयोजित केले. ठाणे व आजूबाजूच्या तालुक्यातील लोकांचा प्रचंड प्रतिसाद मिळाला, प्रोत्साहन मिळाले व प्रदर्शन दरवर्षी भरवायचे पक्के झाले. पुढच्या वर्षी लोकांना आणखी काही चांगले द्यावे या विचाराने त्यांनी पैठणच्या विणकरांना त्यांच्या हातमागासह प्रदर्शनात आमंत्रित केले. त्यामुळे लोकांना प्रत्यक्ष पैठणी कशी बनते? याचा अनुभव मिळाला; पण पैठणीचे प्रदर्शन ही वर्षातून एकदाच होणारी इव्हेंट होती, वर्षभर काहीतरी उद्योग हवा होता.

एखादेच काम करून स्वस्थ बसण्याची सवय नसलेल्या लक्ष्मीताईंच्या डोक्यात 'महिलांसाठी उपयुक्त असा व्यवसाय करावा' हा विचार सतत होता. प्रदर्शनाच्या निमित्ताने महिलांशी बोलता बोलता लक्षात आले की, बाजारात जाऊन भाजीच्या पिशव्या उचलून आणता आणता स्वतःचा जीव सांभाळणे, त्या निवडणे, बरीचशी पालेभाजी सडकी निघाल्यापर किंवा मटार किडका निघाल्यावर पश्चात्ताप होणे इ. महिलांना दैनंदिन जीवनात येणारी अडचण आहे. त्यामुळे महिलांची ही अडचण दूर करण्यासाठी 'रेडी टू कुक' भाज्या पुरवण्याचा विचार पक्का झाला. घरच्या घरीच छोट्या प्रमाणात भाज्या आणून, धुवून, सुकवून, चिरून पाकिटात भरून पुरवण्याचा व्यवसाय सुरू केला. त्यांच्या आजूबाजूच्या घरातील १३ बायकांनी त्यांची भाजी घेण्याची तयारी दाखवली आणि उत्तम सर्व्हिस मिळू लागल्याने मागणी वाढू लागली. घरची जागा अपुरी पडू लागली. मोठ्या जागेसाठी त्यांनी बँकेचे लोन घेतले. पतीच्या प्रॉव्हिडंट फंडातून पैसे काढले व ५५० स्वेअर फूटाची जागा घेतली. त्यातच त्यांचा भाज्यांच्या वर्कशॉप आहे. चारी भिंतीना ओटे, वॉश बेसिन, चॉपींग टेबल, वजन करायचे मशिन व पिशव्यांचे पॅकींगचे मशिन इ. वर्कशॉपमध्ये आहे. आज त्यांच्याकडे भाज्या कापण्याच्या व भरण्याच्या कामासाठी १० मुले, मुली, बायका आहेत व पाच डिलीव्हरी बॉईज आहेत. त्याच जागेत त्यांनी स्वतःचे ऑफिस केलंय. ऑफिसच्या रिव्हॉल्व्हिंग चेअरवर बसून लक्ष्मीताई

अभिमानाने सांगतात, ''पतीचे लोन व्याजासकट परत केले व बँकेचे लोनही फेडले. आता नवीन लोन घेण्याची तयारी चालू आहे.''

मॅनेजमेंटचा डिप्लोमा घेतलेल्या लक्ष्मीताई हा व्यवसाय अगदी एखाद्या कंपनीच्या मॅनेजरने चालवावा तसा पूर्ण नियोजन करून चालवतात. बाजारातून येणाऱ्या भाज्या हा त्यांचा कच्चा माल; तर धुवून, चिरून पिशवीत भरलेल्या भाज्या हा त्यांचा पक्का माल. कंपनीचा माल दररोज घरोघरी पोहचवायचा नसतो पण लक्ष्मीताईंच्या भाज्या दिवसभरात ५०० घरी पोहचतात हे कौतुकास्पद आहे. सकाळी नाशिक व पुणे येथून सप्लायर त्यांच्या वर्कशॉपमध्ये भाजी आणून टाकतात. सकाळी नऊला भाज्यांचे काम सुरू होते, दुपारी एक वाजता भाज्यांची डिलीव्हरी सुरू होते तर शेवटची डिलीव्हरी संध्याकाळी पाचला होते. त्यांनी स्टेशनजवळ उघडलेल्या भाजीच्या रिटेल शॉपमध्ये सुद्धा ही पाकिटे दुपारी ४ वाजता जातात. या रिटेल शॉपमध्ये लक्ष्मीताई जातीने उभ्या असतात. ग्राहक समाधानी आहे का? त्यांच्या अजून काही मागण्या आहेत का? या प्रश्नांची उत्तरे मिळवतच त्यांनी आपला व्यवसाय एवढा वाढवलाय. रेल्वे स्टेशनजवळच दुकान असल्याने नोकरदार त्यांची भाजी घेऊनच जातात.

घरपोच भाज्यांची पाकिटे पोहचवायची हे ठरल्यावर कोणत्या भाज्या आठवडाभर घ्यायच्या याचे वेळापत्रक बनवण्यासाठी त्यांनी न्युट्रीशियन मैत्रिणीचा सल्ला घेतला. तेव्हा त्यांच्या लक्षात आले की, सॅलड, पालेभाजी, मोडाचे धान्य व फळभाज्या रोजच्या आहारात हव्यातच. म्हणूनच गाजर, मुळा, टोमॅटो इ. सॅलडचे पाकीट, रोज एक पालेभाजी, मोड आणलेले कडधान्य, हिरवी फळभाजी म्हणजे कोबी, फ्लॉवर, फरसबी, घेवडा, कार्ली, शेवग्याच्या शेंगा इ. पैकी काहीतरी व लाल फळभाज्या म्हणजे सुरण, लाल भोपळा, वांगी इ. पैकी काहीतरी अशी पाच पाकिटे पुरवतात. वेळेचे व्यवस्थापनही खूप चांगले आहे. रोज ठराविक वेळी भाजी पोहचलीच पाहिजे, हा त्यांचा कटाक्ष असतो.

लक्ष्मीताईंना अजून आठवतो तो दिवस, ज्या दिवशी त्यांनी भाज्यांच्या पाकिटाच्या व्यवसायाची सुरूवात केली. लक्ष्मीताई सांगतात, ''घरी भाज्या येऊन पडल्या होत्या. पावसाळा असल्याने भाज्या चिखलाने भरलेल्या होत्या. त्यावेळी कामाला कोणीही नव्हते. सगळे काम मलाच करायचे होते. सुरण चारी बाजूने चिखलाने लडबडलेले होते. मी तर त्याच्याकडे बघतच राहिले, पण माझ्या पतीने माझे विचार ओळखून स्वतः ते सुरण स्वच्छ धुऊन दिले, व मला पुन्हा कामाचा हुरूप आला.'' घरात कोणाचेही मार्गदर्शन नसताना, व्यवसायाचे प्रशिक्षण नसताना, शहरी जीवनाचा फारसा अनुभव

नसताना व बाजारपेठेचा अनुभव नसताना केवळ स्वतःच्या हिंमतीवर त्यांनी व्यवसाय वाढवत नेला हे विशेष!

लक्ष्मीताई पुढे सांगतात, ''हा सेवा व्यवसाय असल्याने गिऱ्हाईकांशी थेट संपर्क येतो, त्यांचे समाधान महत्त्वाचे असते त्यांच्या आवडी–निवडी जाणणे, सीझनप्रमाणे भाज्या आवडी–निवडीनुसार पुरवणे, कोणत्याही भाजीची एका आठवड्यात पुनरावृत्ती न करणे, इ. बाबत दक्ष राहावे लागते. दुधाप्रमाणेच रोज भाज्यांच्या रतिबात खंड पडून चालत नाही.'' त्यांच्या भाजीच्या सर्व्हिसबद्दल एकूणच लोक खूष आहेत. त्यामुळेच त्यांनी रिटेल शॉप काढळे आहे. भाज्यांचा व्यवसाय सेट झाल्यावर आता खानदेशी लोणचे, आंब्याचे गोड व तिखट लोणचे, नाचणीचे सत्त्व, हळद व धने पावडर, चटणी, गहू, सोयाबीन, मेथी व चणाडाळयुक्त 'हेल्दी आटा' इ. चे उत्पादनाचे त्या 'लॅक्शन फूड प्रॉडक्ट्स' या नावाने मार्केटिंग करतात. लक्ष्मीताई हे सारे खाद्यपदार्थ स्वतःच्या देखरेखीखाली स्वतःच्या घरीच बनवित आहेत.

उत्साहाचा कायमस्वरूपी धबधबा व प्रचंड आत्मविश्वास यांचा सुरेख संगम असलेल्या लक्ष्मीताई भावी योजनांबद्दल भरभरून बोलतात. ''आता ठाण्यातच दोन–तीन ठिकाणी भाज्यांचे रिटेल शॉप सुरू करायचे आहेत. त्याशिवाय इतरही मोठ्या शहरात रिटेल शॉपची चेन सुरू करायची आहे. गावी मसाल्याची शेती करून शेतात पिकलेल्या ताज्या मसाल्याच्या पदार्थचे मसाले बनवायचे आहेत. टेम्पोत भाजी भरून ग्राहकांच्या दारात विकायचाही मनोदय आहे. माझे 'लॅक्शन फूड प्रॉडक्ट्स' निर्यात करण्याचा विचार आहे आणि त्यासाठी लागणाऱ्या सगळ्या कागदपत्रांची व सर्व बाबींची पूर्तता कशी करायची हे शिकण्यासाठी मी सध्या निर्यातीचे प्रशिक्षण घेत आहे.''

William Longwood ने म्हटलंय "Dreams and dedications are powerful combination" त्याचप्रमाणे लक्ष्मीताई केवळ स्वप्नेच बघत नाहीत तर त्याच्या पूर्तीसाठी आत्मविश्वासाने, नियोजनबद्ध प्रयत्न करतात, त्यामुळेच त्यांचा प्रवास शेतकरी कुटुंबातून शहरातल्या रिटेल शॉपच्या चेनपर्यंत यशस्वीरीत्या चाललाय. त्यांची स्वप्ने साकार होतील यात शंकाच नाही.

❖ ❖ ❖

पद्मश्री मणिनारायण

संगमरवरात फुललेली शिल्पकला

खाणीतून बाहेर काढलेल्या हिऱ्याला एखादा कुशल कारागीर जेव्हा पैलू पाडतो तेव्हा त्याची चमक दिसून येते, तो नेत्रदीपक होतो व उठून दिसतो; पण काही कलाकार हे कलागुण घेऊनच जन्माला येतात. त्यांच्यावर कोणीही मेहनत घेतली नाही तरीसुद्धा ते चमकतात. त्यांच्या हिरारूपी कौशल्याला पैलू पाडण्याचे काम जरी कोणी केले नाही तरीसुद्धा त्या स्वप्रयत्नातूनच स्वतःचे कौशल्य विकसित करतात व हिऱ्याप्रमाणे चमकतात. कुठलेही व्यावसायिक प्रशिक्षण न घेता, केवळ थोड्याश्या मार्गदर्शनाच्या साहाय्याने व जन्मजात कलागुण असल्यामुळे एखादी व्यक्ती उत्तमोत्तम शिल्पकृती बनवू शकते व शिल्पकलेतील प्रावीण्याबद्दल पद्मश्री या पुरस्काराने सन्मानित होते. यावर विश्वास बसणे अवघड आहे. संगमवरासारख्या माध्यमात मानवी आकृतीची, त्यांच्या हावभावांसह हुबेहूब शिल्पे बनवण्याचा हातखंडा असलेल्या श्रीमती मणिनारायण या आंध्र प्रदेशातील महिलेचा भारत सरकारने 'पद्मश्री' देऊन गौरव केला आहे. चित्रकार महिला अनेक आहेत. म्युरल, पेंटिंग्ज्, ग्लास पेंटिंग्ज् इ. मध्ये महिला पारंगत आहेत, पण संगमवरात शिल्पे निर्माण करणाऱ्या अगदी हाताच्या बोटांवर मोजता येणाऱ्या महिलांमध्ये मणिनारायण यांना मानाचे स्थान आहे.

वेगवेगळे विषय घेऊन त्या विषयावर आधारित शिल्पे बनवून त्यांनी आजपर्यंत १५ प्रदर्शने भरवली आहेत. १९७५ साली आंतरराष्ट्रीय महिला वर्षानिमित्त आयोजित प्रदर्शनात त्यांच्या 'जॅपनीज गर्ल' या लाकडी मूर्तीला प्रथम पारितोषिक मिळाले होते.

तेव्हापासून त्यांनी कधीच मागे वळून बघितले नाही. त्यांच्या 'अम्मा' या संगमरवरी शिल्पकृतीला बॉम्बे आर्ट सोसायटीचे पारितोषिक मिळाले. 'पझेशन' या त्यांच्या संगमरवरी शिल्पास आर्टिस्ट सेंटरचे पारितोषिक मिळाले. आंध्र विद्यापीठाने केवळ आंध्रीय कलाकारांच्या शिल्पकृतींचे प्रदर्शन भरवले होते, त्यात संगमरवरात ड्रेपरी पद्धतीने बनवलेल्या जिजाबाई (महाराष्ट्रीय स्त्री), रामदुलारी (उत्तरप्रदेशातील स्त्री) व धनी (बंगाली स्त्री) या तीन शिल्पांना आधुनिक संगमरवरी शिल्पकलेचे प्रथम पारितोषिक मिळाले. अनेक स्पर्धांमध्ये व प्रदर्शनांमध्ये सतत बक्षिसे मिळवणाऱ्या मणिनारायण यांना १९९१ साली पद्मश्री मिळाल्याने उच्चतम गौरव प्राप्त झाला.

मकराना मार्बल, अबूग्रीन मार्बल, बडोदा ग्रीन मार्बल, गुलाबी मार्बल, इटालियन मार्बल, ग्रे मार्बल इ. प्रकारच्या संगमरवराच्या दगडांमध्ये त्यांची शिल्पकला फुलली आहे. इटालियन मार्बलमध्ये ड्रेपरी पद्धतीने शिल्पे बनवण्यात त्यांचा हातखंडा आहे. ड्रेपरी पद्धतीत वेशभूषा व वस्त्रप्रावरणे यांना फार महत्त्व असते. ड्रेपरी पद्धतीत चेहऱ्यावरील हावभाव किंवा शरीराच्या अवयवांचे बारकावे न दाखवता केवळ बाह्यरेषांच्या साहाय्याने व वस्त्रप्रावरणातील चुण्यांच्या साहाय्याने शिल्पे बनवली जातात. अशाप्रकारे केवळ बाह्यांगावरून भावदर्शन घडवणे हे अतिशय अवघड काम, पण त्या ते सहज करतात. ड्रेपरी पद्धतीत परफेक्शन फार महत्त्वाचे. परफेक्शन असेल तरच जिवंतपणा येतो व परिणाम साधता येतो. ड्रेपरी पद्धतीत शिल्पे बनवण्याचे कौशल्य प्राप्त करण्यासाठी त्यांनी कुठलेही प्रशिक्षण घेतले नाही; पण विविध देशातील स्त्रियांच्या वेशभूषेचा अभ्यास केला, छायाचित्रे जमा केली, अनेक पुस्तके वाचून काढली. स्वतःची कला स्वतःच विकसित केली. प्रचंड कल्पनाशक्ती, सृजनशीलता, नवनिर्मितीचा ध्यास व अखंड मेहनतीची तयारी या गुणांमुळे मणिनारायण यांनी आजपर्यंत अनेक गणपती, धर्मस्थळे, देवदेवता, जगातील विविध देशांतील युवती, विविध रूपातील हनुमान, कृष्ण, शंकराच्या पिंडी, आई व मूल यांच्या विविध पोजमधील, विविध भाव व्यक्त करणाऱ्या व आई मुलाच्या प्रेमाचे हृदय दर्शन घडवणाऱ्या अनेक प्रकारच्या शिल्पकृती बनवल्यात.

त्यांच्या कल्पनाशक्तीची प्रचिती देणारी शिल्पे म्हणजे 'आई व मूल' या विषयावरील शिल्पे, पाठीवर मुलाला घेऊन काम करणारी आई, बाळाला मांडीवर घेऊन त्याच्याकडे कौतुकाने पाहणारी आई, लाडात आलेले मूल पाठीला बिलगल्याने पुढे झुकलेली व मान खाली गेलेली आई, दोन गुडघ्यात लपलेल्या बाळाकडे प्रेमाने पाहणारी आई इ. शिल्पात, आई व मुलांमधील प्रेमाची अनेक रूपे मोठ्या सफाईदारपणे उतरली आहेत.

अतिशय धार्मिक प्रवृत्तीच्या मणिनारायण यांनी शंकराच्या पिंडी, या पिंडीला वेगवेगळ्या पद्धतीने विळखा घातलेले नाग, पिंडीसमोरचा नंदी इ. विषयावर उत्कृष्ट व मनोहारी शिल्पे बनवलीत. संगमरवरात बनवलेले त्यांचे नंदीचे शिल्प अतिसुंदर आहे. त्याचे कान, बसलेल्या पोझमध्ये स्नायूंचे आकार, दुमडलेल्या पायांचे बारकावे, पाठीवरचा उंचवटा व शेपटी इ. त्यांनी हुबेहूब साकारलय. संगमरवरी दगडात अधूनमधून दिसणाऱ्या काळ्या रेषा त्या शिल्पात अधिकच नैसर्गिकता आणतात. शंकराच्या पिंडीला बिलगून बसलेला नाग 'नागेश्वर', शंकराच्या पिंडीला खालच्या बाजूला घट्ट वेटोळे देऊन पिंडीच्या वरच्या भागावर ताठ फणा उभारलेला, जबरदस्त व जिवंत वाटणारा नाग, 'महाकालेश्वर', पांढऱ्या शुभ्र संगमरवरात अमरनाथ येथील गुहेत तयार होणाऱ्या बर्फातील शिवलिंगाप्रमाणे बनवलेले 'अमरेश्वर', गुलाबी मकराना संगमरवरात बनवलेले शिवलिंग 'भुवनेश्वरी' इ. शिल्पकृती पाहून त्यांच्या शिल्पकलेतील प्रावीण्याची प्रचिती येते. त्यांचे 'सत्यम, शिवम्, सुंदरम्,' हे नाग व त्यावरचे त्रिशूळ असलेले शिल्प पाहिल्यावर कोणीही त्यांच्या कलेस दाद दिल्याशिवाय राहणार नाही. त्यातील त्रिशूळाची पाती अत्यंत कौशल्याने व काळजीपूर्वक बनवली आहेत.

रामलिंगेश्वर या शिल्पात त्यांनी दोन्ही हातात शिवलिंग घेऊन आराधना करणारा राम साकारलय. सीतेला लंकेतून रावणाच्या तावडीतून सोडवण्यास जाण्यापूर्वी रामेश्वर येथे रामाने शिवाची आराधना केली होती, अशी आख्यायिका आहे. तोच प्रसंग त्यांनी या शिल्पात साकारला आहे. रामाच्या पाठीवर रूळणारे मोकळे केस, दोन्ही हातांनी उचललेली पिंड इ.अतिशय सुबक आहे.

गर्ल सेरीजमध्ये त्यांनी भारतीय, मुस्लीम, जपानी, रशियन, इटालियन, स्पॅनिश, ब्रिटिश, अमेरिकन इ. मुलींची शिल्पे बनवली होती. हनुमान सिरीजमध्ये गरुडमुख, वराहमुख, सिंहमुख, कपिमुख, पंचमुख असे पाच हनुमान बनवले होते. धर्मस्थळ सिरिजमध्ये चर्च, मेरी विथ चाईल्ड, पियाटा, कॅथेड्रल, येशू ख्रिस्ताचे कुटुंब इ. शिल्पे बनवली. गणपतीची अनंत रूपे दर्शवणारी विविध पोजमधील ६०० पेक्षा जास्त शिल्पे बनवणाऱ्या मणिनारायण यांना अजूनही गणपतीची शिल्पे बनवण्याचा मोह आवरत नाही. लोडाला टेकून पहुडलेला गणपती, रांगणारा गणपती, मोठ्या आकारातला वरदराज, सुश्मायन हा अगदी छोटासा गणपती इ. त्यांच्या अनेक गणपतींनी आज अनेक लोकांच्या घरातील शोकेस सजल्यात.

मणिनारायण यांच्या शिल्पांचे वैशिष्ट्य म्हणजे त्यातील सुबकता, रेखीवपणा, जिवंतपणा व वैविध्य. कुठल्याही संगमरवरी दगडाचा आकार बघून त्यांना कल्पना

सुचतात व त्या कल्पना शिल्पात उतरवायला त्या सुरुवात करतात. कामाला सुरुवात करण्यापूर्वी त्यांना स्केचिंग, ड्राईंग किंवा मॉडेल बनवण्याची सुद्धा आवश्यकता वाटत नाही ; ही त्यांच्या प्रतिभेची साक्षच आहे. वयाची साठी ओलांडलेल्या मणिनारायण आजही छिन्नी व हातोडा घेऊन तासन्तास काम करत असतात. केस पूर्ण पांढरे झालेल्या, डोक्यावरून पदर घेतलेल्या, हातात छिन्नी व हातोडी घेऊन कामात दंग असणाऱ्या मणिनारायण यांना स्टुडिओत कोणी आले तरी पत्ता लागत नाही, एवढी त्यांची कामावरची निष्ठा व एकाग्रता पाहून थक्क व्हायला होते. शिल्पकृती बनवण्यासाठी त्या कोणत्याही कारागिराची मदत घेत नाहीत हे आणखी विशेष! पॉलिश सुद्धा स्वतःच करतात. अनेक बारकावे असलेल्या शिल्पातील कानेकोपरे पॉलिश करणे हे सुद्धा कौशल्याचेच काम आहे. त्यांच्या शिल्पकृती पॉलिश करून अगदी गुळगुळीत केलेल्या असतात. त्यामुळे एक–एक शिल्प बनवायला त्यांना २-३ महिने लागतात. केवढी चिकाटी आणि केवढे परिश्रम! दगडाच्या आकारानुसार मनातील शिल्प साकारणे, त्यात सुबकता आणणे, त्याला उत्तम पॉलिश करणे, त्याचा योग्य परिणाम साधणे याबाबत त्या फार काळजी घेतात. म्हणूनच त्यांची शिल्पे जिवंत वाटतात. आज परदेशात स्थायिक झालेल्या अनेक भारतीयांनी त्यांची शिल्पे आवडीने नेऊन स्वतःचे बंगले सजवलेत.

मूळच्या आंध्रनिवासी मणिनारायण लग्नानंतर मुंबईत आल्या. हातात कला होती, पण तिचा विकास आतापर्यंत झाला नव्हता. मणिनारायण यांच्या शिल्पकर्ती व्यवसायाला केवळ योगायोगाने सुरुवात झाली. रोमारोमात कला भरलेल्या मणिनारायण एक दिवस कुतूहल व कलेची आवड म्हणून मुंबईच्या जे.जे. स्कूल ऑफ आर्ट्समध्ये गेल्या. तेथे लाकूड कोरीवकाम विभागाने त्यांचे लक्ष वेधले. लाकडावरचे कोरीवकाम शिकावे असा त्यांचा विचार झाला व म्हणून त्यांनी जे.जे. स्कूल ऑफ आर्ट्सच्या लाकूड कोरीवकाम विभागाचे डीन श्री. शेट्टी यांची भेट घेतली, पण घोर निराशा झाली. कारण लाकूड कोरीवकाम विभागाला विद्यार्थ्यांची पसंती नसल्याने तो विभाग बंद करण्यात आला होता आणि श्री शेट्टी हे सुद्धा केवळ दोनच महिन्यांनी निवृत्त होणार होते ; पण मणिनारायण यांनी खूप विनंती केल्यावर श्री. शेट्टी यांनी त्यांना घरी येऊन लाकूड कोरीवकाम शिकवण्याचे ठरवले. सतत दोन वर्षे मणिनारायण लाकूड कोरीवकाम शिकल्या. चित्रकलेत पारंगत असल्याने लाकडावर कोरीवकाम करणे फारसे अवघड नव्हते. चंदनाच्या लाकडावर कोरीवकाम करून त्यांनी अनेक शोपीसेस व मोठ्या लाकडी मूर्ती बनवल्या व त्यांच्या 'जॅपनीज गेशा गर्ल' या लाकडी मूर्तीला प्रथम पारितोषिकही मिळाले.

लाकडावरील कोरीवकामात प्रावीण्य संपादन केल्यावर मग कोणतेही प्रशिक्षण न घेता संगमरवराच्या शिल्पकृतीकडे कशा काय वळलात? या माझ्या प्रश्नावर त्या उत्तरल्या, 'लाकडी कोरीवकामात हात बसल्यावर व एक पारितोषिक मिळाल्यावर आत्मविश्वास वाढला. कोरीवकामातील कौशल्य दाखवण्यास संगमरवरासारखे दुसरे माध्यम नाही. आपल्या भारतात तर तऱ्हेतऱ्हेचे संगमरवर मिळतात, त्यामुळे मी संगमरवराची शिल्पे बनवण्याचे ठरवले.

संगमरवरांच्या तुमच्या शिल्पात भरपूर वैविध्य व वेगळेपणा असूनही तुम्ही गणपतीच्या ६०० च्या वर मूर्ती का बनवल्यात? त्याच्यामागे काही विशेष कारण? त्यावर मणिनारायण म्हणाल्या, ''हा प्रश्न तुम्हाला पडणे साहजिकच आहे; पण लोकांचा असा समज आहे की, मणिनारायण यांनी बनवलेले गणपतीचे शिल्प आपल्या घरात किंवा ऑफिसमध्ये ठेवले की, घराची किंवा व्यवसायाची भरभराट होते त्यामुळे माझ्या गणपतीच्या शिल्पाला प्रचंड मागणी असते. केवळ योगायोगाने एखाद्याला तसा अनुभव आला असेल, पण माझा या गोष्टीवर विश्वास नाही.''

सतत कलेचा ध्यास घेतलेल्या व नवनिर्मितीची आवड असलेल्या मणिनारायण यांनी मध्यंतरी चांदीची शिल्पे सुद्धा बनवली. सोनाराकडे दागिन्यांची ऑर्डर द्यायला गेल्या असताना तेथील चांदीवर कोरीव काम केलेल्या वस्तू बघून त्यांनाही त्या बनवण्याचा मोह आवरता आला नाही. लगेच त्यांनी चांदी खरेदी करून, चांदीवर कोरीवकाम बनवण्यास आवश्यक साधने आणली. चांदी गरम करून त्यावर कलाकुसर करून त्यांनी देवादिकांच्या मूर्ती, झाडे, पाने, फुले इ. शिल्पे बनवली व लाकडाच्या पट्ट्यांना काळा रंग देऊन बेस म्हणून वापरून त्यावर ती शिल्पे उभी केली. त्यांची चांदीतील शिल्पे जरी छोटी असली तरी खूप सुबक आहेत; पण मुंबईत चांदी काळी पडत असल्याने त्याला फारशी मागणी नसल्याने त्यांनी चांदीची शिल्पे बनवण्याचा नाद सोडून दिला.

मणिनारायण यांची शिल्पकला मुलगा वराह व मुलगी वरश्री यांच्यातही उतरली आहे. या दोन्ही मुलांनी सुद्धा कुठलेही प्रशिक्षण घेतलेले नाही. वरश्री तर केवळ बी.ए. झाली पण एक दिवस हातात छिन्नी घेतली आणि शिल्पे बनवायला सुरुवात झाली. मुलगा वराह पेशाने वकील आहे पण वेळ मिळेल तेव्हा त्याच्याही हातून उत्तम शिल्पे साकारतात. दोघांनी शिल्पकृतीसाठी राज्य सरकारचे पारितोषिक मिळवलंय. वरश्री वाळूचा दगड, मेण अशा वेगळ्याच माध्यमात काम करतेय तर वराह मात्र आईप्रमाणे संगमरवरातच शिल्पे बनवतो.

आता वराह, वरश्री व मणिनारायण अशी तिघांची प्रदर्शनासाठी तयारी चालू आहे. तिघांनी बनवलेल्या शिल्पकृतीतील उत्कृष्ट शिल्पकृती त्यांनी विकलेल्या नाहीत. अशा मास्टरपीसनी त्यांची शोकेस सजलीय. ती शोकेस पाहून आपल्याला त्यांच्या दोन–तीन प्रदर्शनांना भेट दिल्याचा आनंद मिळतो.

सौ. सुनीता मेनन

फुलात रमणारी सुनीता

फुलांचे माणसाला अगदी अनादिकालापासून महत्त्व वाटत आले आहे. फुलांचे मनोहारी रंग, आकर्षक आकार, धुंदी आणणारा सुगंध व रूप निश्चितच माणसाला भुलवते. त्यामुळेच आपल्या प्रत्येक आनंदाच्याक्षणी फुलांची सजावट करून आपण वातावरणातील प्रसन्नता वाढवतो. टेबलावरचा फ्लॉवरपॉट असो, लग्नसमारंभाचे स्टेज असो, नववधूचा केशसंभार असो, लग्नाची वधू–वरांसाठी असलेली गाडी असो, एखादा धार्मिक वा सांस्कृतिक कार्यक्रम असो किंवा सणवार साजरीकरण असो फुले हवीतच! परदेशात तर फुलांच्या हंगामात 'रोझ परेड' असते तर हवाई बेटावरील महिला तर गळ्यात फुलांची माळ घालून फिरतात. त्याला त्या 'नेकलेस' म्हणतात. आजच्या पर्यावरण ऱ्हासाच्या काळात आपण निसर्गापासून दूर जात आहोत. त्यामुळेच सिमेंटच्या जंगलात राहत असताना आपल्याला फुलेच नव्हे तर झाडांचेही महत्त्व वाटू लागले आहे. त्यामुळेच ऑफिसात, घरी, शाळा, महाविद्यालयात सुद्धा कुंड्यांमध्ये झाडे ठेवून शोभा वाढवण्याकडे कल वाढला आहे. कारण हिरवा रंग व फुले आपल्या डोळ्यांना आनंद देतात व निसर्गाच्या सान्निध्यात असल्याची जाणीव करून देतात. त्यामुळेच झाडे, पाने, फुले यांचे महत्त्व वाढले आहे; पण सर्वांना वेळेअभावी व जागेअभावी झाडे वाढवणे, त्यांची निगा राखणे शक्य नसल्याने आता कृत्रिम झाडे, कृत्रिम फुलांचे फ्लॉवरपॉट ठेवण्याकडे लोकांचा कल वाढला आहे. तसेच आज जाहिरातींच्या युगात दूरदर्शनसाठी ज्या जाहिराती बनवल्या जातात त्यासाठी गुलाब, जाई, जुई, सूर्यफूल इ.

फुलांचा वापर करून जाहिरात आकर्षक बनवण्याचा प्रयत्न असतो. अशा जाहिरातीचे शूटिंग करण्यासाठी सर्व तंत्रज्ञांना फुलांच्या शेतात नेणे आर्थिकदृष्ट्या परवडणारे नसते, तसेच खरी फुले खूप महाग पडतात व झटकन् कोमेजतात, शूटिंग लांबल्यास त्यांचा उपयोग करता येत नाही; त्यामुळे जाहिरातींच्या फिल्म्स् बनवणाऱ्या निर्मात्यांना पण कृत्रिम फुले, पाने, झाडे यांचा वापर करणे परवडते.

आजची काळाची गरज ओळखून, सुनीता नागपाल मेनन या मुंबईच्या महिलेने कृत्रिम फुले, झाडे, वृक्ष इ. बनवण्याचा व्यवसाय सुरू केलाय. भारतातील किंवा परदेशातील कोणतेही फूल सुनीताला दाखवले तर ती हुबेहूब कृत्रिम फूल बनवून देते. तिला जवळजवळ २००० प्रकारची कृत्रिम फुले बनवता येतात. कृत्रिम फुलांचा वापर करून बनवलेल्या पुष्परचना, कृत्रिम झाडांच्या कुंड्या, कृत्रिम झाडे इ. तिने तिच्या 'टेम्पल ऑफ फ्लॉवर्स' या दुकानात विक्रीसाठी ठेवली आहेत.

हल्लीच नागपूर विमानतळाचे नूतनीकरण व सुशोभीकरण करण्यात आले; तेथे विमानतळाच्या आत कृत्रिम झाडांच्या कुंड्या; तसेच मोठी झाडे ठेवून शोभा वाढवली आहे ती सुनीतानेच तयार केलेल्या झाडांमुळे. तिने मुंबईच्या क्रॉसवर्ल्डच्या इमारतीत ३० फूट उंचीचे बांबूचे झाड बनवून दिलं आहे, तर लोअर परेलच्या एका हॉटेलमध्ये २५ फूट उंचीचे झाड बनवून दिले. आता दूरदर्शनवर दिसणाऱ्या गार्डन कंपनीच्या साडीच्या जाहिरातीसाठी निळी, तपकिरी, पिवळी, पांढरी, जांभळी इ. अनेक रंगात लिलीची फुले बनवून दिली आहेत. लॅक्मे कंपनीला तर डिसेंबर २००७ मध्ये एक नवीन प्रॉडक्ट मोठमोठ्या मॉल्समध्ये लाँच करायचे होते. ते प्रॉडक्ट लाँच करताना त्याच्या आजूबाजूला डेकोरेशनसाठी फुलांच्या पाकळ्या ठेवायच्या होत्या. त्यासाठी झेंडू, लिली इ. च्या ३००० पेक्षा जास्त फुलांच्या पाकळ्या सुनीताने बनवून दिल्या. त्या पाकळ्यांचा गालिचा बनवून त्यावर त्यांनी नवीन प्रॉडक्ट लाँच केले होते. काही फुले तर तिने अगदी २ सें.मी. ची सुद्धा बनवली आहेत. बरेच लोक इंटरनेटवरून फुलांचे फोटो डाऊनलोड करतात आणि फुलांची ऑर्डर देतात. प्रत्येक ऑर्डर हे सुनीतासाठी नवे आव्हान असते, व आत्मविश्वासामुळे ती ते आव्हान लीलया पेलते.

कृत्रिम फुलांचा पुरवठा भारतभर करणाऱ्या सुनीताने मात्र कधीही कोणता क्लास लावला नाही. स्वशिक्षणातूनच तिने ही कला केवळ अवगत केली नाही तर त्यात प्रावीण्यही मिळवले. यावर विश्वास बसत नाही. मुंबईत जन्मलेल्या सुनीताने बांद्र्याच्या एम.एम.के. महाविद्यालयातून ग्रॅज्युएशन केले; पण लहानपणापासूनच तिला कागदाची फुले बनवण्याची आवड होती. मोठेपणी तिने अनेक भारतीय व परदेशी फुलांवरील

पुस्तकांचे वाचन केले. वेगवेगळी फुले विकत आणायची, त्याच्या पाकळ्या व इतर भाग अलगद वेगळे करायचे, त्याचा अभ्यास करायचा व हुबेहूब तसेच कागदी फूल बनविल्याशिवाय झोपायचे नाही असा तिचा उद्योग चालू असे. अशाप्रकारे, हळूहळू ती स्वशिक्षणातूनच बाजारात मिळणारी सर्व फुले बनवायला शिकली. फुले बनवण्याच्या आत्मविश्वासामुळे तिने कृत्रिम फुले शिकवण्याचे क्लासेस सुरू केले व कृत्रिम फुले व झाडे विकण्यासाठी 'टेम्पल ऑफ फ्लॉवर्स' या नावाने दुकान उघडले.

तिच्या क्लासमध्ये शिकायला येणाऱ्या एका मुलीकडून योगायोगाने तिला पहिली ऑर्डर मिळाली आणि त्यानंतर तिला मागे वळून बघायला सवडच नव्हती. तिच्या क्लासमध्ये शिकणारी एक मुलगी जाहिरातींच्या फिल्म्स बनवणाऱ्या कंपनीकडे काम करत होती. जाहिरात कंपन्यांना वेगवेगळी फुले मोठ्या प्रमाणात लागतात व ताजी फुले परवडत नसल्याने ते कृत्रिम फुलांचाच वापर करतात, हे त्या मुलीला माहीत होते. तिने सुनीताला तिचे कागदी सूर्यफूल जाहिरात फिल्म बनवणाऱ्या कंपनीच्या मॅनेजरला दाखवायला सांगितले. त्यावेळी सुनीता स्वतःचे क्लासेस व दुकानातील विक्री यातच संतुष्ट होती. या छोट्याशा व्यवसायाचे भारतभरच्या व्यवसायात रूपांतर होणार याची तिला पुसटशी कल्पनाही नव्हती. त्या मुलीच्या आग्रहाखातर ती त्या कंपनीच्या मालकांना सूर्यफूल दाखवायला गेली आणि ४००० सूर्यफुलांची ऑर्डरच घेऊन आली. सुनीताला आजही तो क्षण आठवतो. माझा तर माझ्या कानांवर विश्वासच बसेना. पहिलीच एवढी मोठी व्यावसायिक ऑर्डर. एवढ्या मोठ्या संख्येने फुले बनवायला माझ्याकडे जागा तरी कोठे होती? पुढचे सगळे चित्र दिसायला लागले; पण ऑर्डर घेतलीय आणि ती पुरी तर करायलाच हवी या निश्चयाने कामाला लागले''.

'फ्लोरा' या खाद्यतेलाच्या जाहिरातीसाठी ४००० सूर्यफुले बनवता बनवता घराला जणू कारखान्याचेच स्वरूप आले होते. चार हजार फुले बनवण्यासाठी तिला दोन लाख पाकळ्या व ४२,००० पाने बनवायची होती. पाकळ्या व पाने अगदी बरोबर आकारात कापायची व चिटकवून फुलं बनवायची. ४००० तारा कापून त्यांना हिरवा कागद गुंडाळून दांडे बनवायचे, त्यांना पाने लावायची. नुकतीच तयार झालेली फुले सुकायला ठेवावी लागतात, ती एकावर एक ठेवूच शकत नाही. सुनीताच्या घरात तर पाय ठेवायलासुद्धा जागा नव्हती, सुकवायची तर बात दूरच. एका विद्यार्थीनीच्या आईने तिच्या घरातला पसारा बघितला व स्वतःचा रिकामा फ्लॅट तिला तात्पुरता वापरायला दिला. आता सुनीताच्या कामाला चांगलाच वेग आला. त्या फ्लॅटमध्ये तिने नॉयलॉनच्या दोऱ्या बांधल्या व त्या दोऱ्यांवर फुले सुकायला ठेवली. अहोरात्र काम करून क्लासला

येणाऱ्या विद्यार्थिनींच्या मदतीने तिने ते काम वेळेच्या आतच पूर्ण केले. हे सर्व ऐकल्यावर 'प्रतिभेचे पोषण उद्यमशीलतेने होते', या सिसेरोच्या वाक्याची प्रचिती आली. सुनीताने ४००० अतिशय सुबक व मनोहारी फुले जेव्हा त्या कंपनीला पोहचविली तेव्हा सर्वजण थक्कच झाले. त्या फुलांच्या साहाय्याने त्यांनी सूर्यफुलांची बाग उभारली व जाहिरातीचे शूटिंग केले. ती फुले कृत्रिम असतील अशी पुसटशी शंकासुद्धा ती जाहिरात बघणाऱ्यांना आली नसेल, इतकी हुबेहूब फुले बनवली होती.

फुले बनवल्यानंतर तिच्याकडे जाहिरातीची फिल्म बनवणाऱ्या लोकांची रांगच लागली. त्यानंतर तिने 'फेमिना लुक फॉर द इयर' साठी पॉपीचे झाड, लिरिलच्या जाहिरातीसाठी कृत्रिम लिंबे, यार्डले परफ्युमच्या जाहिरातीसाठी लिलीची फुले, एल.आय.सी च्या जाहिरातीसाठी मोठमोठी कमळे, जय साबणाच्या जाहिरातीसाठी जाई-जुईची नाजूक फुले, याशिवाय ब्रह्मपुत्र चहा, लॅक्मे मॉईश्चरायझर, गोदरेज टोमॅटो प्युरी इ. साठी झाडे, पाने, फुले, वेली इ. बनवून दिली आहेत.

फुले बनवण्यात हातखंडा असल्याने तिने स्वतः बनवलेल्या कृत्रिम फुलांच्या पुष्परचना व झाडांची आजपर्यंत तीस प्रदर्शने भरवली आहेत. विशेष कौतुकाची बाब म्हणजे महाराष्ट्र राज्य हस्तकला मंडळ व उद्योग संचालनालयातर्फे आयोजित हस्तकला स्पर्धेत १९८६ ते १९८९ असे सलग चार वर्षं तिने कापडी फुले बनवणे व संकीर्ण हस्तकला यात राज्यस्तरीय बक्षिसे मिळवली. संकीर्ण हस्तकलेत तिने डांबर गरम करून त्यातून निघणाऱ्या बारीक तारेच्या साहाय्याने नाजूक व मनोहारी डिझाईन अगदी कौशल्याने बनवले होते. सतत चार वर्षे बक्षीस मिळाल्यावर इतरांना संधी मिळायला हवी या उदात्त विचाराने तिने पुढील वर्षापासून राज्य हस्तकला मंडळाच्या हस्तकला स्पर्धेत भाग न घेण्याचे ठरवले.

फुले बनवता बनवता हळूहळू कृत्रिम छोटी झाडे, झुडूपे बनवायला सुरुवात केली. पूर्वी लिरिल साबणाच्या जाहिरातीत धबधब्याच्या बाजूला अनेक छोटी झुडूपे बघायला मिळत, ती सर्व सुनीतानेच बनवली होती. एक दिवस तिला एका उद्घाटन समारंभासाठी १८ फूट उंचीच्या झाडाची ऑर्डर मिळाली आणि सुनीताच्या प्रॉडक्टमध्ये आता झाडाची भर पडली. ते झाड तिने अतिशय कल्पकतेने हुबेहूब बनवले. एवढ्या उंचीचे झाड बनवायला शिडीवर उभे राहून काम करावे लागले. एका पातळ नैसर्गिक फांदीला लाकडाच्या फळ्या लावून जाड बुंधा तयार केला; पण तो नैसर्गिक वाटावा म्हणून त्याला ओबडधोबड बनवला, त्याचे जोड दिसू नये म्हणून त्याला पॉलिश केले, ते पॉलिशही नैसर्गिक वाटावे असेच केले. ऑरेंज स्क्वॅशच्या जाहिरातीसाठी तिला संत्र्याचे

झाड बनवायची ऑर्डर मिळाली, झाड तर तयार झाले पण ते कोलकात्याला शूटिंगसाठी पाठवायचे काम जिकिरीचे होते. ट्रकमध्ये तिची माणसे ते झाड घेऊन कोलकात्याला गेली.

ही सर्व कृत्रिम झाडे, पाने, फुले इ. बनवण्यासाठी जंगलातली वाळलेली झाडे, फांद्या व बिया, रानटी फुले, गवत इ. चा ती उपयोग करते. जंगलातून हे सर्व गोळा करण्यासाठी तिने माणसे ठेवलेली आहेत. वेगवेगळ्या आकाराच्या व डिझाईन्सच्या पॉटमध्ये पुष्परचना करावी लागते. त्यासाठी तिने कुंभार ठेवलेत. त्याशिवाय रंग देण्यासाठी रंगारी, लाकडाचे तुकडे व जुन्या फांद्या जोडण्यासाठी सुतारही तिच्याकडे आहेत. आता तिच्या कामाची खूप प्रसिद्धी झालीय, त्यामुळे अनेक इंटिरिअर डेकोरेटर तिच्या दुकानात येऊन फुले, झाडे निवडतात व ऑर्डर देतात. उद्घाटन कार्यक्रम, लग्नाची सजावट, वाढदिवस व प्रदर्शने इ. च्या सजावटीची ऑर्डर मिळते. तिने बनवलेल्या मुंडावळ्या व हार तर परदेशात पोहचलेत. गौरी व गणपतीच्या दिवसात लोक तऱ्हेतऱ्हेचे हार बनवून नेतात. मध्यंतरी हेमामालिनीच्या 'दुर्गा' या नृत्यनाटिकेसाठी सुनीताने अनेक गजरे व माळा बनवून दिल्या.

आता सुनीताने जाहिरात कंपन्यांना माल पुरवण्याचे काम कमी केलय. पण आता मोठमोठ्या कंपन्या आणि मोठमोठे हाऊसिंग प्रोजेक्ट्स, पंचतारांकित हॉटेल्स्, हॉस्पिटल्स्, विमानतळ इ. ठिकाणी डेकोरेशन्ससाठी झाडे, पाने, फुले पुरवण्यावर तिचा भर आहे. पूर्वी सुनीता क्लायंटबरोबर बसून चर्चा करून ऑर्डर घेत असे, आज मात्र सुनीताला लोक कुठे झाडे ठेवायची, कुंड्या ठेवायच्या याचे पूर्ण स्वातंत्र्य देतात व तिला संपूर्ण प्रोजेक्टची ऑर्डर देऊन मोकळे होतात. त्यामुळे प्रत्येक प्रोजेक्टवर वेगळे काय या विचारात ती असते व त्यामुळे नवनिर्मितीचा आनंद मिळतो.

कोणतेही प्रशिक्षण न घेता केवळ कल्पनाशक्ती, मेहनत, निरीक्षणक्षमता व आत्मविश्वास या गुणांच्या जोरावर आपल्या लहानपणीच्या छंदाचे एवढ्या मोठ्या व्यवसायात रूपांतर करणाऱ्या सुनीताचे उदाहरण अनेक महिलांना स्फूर्तीदायी ठरेल.

❖❖❖

कमल कवाद

मासे निर्यातीचे अनोखे क्षेत्र

मासे खरेदी किंवा विक्री व्यवहार म्हटला की, आपल्या डोळ्यांसमोर दिसतात त्या कोळीणी. पुरुषांनी मासे पकडून आणायचे व स्त्रियांनी त्याची नंतरची निगराणी, विक्री सर्व काही करायचे ही त्यांच्या समाजातली कामाची विभागणी. स्त्रियांनी ते मासे बाजारात विकायचे. सर्व विकून नाही झाले तर बर्फात ठेवायचे व संध्याकाळी विकायचे, संध्याकाळी पण विकून उरले तर ते खायचे, वाळवायचे, साठवायचे व विकायचे इ. सर्व जबाबदारी कोळिणींची. या सर्व कामात कोळिणी तरबेज असतात व ही कामे त्या उत्साहाने करतात– तरीसुद्धा मासे निर्यातीच्या क्षेत्रात मात्र पुरुषांचींच मक्तेदारी असते. ही वस्तुस्थिती असताना सुद्धा मासे निर्यातीचा व्यवसाय त्यातील धोक्यांचा विचार न करता बिनधास्तपणे एका शेतकऱ्याच्या मुलीने स्वीकारावा हे एक धाडसाचे पाऊल होते.

अहमदनगर जिल्ह्यातील, पारनेर तालुक्यातील शेतकरी कुटुंबात जन्मलेल्या कमल कवाद यांनी म.के.वा. 'कवाद फिशरीज कंपनी' सुरू करून, निर्यात कंपनीला विविध प्रकारचे मासे पुरवण्याचा व्यवसाय १९९३ सालापासून सुरू केला आहे. आता त्यांची गुजरातमधील कच्छमध्ये शाखा आहे. आज त्या ताज्या माशांची घरोघरी डिलीव्हरी करतात. त्यांचा या व्यवसायात चांगलाच जम बसलाय. हा व्यवसाय सुरू केल्यावर केवळ पाचच वर्षांत त्यांच्या या व्यवसायातील यशाची पावती म्हणजे महाराष्ट्र चेंबर ऑफ कॉमर्सच्या महिला विभागातर्फे, 'कै. प्रभाकर ढमढेरे व्यापार पारितोषिक' देऊन त्यांना गौरवले गेले. त्यानंतर त्यांना 'प्रियदर्शनी पुरस्कारही' मिळाला.

कमलताईच्या घरची खूप शेतीवाडी होती. त्या काळी कुटुंबातील प्रत्येक व्यक्ती शेतात राबत असे. शेतात खुरपणी, पेरणी, लावणी, नांगरणी, कापणी इ. कामात त्या हुशार झाल्या. डोक्यावरून पाणी आणायचे, गोठा साफ करायचा, शेणाने अंगण आणि घर सारवायचे, कुडाच्या भिंती लिंपायच्या, गुराखी न आल्यास गुरे चरायला न्यायची इ. कामे त्या दिवसभर करत. वेळ मिळाला तर शाळेत जायचे. मुलींच्या शिक्षणाचे महत्त्व असण्यासारखे वातावरण तरी घरात कुठे होते? एवढे अंगमेहनतीचे काम केल्यावर जेवण झाले की पेंग यायची. काय अभ्यास करणार, त्यामुळे कमलताईंचे शिक्षण केवळ सातवीपर्यंत कसेबसे झाले.

एकुलत्या एक लेकीचे वडिलांनी लहान वयातच चांगला मुलगा बघून लग्न करून दिले. त्यांच्या पतीचा निर्यात कंपनीला मासे पुरवण्याचा व्यवसाय असल्याने त्यांना लग्नानंतर मुंबईत कुलाब्याला राहायला जावे लागले. कुठे पारनेर आणि कुठे मुंबई! मुंबईची छानछौकी दुनिया बघून कमलताई हरखून गेल्या. त्या काळात निर्यात कंपनीला मासे पुरवणारी मोजकीच मंडळी होती, स्पर्धा कमी होती; त्यामुळे त्यांच्या पतीचा व्यवसाय उत्तमरित्या चालू होता. आर्थिक स्थैर्य होते. मुलगी सुखवस्तू घरी पडली म्हणून आई–वडील आनंदात होते. कमलताई पण खूष होत्या. सर्वत्र आनंदी आनंद होता. इतक्या सुखमय वातावरणात त्यांच्या संसारवेलीवर एक मुलगा व एका मुलीच्या रूपाने दोन फुले उमलली होती. कमलताईंना तर स्वर्ग दोन बोटे उरला होता; पण त्यांच्या सुखी संसाराला नियतीचे गालबोट लागलेच! कमलताईंच्या पतीला गंभीर आजार झाला. अनेक डॉक्टरांचे उपचार झाले, पण व्यर्थ! नियतीपुढे त्यांना हतबल व्हावे लागले व अगदी तारुण्यातच वैधव्याचे दुःख वाट्याला आले. माहेरी एकुलती एक मुलगी असल्याने कोडकौतुकाने वाढलेल्या कमलताईंना दुःख कधीच माहीत नव्हते पण आता मात्र त्यांना दुःखाचीच केवळ साथ उरली होती.

शिक्षण अवघे सातवीपर्यंत झालेले त्यामुळे नोकरीची आशा नव्हती. मुलगा पाच वर्षांचा तर मुलगी तीन वर्षांची होती. पतीचा व्यवसाय चालू ठेवावा तर त्यातले काहीच माहीत नव्हते व मुलेही लहान होती. सासरच्या नातेवाईकांचा आधार नव्हता. अशा परिस्थितीत एखादी स्त्री खचली असती, रडत नशिबाला दोष देत बसली असती; पण कमलताई धीराच्या! दोन मुलांना वाढवायचे तर असे हात, पाय गाळून चालणार नाही. हे त्यांना उमगले व त्यांनी कंबर कसली. धंद्यासाठी त्यांच्याकडे एक ट्रक होता, तो त्यांनी भाड्याने दिला. शिवणकाम शिकल्या व ती कामे घेऊ लागल्या, मराठी विषयाच्या शिकवण्या घेऊ लागल्या. फावल्या वेळात कोळंबीचे लोणचे बनवून विकू लागल्या. दिवसांचे सगळे तास मेहनत करून संसाराचा गाडा ओढू लागल्या. मुले शाळेत जाऊ

लागली व इंग्रजी माध्यमाच्या शाळेतल्या मुलांचा अभ्यास घेणे कमलताईंना जमेना! पण तिथे त्यांनी हार मानली नाही. इंग्रजी भाषा शिकण्याचा क्लास लावला; त्याचा त्यांना पुढे व्यवसाय करताना खूपच उपयोग झाला. त्या शाळेत असताना शाळांमध्ये आठवीपासून इंग्रजी विषय असे, त्यामुळे इंग्रजीचा तर त्यांना गंधही नव्हता, पण क्लास केल्याने त्या मुलांचा थोडा अभ्यास घेऊ लागल्या व मुंबईत कुलाब्यात वावरताना इंग्रजी न येण्यामुळे आलेला न्यूनगंडही दूर झाला. त्यांच्या व्यक्तिमत्त्वात फरक पडला. आत्मविश्वास वाढला. काहीतरी व्यवसाय करायचा विचार डोक्यात घोळू लागला.

मुलांचे शालेय शिक्षण संपल्यावर मुलांसाठी द्यावा लागणारा वेळ वाचू लागला, मुले स्वावलंबी बनली. स्वतःचा अभ्यास करू लागली. कमलताईंना रिकामपण लाभले; काय करावे? यावर विचार करता करता पतीचाच व्यवसाय पुन्हा सुरू करावा असे त्यांनी ठरवले. एकदा ठरले की, पुन्हा मागे वळून बघायचे नाही तर झोकून द्यायचे हा त्यांचा स्वभाव. त्यामुळे त्यांनी जोमाने तयारी सुरू केली. पती ज्या निर्यात कंपनीला मासे पुरवत होते, त्यांना फोन करून माल पुरवण्याबाबत विचारले आणि अपेक्षित असा प्रतिसाद मिळाला; पण भांडवलाचा 'यक्षप्रश्न' उभा होता. त्यासाठी त्यांनी नातेवाईक मित्र–मैत्रिणी यांच्याशी चर्चा सुरू केली. नातेवाईकांनी प्रोत्साहन तर सोडाच पण नावेच ठेवायला सुरुवात केली. मुले मोठी झाली, आता या विधवेला कशाला हवा हा उद्योग? अशाप्रकारची टिकाही झाली; पण त्यांच्या मैत्रिणींनी मदतीचा हात दिला, भांडवल उभे राहिले. या व्यवसायात, आधी मासे खरेदी करावे लागतात आणि नंतर निर्यात कंपनीला पुरवावे लागतात व मासे खरेदीसाठी पैसे रोख हवेत.

कमलताईंनी या व्यवसायात उडी घेतली खरी, पण त्यातील अडचणी मात्र त्या व्यवसायात पडल्यावर जाणवू लागल्या. या व्यवसायात दलाल असतात व भरपूर स्पर्धा असल्याने प्रत्येकजण दलालाला पटवायला बघतो, त्यासाठी दारूच्या पार्ट्या करतात, पण हे सगळे कमलताईंना एक स्त्री म्हणून शक्य नव्हते; पण त्यांच्या माणुसकीच्या ओलाव्याने त्यांनी लोकांची मने जिंकली. दलाल आजारी पडले, अपघात झाला तर त्यांना आर्थिक मदत करून, बोटींची डागडुजी निघाल्यास पैसे उधार देऊन. सर्वांचे पैसे वेळच्यावेळी देऊन सर्वांना त्यांनी खूष ठेवले. काही पुरुष, मिळालेले पैसे दुसरीकडे गुंतवतात व देणी ठेवतात; पण कमलताईंच्या तत्पर पैसे वाटण्याच्या पद्धतीमुळे त्यांना सर्वांचेच सहकार्य मिळाले.

हा व्यवसाय कसा चालतो? या माझ्या प्रश्नावर कमलताई झटकन् उत्तरल्या ''आम्ही सर्व माल ससून डॉकलाच घेतो. तेथे मासे पकडायला गेलेल्या बोटी पहाटे–पहाटे किनाऱ्याला येतात. या बोटीतला माल प्रथम स्थानिक विक्रेते विकत घेतात.

त्यानंतर निर्यात कंपनीला माल पुरवणाऱ्या लोकांचा व्यवहार सुरू होतो. बोटीतून एक टोपली माल काढतात, त्याचे वजन करतात व एका किलोत किती माल बसतो. ते बघून कंपनीने ठरवून दिलेल्या भावाप्रमाणे मालाची खरेदी करावी लागते. भाव ठरवण्यापुरते दलाल व कंपनीवाले यांचा सहभाग असतो; पण बोटीतला माल भेसळीचा आहे की, एकसारखा आहे, कोळंबीचा आकार लहान मोठा आहे की, सारखा आहे, बर्फ बरोबर ठेवला आहे किंवा नाही इ. ची जातीने खात्री करून घ्यावी लागते. एकदा समुद्रात गेलेल्या बोटी ४–५ दिवसांनी येत असल्याने बर्फाचा योग्य वापर न केल्यास माल काळा पडतो, खराब होतो, त्याचीसुद्धा तपासणी करावीच लागते. हे सर्व उभे राहून बघून घेण्यासाठी नजर तयार असावीच लागते. त्यानंतर तो माल साफ करून, सोलून, बर्फात नीट रचून मग निर्यात करणाऱ्या कंपनीला पुरवावा लागतो. कमलताई तर सुरुवातीला ५०० किलो माल घेत, त्यानंतर १,२,३ टनांपासून १० टनांपर्यंत त्यांची मजल गेली होती.

एवढे १० टन मासे साफ करायचे व सोलायचे तर त्याला भरपूर जागा हवी. त्यांना निर्यात कंपनीने ससून डॉकजवळ एक गोडाऊन दिले होते. त्या गोडाऊनपर्यंत एवढा माल वाहून नेणे हे सुद्धा कठीण काम होते. सुरवातीला ट्रकमध्ये माल भरणे व ट्रकमधून गोडाऊनपर्यंत पोहचवणे ही कामे हातगाडीवाल्यांच्या मदतीने त्या करून घेत, पण नंतर ट्रक अगदी धक्क्यापर्यंत व गोडाऊनच्या दारापर्यंत पोहचू लागल्याने त्यांचे काम सोपे झाले व वेळही वाचू लागला. कोळंबी व बांगडे साफ करणे, माकुलची वरची टरफले काढून काळा भाग काढून साफ करणे, सुरमई व इतरही माशांची पोटे कापून साफ करणे, लहान आकाराची कोळंबी बाजूला काढून तिला मीठ लावून ठेवणे, सर्व माल साफ झाल्यावर बर्फ लावून टबात मांडणे इ. कामे करण्यासाठी त्यांच्याकडे २५–३० बायका आहेत. ते टब निर्यात केलेल्या कंपनीत पोहचवून त्यांचे वजन करून काम संपत नाही. वजन करण्यापूर्वी माल पारखून घेतला जातो कधीतरी ट्रॅफिकच्या अडचणीमुळे थोडासा माल खराब झाला तर तो 'प्रो रेटा' पद्धतीने म्हणजे एक किलोत एवढा माल खराब तर एकूण किलोत किती माल खराब, असा हिशोब करून पैसे कापले जातात.

कमलताई सांगतात, ''नाशवंत मालाचा व्यवसाय म्हणजे सतत टांगती तलवार. कधी कामगार बर्फ व्यवस्थित लावत नाहीत, कधी ड्रायव्हर वेळेत येत नाहीत, माल घेऊन जाणाऱ्या ट्रकला कधी अपघात होतो, कधी गाडीत बिघाड होतो, कधी टायर पंक्चर तर कधी ट्रॅफिक जाम, त्यामुळे माल कंपनीत पोहचवून चलन हातात मिळाल्याचा फोन येईपर्यंत सारखी धाकधूक असते. कधीकधी भरपूर माल येतो, जोरदार खरेदी होते, पण माल जास्त आल्यावर किमती उतरल्याने साफ करण्याचे काम करणाऱ्या

बायकाच दोन–चार टोपल्या विकत घेतात आणि किरकोळीने विकतात. अशा वेळी, नेहमीच्या कामगार महिला नाही आल्या तर नवीन बायकांना जास्त पैसे देऊन त्या दिवशीच काम करून घ्यावेच लागते, अन्यथा माल खराब होतो.'' तसा हा धंदा जिकिरीचा म्हणून महिला या निर्यात कंपनीला माल पुरवायच्या क्षेत्रात उतरत नाहीत, पण लहाणपणी रानावनात, शेतात काम केल्याने व आयुष्याचा सामना एकटीनेच केल्याने त्यांच्यात धैर्य आले असावे.

आता, निर्यात कंपन्यांना माल पुरवणारे खूप लोक या क्षेत्रात आहेत व मंदीमुळे कंपन्या वेळेत पैसे देत नाहीत. तसेच गेल्यावर्षी मुंबईत मराठी व अमराठी अशा वादानंतर, बरेच भैय्ये लोक उत्तर प्रदेशात निघून गेल्याने कामगारांची टंचाई भासू लागली आहे. या बदलत्या परिस्थितीशी जुळवून घेण्यासाठी कमलताईंनी निर्यात कंपनीला माल पुरवण्याऐवजी मोठमोठ्या मॉलमध्ये माल पुरवायला सुरुवात केली. तेथील अनुभवही चांगला नव्हता. मॉलमध्ये घेताना माल चेक करून घेतात व दोन–तीन दिवसांनी न खपल्यास परत करतात. तो शिळा माल कोण घेणार? त्यामुळे मॉलमध्ये पुरवठा करण्यापेक्षा आता घरोघरी होम डिलीव्हरी का करू नये? हा विचार त्यांच्या मनात आला. आता त्या गेल्या वर्षापासून सर्व प्रकारचे मासे विकत घेतात, पण ते निर्यात कंपनीला न पाठवता ऑर्डरप्रमाणे 'होम डिलीव्हरी' करतात. त्यांच्या मैत्रिणी खूप आहेत. त्याशिवाय त्यांनी विविध माशांची रंगीत चित्रे व नावाची कॅप्शन्स असलेली २०,००० माहितीपत्रके घरोघरी वाटली; त्यामुळे त्यांना कुलाबा, नेपियन सी रोड व वरळी या उच्चभ्रू लोकांच्या वस्तीत उत्तम प्रतिसाद मिळाला. मासे खरेदी करून ते साफ करून, कापून घेतात. त्यानंतर थर्माकोलच्या प्लेटमध्ये वर्खाचा कागद लावून पॅक करतात. होम डिलीव्हरीसाठी त्यांनी मुले कामाला ठेवली आहेत. जरा लांबची मागणी आली तर मासे पाठवण्यासाठी त्यांनी 'आईस बॉक्स' विकत घेतलेत, त्यात पाठवतात. फोनवर एक दिवस आधी ऑर्डर घेऊन त्यांच्या अंदाजानेच त्या खरेदी करतात व थोडा जास्तीचा माल ठेवतात, अचानक ऑर्डर आल्यास पुरवतात व ऑर्डर नाही मिळाली तर संध्याकाळी कोळिणीला विकून टाकतात. फोनवरून ऑर्डर घेताना त्यांची करमणूक पण होते. बायकांना फारसे माशांचे प्रकार माहीत नसले तर त्या कमलताईंना त्याची रेसिपी सुद्धा विचारतात, कोणी कोणी मासे ताजे असतील का? या मुद्यावर वाद घालतात.

त्यांनी त्यांच्या कंपनीची कच्छला एक शाखा उघडली. तेथे लॉब्स्टर येतात, त्या ते निर्यात करणाऱ्या कंपनीला पुरवतात. त्याशिवाय रत्नागिरी, श्रीवर्धन, विशाखापट्टणम्, गुजरातमधूनही माल येतो. तो माल त्या विकत घेतात व लिलाव करून लगेच विकूनही टाकतात. निर्यात कंपनीला माल पुरवण्याचे आता बंद केल्याने त्यांच्या कामाचा व्याप

थोडा कमी झालाय ; पण कमी कष्टातही त्या आता चांगला व्यवसाय करत आहेत, ते त्यांच्या अनुभवाच्या शिदोरीमुळेच.

पती निधनानंतर स्वतःला त्या धक्क्यातून सावरून मुलांना शिक्षण देऊन, स्वतःच्या हिमतीवर व्यवसाय सुरू करून, आजही त्या नेटाने सांभाळताहेत ; हे सर्व महिलांसाठी स्पृहणीय आहे. मुलाने या व्यवसायात लक्ष घालावे असे त्यांना वाटे, पण मुलाने खेळाचे सामान बनवून पुरवण्याचा व्यवसाय सुरू केला, सून डायटिशियन असल्याने तिचे क्षेत्र वेगळे आहे. मार्केटमध्ये मंदी आली, कॅश फ्लो कमी झाला, कामगारांचा प्रश्न भेडसावू लागला ; पण कमलताई नाऊमेद झाल्या नाहीत, त्यातूनही त्या मार्ग काढत गेल्या. त्या त्यांचे आयुष्य जसे पुढे येईल तसे स्वीकारण्याच्या वृत्तीमुळे, म्हणूनच आजही त्यांचा व्यवसाय नव्या जोमाने चालू आहे.

रजनी पंडित

ही तर सबला

मुंबईसारख्या अफाट लोकवस्तीच्या, विविध जाति-धर्मांचे लोक असलेल्या शहरात फसवाफसवी, गुन्हेगारी, व्यसनाधीनता, लुबाडणूक इ.प्रकार जागोजागी आढळतात. अफाट पसरलेल्या शहरात कोणाचा कोणाला थांग पत्ता लागत नाही. या सर्वांचा तपास करण्यासाठी ३००च्या वर डिटेक्टिव्ह संस्था मुंबईत कार्यरत आहेत. यांपैकी एक डिटेक्टिव्ह संस्था – रजनी इन्व्हेस्टिगेटर (Rajani Investigator) मात्र एक महिला चालवते. कोणत्याही क्षणी धोका पत्करावा लागणारा हा व्यवसाय स्वीकारण्याचे हे मराठी मुलीने टाकलेले एक धाडसी पाऊलच म्हणायला हवे.

ही धाडसी महिला आहे रजनी पंडित. मध्यमवर्गीय अशा मराठमोळ्या दादरच्या वातावरणात वाढलेली ही रिटायर्ड सी.आय.डी. इन्स्पेक्टरची मुलगी. चारचौघींसारखी बी.ए.ची पदवी मिळवून लग्न करून संसारात न रमता एक वेगळा व्यवसाय तू का स्वीकारलास? महिला डिटेक्टिव्ह होण्याची कल्पना तुझ्या डोक्यात आली कशी? लहानपणी डिटेक्टिव्ह पुस्तके वाचायची आवड होती व त्याचा प्रभाव म्हणून हा व्यवसाय स्वीकारलास का? माझ्याप्रमाणे इतर अनेकांच्या मनात घोळणारे प्रश्न मी रजनीला विचारले, रजनी सांगू लागली, ''लहानपणी रहस्यमय कथा, कादंबऱ्या वगैरे वाचण्याची मला आवड नव्हती; पण लहानपणापासून मला एक वाईट सवय होती ती म्हणजे मोठ्या माणसांच्या गप्पा लक्ष देऊन ऐकायच्या. विशेषतः बायकांच्या गप्पा. त्या गप्पा मी लक्ष देऊन ऐकायची. कारण ही मोठी माणसे (वयाने मोठी) बरेच वेळा खोटे बोलतात.

एखाद्या व्यक्तीच्या अनुपस्थितीत त्या व्यक्तीबद्दल बरे-वाईट बोलतात आणि प्रत्यक्षात ती व्यक्ती समोर आल्यावर शब्द फिरवतात व दुसऱ्यालाच तोंडघशी पाडतात. लहानपणापासून मला सत्याची चाड असल्याने हे असे खरे-खोटे बोलणे, या बोटावरची थुंकी त्या बोटावर करणे असे प्रकार मला अजिबात आवडत नसत. खरे-खोटे पडताळून पाहण्याची वृत्ती माझ्या रोमारोमात भिनलेली, त्यामुळे मोठ्यांच्या गप्पा ऐकायच्या व कोण कोणाबद्दल काय खरे-खोटे बोलते याचा उलगडा अगदी मोक्याच्या ठिकाणी करायचा व खोटे बोलणाऱ्याचे भांडे फोडायचे हा माझा उद्योग अगदी लहानपणापासून चालू होता. त्यामुळेच मी माझ्या नातेवाइकांत फार अप्रिय होते. ते मला जरा घाबरतच.''

रजनी पुढे सांगू लागली, ''मी नववीत होते तेव्हाची गोष्ट. आमच्या शेजारी राहणाऱ्या बाईचा नवरा नेहमीच कोणाला पैसे उधार दिले, पाकिट मारले, इकडे खर्च झाले, तिकडे खर्च झाले इ.थापा मारून झालेल्या खर्चाचे स्पष्टीकरण देई. मला मात्र त्याचे हे स्पष्टीकरण म्हणजे थापा आहेत, अशी दाट शंका येई. शेवटी आम्ही दोघींनी त्याच्यावर वॉच ठेवला. ऑफिस सुटल्यावर कुठे जातो, काय करतो, कोणाला भेटतो वगैरे. सर्व भांडे फुटले, तो जुगारी असल्याचे कळले. शेवटी सर्व नातेवाइकांनी दिलेल्या बौद्धिकामुळे तो सुधारला. मी रूपारेलला बी.ए.दुसऱ्या वर्षाला असतानाची गोष्ट. माझ्या वर्गात एक श्रीमंत घरातली एकुलती एक मुलगी होती. तिचे वर्गात लक्ष नसायचेच. नेहमी काहीतरी बहाणा सांगून लवकर निघून जायची. माझ्या मनात शंकेचे काहूर. या मुलीची काहीतरी भानगड असावी. एक दिवस ती अशीच लवकर घरी जाते म्हणून निघाली. मी तिचा पाठलाग करायचे ठरवले. ती गेटच्या बाहेर उभी होती, एक टॅक्सी आली, त्यात एक मुलगा होता, ती त्याच्याबरोबर गेली. मी व माझ्या मित्राने मोटरसायकलवरून तिचा पाठलाग केला. ती त्या मुलाबरोबर एका घरात निघून गेली. दोन-तीनदा पाठलाग केल्यावर माझी खात्री झाली, कुठेतरी पाणी मुरतंय. मी तिच्या आई-वडिलांच्या कानावर ही गोष्ट घातली. आईचा तर विश्वासच बसेना. सरळ भांडायला उठली; पण जेव्हा मी त्यांना प्रत्यक्षात नेऊन मुलीचे उद्योग दाखवले, तेव्हा त्यांचा विश्वास बसला. अधिक तपासाअंती असे कळले, की त्याचे दुसऱ्या ऑफिसमधल्या मुलीशी लग्न ठरले होते व साखरपुडासुद्धा झाला होता, पण केवळ पैशांसाठी तो या मुलीशी प्रेमाचे नाटक करून पैसे उकळत असे. आई-वडिलांनी योग्य पावले उचलली, मुलीच्या आयुष्यातील संभाव्य धोका टळला व त्यांनी मला शाबासकी दिली.''

वरील घटनांचा प्रभाव रजनीच्या मनावर पडला. तिच्या मनात विचार आला जर माझ्या थोड्याशा सावधगिरीने लोकांचे जीवन सुधारत असेल, फसवणुकीचा बळी

होणारी माणसे वाचत असतील तर आपण हे शोधकार्यच सुरू करावे. वडिलांजवळ विचार बोलून दाखवला; पण त्यांनी फारसे प्रोत्साहन दिले नाही. कारण वडिलांनी गुन्हेगारी दुनिया फार जवळून पाहिलेली होती. त्यातील धोके अनुभवलेले, नाना अनुभव घेतलेले. हा व्यवसाय मुलींना जमणारा नाही, असे त्यांचे मत. त्यामुळे वडिलांची थोडीशी नाराजी पत्करूनच रजनीने या व्यवसायात लक्ष घातले. हल्लीच्या दगदगीच्या व धकाधकीच्या जीवनात फसवाफसवीची शंका आली तरी त्याचा शोध घेणे वेळेअभावी माणसाला शक्य होतेच असे नाही. वेळीच सावधानता न बाळगल्यामुळे चुकीचे निर्णय घेऊन आयुष्य उद्ध्वस्त होण्याची वेळ येते. जीवनात अनेक विश्वासघातकी माणसे भेटतात, खास जवळची म्हणवणारी, प्रेमाची, दृढ मैत्री असणारी माणसेच काय, पण रक्ताच्या नात्यातली माणसेसुद्धा एकमेकांना फसवतात, थांगपत्ता लागू देत नाहीत. शेवटी आपल्याला अडचणीत टाकतात. त्यांच्या कृष्णकृत्यांचा शोध वेळीच लागला तर पुढील नुकसान टळते. तेव्हा हे काम कोणीतरी करायलाच हवे, या सामाजिक जाणिवेतूनच रजनीने हा व्यवसाय पत्करला.

सुरुवातीला १९८६ सालापासून घरातच रजनीने हा व्यवसाय सुरू केला. नंतर मात्र तिने राहत्या बिल्डिंगच्या दुसऱ्या मजल्यावर ऑफिस चालू केले. सुरुवातीला तुला केसेस मिळण्यासाठी काही जाहिरात करावी लागली का? यावर रजनी उत्तरली, ''सुरुवातीला मी टाइम्स ऑफ इंडियामध्ये जाहिरात देत असे; पण लवकरच माझ्या या कामाची माहिती लोकांना मिळाली. आता तर खूप लांबून लांबून लोक येतात. काही काही तर अगदी हातघाईला आलेले, त्यांना लवकरात लवकर सत्य जाणून घ्यायचे असते. 'कोणत्या स्वरूपाच्या केसेस घेतेस?' या प्रश्नाला उत्तर देताना रजनी म्हणाली, ''कंपनी व संस्थांना फसवणारे महाधूर्त महाभाग, घरातील लोकांच्या डोळ्यात धूळ फेकून बाहेर अनेक उद्योग करणारी चंट शाळकरी व कॉलेजची मुले, बायकोशी प्रेमाचे नाटक करून दुसऱ्या बाईशी संबंध ठेवणारे नवरे, साध्या-भोळ्या नवऱ्याला फसवणाऱ्या स्त्रिया, सुनेला छळणारी सासरची मंडळी, तर सासूला फसवणाऱ्या सुना, लग्न जमवण्यासाठी थापा मारून मुलींना स्वतःच्या जाळ्यात अडकवणारे तरुण इ.सर्व प्रकारच्या केसेस हाताळते. सर्व वयांची, मध्यमवर्गीय, उच्चभ्रू व खालच्या वस्तीतील माणसे माझ्याकडे तपासासाठी येतात.''

मध्यंतरी एक फार मजेशीर केस रजनीकडे आली. पन्नाशी ओलांडलेल्या, पांढरे केस झालेल्या एक बाई रजनीकडे आल्या. त्यांना त्यांच्या नवऱ्याबद्दल शंका. नवऱ्याचे दुसऱ्या बाईबरोबर सूत जमलेले व ती बाई त्याची इस्टेट लुबाडायला बघते, ही शंका!

क्षणभर रजनीचा त्या शंकेवर विश्वास बसेना. तिचा रिटायर्ड नवरा भल्या पहाटे ४।। वाजता फिरायला जात असे व त्याच वेळी त्यांच्याच बिल्डिंगमधली एक बाईपण फिरायला येत असे. शिवाय दिवसाही दोघे संकेतस्थळी भेटत असत. रजनीची माणसे भल्या पहाटे त्या माणसांच्या मागावर जात. बरेच दिवस पाळत ठेवल्यावर कळले, की त्या बाईवरील प्रेमापोटी इस्टेटीचा काही भाग तो तिच्या नावावर करून देणार होता. घरी रिपोर्ट मिळाल्यावर मुलाचा व सुनेचा विश्वासच बसेना. मुले आईला वेड्यात काढू लागली ; पण रजनीने सर्व पुरावे सादर केल्यावर घरातील सर्व मंडळी म्हाताऱ्याविरुद्ध बंड करून उठली व प्रकरण मिटवले.

अनेक कौटुंबिक समस्यांचा उलगडा होण्यास लोकांना रजनीची लाखमोलाची मदत होते. नवरा–बायकोत एकमेकांबद्दल संशयाचं भूत मानगुटीवर बसल्यावर घरातील सर्व वातावरणच बिघडते. कावीळ झालेल्या माणसाला जसे सर्वत्र पिवळे दिसू लागते, तशीच काहीशी दोघांची अवस्था होते. मनःस्वास्थ्य बिघडते. मागावर राहून पाठपुरावा करणे घरच्या व्यक्तीला शक्य होत नाही. पुन्हा प्रतिष्ठेचा प्रश्न असतो, पोलिसाची मदत घेता येत नाही. कोणा नातेवाइकाची मदत घ्यायची तर सर्वत्र बोभाटा व्हायची भीती. पूर्ण खात्री झाल्याशिवाय या विषयावर चर्चा करणे दोघांना उचित वाटत नाही. या प्रकरणाचा सोक्षमोक्ष लावायची दोघांची इच्छा असते. त्यासाठी रजनीची मदत होते. कधी कधी संशय हा केवळ संशयच राहतो, प्रत्यक्षात काहीच भानगड नसते. संशयाने पछाडलेल्या अशाच एका घरातील गमतीशीर कथा. एका विधवा बाईची एकुलती एक मुलगी व जावई लग्नानंतर तिच्याच घरी राहत. सासूचे जावयावर खूपच प्रेम, दोघांचे विचार जुळायचे, सासू नेहमीच जावयाच्या बाजूने बोलायची व मुलगी मात्र एकाकी पडायची. सासूला व जावयाला त्या मुलीच्या चारित्र्याबद्दल दाट शंका. म्हणून त्यांनी रजनीला तपास करायला सांगितले. इकडे सासू व जावई यांचे सदैव एकमत असल्यामुळे व सासू वयानेही फार मोठी नसल्यामुळे मुलीच्या मनात त्या दोघांबद्दल शंका. मुलीनेपण रजनीकडे खरे–खोटे जाणून घेण्यास धाव घेतली. मुलगी, जावई व सासू तिघांवर पाळत ठेवल्यावर असे आढळले की, त्यांच्या शंकेत काहीच तथ्य नव्हते. रजनीने सर्व खुलासा केल्यावर त्यांचे सुखी जीवन सुरू झाले. ''अशा एकाच घरातल्या दोन व्यक्ती बऱ्याच वेळा माझ्याकडे येतात. कारण संशयाने घरातील संपूर्ण वातावरणच ढवळून निघालेले असते.'' रजनी म्हणाली.

''एकदा दोन मुले असलेला एक पंजाबी माणूस बायकोच्या संशयास्पद वागणुकीचा तपास करून घेण्यास रजनीकडे आला. तो माणूस कामासाठी सकाळी बाहेर पडला

की, रात्री उशिरा घरी येत असे. दर्शनी बाईचे नवऱ्यावर पुष्कळ प्रेम, मुलांना शाळेत सोडायची, आणायची, घरातील कामे व्यवस्थित सांभाळायची, कुठे तक्रारीला जागा नाही ; पण नवऱ्याला संशय येण्यास कारण म्हणजे जवळजवळ दर महिन्याला ती उंची कपडे, साडी, वस्तू दागिने यांपैकी काहीतरी विकत घेई. नवऱ्याने विचारल्यावर घरखर्चाला ठेवलेल्या पैशातले उरलेले पैसे वापरले, असे सांगे. एकदा तिने महागडा दागिना खरेदी केला. नवऱ्याला किंमत कमी सांगितली पण चुकून सोनाराची पावती नवऱ्याच्या हाती लागली. ती मैत्रिणीची आहे सांगून वेळ मारून नेली. रजनीने केलेल्या तपासाअंती असे आढळले की, मुलांना शाळेत सोडल्यावर दुपारच्या वेळात ती अनैतिक मार्गाने पैसा कमवत असे. तिने रोज कुठे, कोणाला भेटायचे याची माहिती तिच्या घराजवळचा भाजीवाला मुलगा तिला रोज जी चिट्ठी देत असे, त्यातून मिळे.

आजच्या स्पर्धात्मक युगात नोकरी मिळवण्यासाठी खोटी प्रमाणपत्रे सादर करणारे, बँकेला फसवणारे, उत्पादनविषयक माहितीची गुप्तता फोडण्याचे प्रकार, मालात परस्पर भेसळ करून कंपनीला बदनाम करणारे लोक, विश्वासघातकी कामगार इ.अनेक केसेसची शहानिशा करण्यासाठी रजनी मदत करते. एका गृहस्थाने घरबांधणी प्रकल्पाच्या संदर्भात बँकेला ४०–५०,००० ला फसवले, नंतर फरारी झाला. रजनीने जाळे पसरवले व तो जाळ्यात सापडला. नंतर तो रजनीला भेटायला आला. रजनीला काही रकमेची लालूच दाखवून खोटा रिपोर्ट बनवण्यास सांगू लागला. सत्यशोधन करण्याचे व्रत घेतलेली निर्भय रजनी त्याला कशी भीक घालणार ? शेवटी गजाआड गेला. बँकेने रजनीला बक्षीस दिले.

हल्लीच्या काळात मुंबईसारख्या शहरात तरुण मुलगा घरात असणे म्हणजे आई–वडिलांच्या दृष्टीने चिंतेची बाब. तो कुठे जातो, काय करतो, सिगरेट, दारू, अंमली पदार्थ, सट्टेबाजी, रेसवर पैसे उधळणे इ.पैकी कशाच्या नादी तर लागणार नाही ना या चिंतेने अनेक पालक त्रस्त असतात. एखाद्या मुलाच्या संशयास्पद वागणुकीबद्दल संशयाचे काहूर मनात ठेवण्यापेक्षा रजनीकडून सत्य काय ते जाणून घेता येते. तरुण पिढीबद्दल केवळ सत्य माहिती देऊन रजनी थांबत नाही, तर त्या मुलांना कायमचे सुधारण्यासाठी प्रयत्न करते. व्यसनाधीन मुलांच्या घरी जाऊन, त्यांना वारंवार भेटून आयुष्य उद्ध्वस्त करणारे व्यसन आहे हे पटवून देते ; पण तुझ्या उपदेशाचा कितपत उपयोग होतो, असे विचारता रजनी मोठ्या उत्साहाने म्हणाली, ''उपयोग निश्चित होतो. माझ्या मते माणूस मुळातच वाईट नसतो. बिकट परिस्थिती त्याला अनेक मार्गांचा अवलंब करण्यास भाग पाडते. माणसे दिशाहीन होतात व शेवटी व्यसनाधीन होतात. मी

जेव्हा त्यांना पुन्हा पुन्हा भेटते, समजावते, मोलाचा सल्ला देते. तेव्हा त्यांनाही वाटतं की एखादा माणूस आपल्यासाठी एवढा वेळ देतो, एवढा त्रास घेतो, त्याचे काहीतरी कारण असावे. ते अंतर्मुख बनतात व सुधारतात. एका शाळकरी मुलीला सुधारण्याचे शिक्षक, मुख्याध्यापक व आई-वडिलांनी केलेले प्रयत्न व्यर्थ ठरले होते. रजनीला तर त्यांनी आव्हानच दिले होते. पण शेवटी रजनीच्या प्रयत्नाने ती मुलगी सुधारली. कधी कधी आई-वडिलांच्या अतिसंशयी वृत्तीमुळे मुले व पालक यांच्यातील संबंध बिघडतात व गृहशांती नष्ट होते. रजनीने खुलासा केल्यावर घरातील वातावरण बदलते.''

गुन्हेगारीच्या काही केसेसमध्येही रजनीची मदत होते. अनेक वेळा पुराव्याअभावी सराईत गुन्हेगार कायद्याच्या कचाट्यातून सुटतो. अशावेळी पुरावा गोळा करण्यात यश आल्यास परत त्याला कायद्याच्या चौकटीत जेरबंद करणे शक्य होते. अशाच एका गुन्हेगार स्त्रीचे गौडबंगाल रजनीने उघडकीस आणले. माझ्या वडिलांचा खून माझ्या आईनेच केला आहे, अशी शंका घेऊन एका मुलीने केलेल्या तक्रारीच्या आधारे रजनीने प्रथमदर्शनी शोध घेतला असता, पुराव्याअभावी पोलीस काहीच करू शकले नाहीत, अशी माहिती मिळाली. नंतर रजनीने त्या मुलीच्या घरात मोलकरणीच्या रूपात प्रवेश मिळवला व मुलीच्या आईचा विश्वास संपादन केला. तिच्यावर पूर्ण वॉच ठेवला. फोटोग्राफ टेपच्या आधारे पुरावा जमा केला. अंतिम तपासाअंती रजनीने सत्य शोधून काढले. एका सी.आय.डी. ऑफिसरशी तिचे सूत जमलेले असल्यामुळे त्याच्या मदतीने ती नवऱ्याचा काटा काढण्यात व पुरावा नष्ट करण्यात यशस्वी झाली होती. नंतर रजनीने ते प्रकरण पोलिसांकडे सोपवले. एका सुनेने सासूला फसवल्याची एक मजेशीर घटना रजनीने सांगितली. सुनेने सासूचे दागिने चोरले व त्या जागी खोटे दागिने करून ठेवले. सासूला सुनेबद्दल दाट शंका; पण पुरावा नाही. रजनीच्या मदतनिसांनी तिच्यावर नजर ठेवल्यावर असे लक्षात आले, की सून बाहेर गेल्यावर दागिने घालत असे व घरी येण्यापूर्वी ते उतरवत असे. सुनेच्या अंगावरील दागिने हुबेहूब सासूने दाखवलेल्या खोट्या दागिन्यांसारखेच. शेवटी घरचा चोर पकडला.

लग्नाच्या बाजारात तर फसवाफसवीला खूपच वाव. माझा फ्लॅट आहे, इस्टेट आहे, उच्चपदावर नोकरी आहे वगैरे खोटी माहिती देऊन बरीच मुले मुलींना नादी लावतात. लग्नाला तयार करतात. अशा वेळी मुलींचे आई-वडील संपूर्ण चौकशीसाठी रजनीकडे येतात. फसवाफसवीच्या बाबतीत मुलीही फार मागे नसतात. काही मुली लग्नापूर्वी दुसऱ्या मुलाशी संबंध असूनही केवळ पैसेवाला नवरा मिळतो म्हणून दुसऱ्याच मुलाशी लग्न करायला तयार होतात. लग्नानंतर नवऱ्याच्या पैशांच्या जीवावर आपल्या

प्रियकराबरोबर मजा मारायला मिळेल असा त्यांचा डाव असतो. काही काही माणसे उगाचच लग्न जमत असेल तिथे मोडण्याचा प्रयत्न करतात. काहीतरी शंकास्पद माहिती वधू किंवा वर पक्षाच्या लोकांना सांगतात. अशा वेळी खरे काय ते जाणून घेण्यासाठी रजनीची मदत घ्यावीच लागते. लग्नाच्या बाबतीतली अशीच एक मजेशीर पण विश्वास न बसणारी घटना रजनीने सांगितली. एका गडगंज श्रीमंत कुटुंबातील एकुलत्या एका मुलाचे लग्न जमत नव्हते. मुलात कोणतेच व्यंग नव्हते. मुलगा श्रीमंत म्हणून पुष्कळ स्थळं यायची; पण जमत आलेले लग्न सतत या ना त्या कारणाने मोडत असे. हा उद्योग कोण करतं हे जाणून घेण्याची कामगिरी त्याने रजनीवर सोपवली. विश्वास न बसणारे सत्य उघडकीस आले, त्याच मुलाचे आई-वडील काहीतरी युक्त्या-प्रयुक्त्या करून लग्न मोडण्याचा उद्योग करत असत. कारणांचा मागोवा घेतला असता असे कळले की, लग्नानंतर घरात येणारी परकी मुलगी एवढ्या मोठ्या इस्टेटीची भागीदार होईल हे त्याच्या आई-वडिलांना नको होते. ''पैशाच्या हव्यासापायी स्वतःच्या मुलाचे लग्न न जमू देण्याचा दुष्टपणा आई-वडील करतात यावर कुणाचा विश्वास बसेल? पण लोक पैशांच्या लोभापायी कोणत्याही थराला पोहचतात.'' रजनी म्हणाली.

''मुंबईसारख्या अफाट पसरलेल्या शहरात लोकांवर वॉच ठेवून किंवा पाठलाग करून सत्य जाणून घेण्याचे काम तू कसे सांभाळतेस?'' यावर रजनी उत्तरली, ''ज्या व्यक्तीबद्दल तपास करायचा असतो त्या व्यक्तीचे नाव, पत्ता, फोन नंबर, फोटो, शरीरयष्टी, बांधा, रंग, रूप, केसांचे स्वरूप काही विशेष सवयी इ.माहितीची मी नोंद करून घेते. जी व्यक्ती माझ्याकडे तपासाचे काम सोपवते त्या व्यक्तीला विश्वासात घेऊन मी सविस्तर चर्चा करते. गुप्तता पाळण्याबद्दल विश्वास दिला जातो. त्यानंतर त्या केसचा खोलवर, सर्व अंगांनी विचार करून मग कृती काय करायची, याची दिशा मी ठरवते. आमच्या या कामात विचार व कृती यांचा समन्वय साधणे फार जरुरीचे असते. मला या कामात मदत करण्यास योग्य असे १० साहाय्यक आहेत. मी माझ्या साहाय्यकांना कामे वाटून देते. ते कधीच माझ्या ऑफिसात येत नाहीत. ते एकमेकाला ओळखतपण नाहीत. मी त्यांच्याशी फोनवरच बोलते. ज्या माणसाबद्दल माहिती मिळवायची त्याच्या हालचालींवर ते बारीक नजर ठेवतात. ते घरातून बाहेर पडल्यावर कुठे जातात, कोणाकोणाला भेटतात, काय काम करतात, कोणत्या हॉटेलमध्ये, सिनेमागृहात जातात, एखाद्या वाहनात बसून गेल्यास त्या वाहनाचा नंबर, सर्व हालचालींच्या वेळा इ. सर्व गोष्टींची नोंद करून ठेवतात व त्याचा लेखी रिपोर्ट मला सादर करतात. असा रिपोर्ट मी दोन वेगवेगळ्या व्यक्तींकडून मागवते. त्यामुळे सत्यता पडताळणे सोपे जाते. एखादी

व्यक्ती बस, रिक्षा, टॅक्सी किंवा खासगी वाहनाने जात असल्यास टॅक्सी घेऊन पाठलाग करावा लागतो, त्यामुळे तपासासाठी मला बरीच फी घ्यावी लागते. कधीकधी जी संशयास्पद माहिती मिळालेली असते त्यात तथ्य नसते. अशा वेळी माझ्या साहाय्यकाची फेरी फुकट जाते. त्यामुळे संयम व चिकाटी हे गुण अंगी असणे आवश्यक असते. संपूर्ण अंगांनी तपास पूर्ण झाल्यावर मी लेखी रिपोर्ट बनवून देते.''

रजनी, संपूर्ण तपास करून लोकांना रंगेहाथ पकडतेस. त्यामुळे काही व्यक्तींचा रोष ओढवून घेतोय अशी भीती नाही का वाटत? कधी धमकावणी देणारे फोन येतात का? कोणी दमदाटी करायला येतात का? इ.प्रश्नांना उत्तरे देताना रजनी अगदी सहजपणे म्हणाली, ''धमकावणीचे फोन अजून तरी आलेले, नाहीत. कधी कधी खोटा रिपोर्ट बनवा, वाटेल तेवढे पैसे देतो, म्हणतात! कोणतीही व्यक्ती सर्व पुराव्यांनिशी पकडली गेल्यावर त्या व्यक्तीचे मनोधैर्य कमी होते. अपराधीपणाची भावना निर्माण होते. शिवाय एवढी धडपड करून जीव धोक्यात घालून मी सत्याचाच शोध घेत असते व तोसुद्धा माझ्या खासगी बाबीशी संबंधित नसताना. त्यामुळे मला कोणी त्रास देत नसावे. पोकळ धमक्यांना मी घाबरत नाही.''

हे तपासाचे काम करणाऱ्या तुझ्या साहाय्यकांना वेषांतर करावे लागते का? यावर रजनी उत्तरली, ''नकली मिशा, नकली दात, विग वेगवेगळ्या प्रकारच्या टोप्या, गॉगल्स इ चा वापर करून संपूर्ण वेशभूषाच बदलावी लागते. बऱ्याचवेळा गर्दीच्या ठिकाणी, किंवा सांकेतिक स्थळी सांकेतिक खुणांचाही वापर करावा लागतो. याशिवाय टेप, कॅमेरा यांची मदत हवीच. फोटो, टेपवरचे सभाषण व घटनांची वेळेनुसार नोंद या गोष्टी आमच्या व्यवसायात पुरावा सादर करण्याच्या दृष्टीने महत्त्वाच्या असतात.''

''तू जेव्हा १९८६ साली 'महिला डिटेक्टिव्ह' हेच करिअर करायचे ठरवले, तेव्हा तू कोणती पुस्तके वाचून किंवा कोठून आवश्यक ती माहिती मिळवलीस?'' यावर रजनी म्हणाली, ''परदेशात हेरगिरीचे प्रशिक्षण देणाऱ्या संस्थाच (Investigation Training Schools) आहेत. तेथे अनेक पुस्तके असतात. स्वसंरक्षणार्थ ज्युदो, कराटेचे प्रशिक्षण दिले जाते. त्यामुळे परदेशात अनेक महिला या व्यवसायात आहेत. भारतात मात्र अशी प्रशिक्षणकेंद्रे किंवा शाळा नाहीत, परंतु त्यांची फारच आवश्यकता आहे. मी मात्र कोठेही प्रशिक्षण न घेता अनुभवाच्या शिदोरीच्या आधारेच हे काम यशस्वीपणे सांभाळते आहे. एका रशियन लेखकाच्या मताशी मी पूर्ण सहमत आहे, त्याच्या मते, ''डिटेक्टिव्ह हा जन्मावा लागतो.'' प्रामाणिकपणा, सत्याची चाड, प्रसंगावधान, चौफेर दृष्टिकोन, विश्वासूपणा, जिद्द, चिकाटी, संयम, अनपेक्षित संकटांना तोंड देण्याची तयारी, जलद

निर्णय घेण्याची क्षमता, उत्तम शरीरयष्टी या सर्व गुणांचा संगम असणारी व्यक्ती आपल्या कर्तृत्वाने या व्यवसायात यश मिळवू शकते. वरील सर्व गुण अंगी असल्यामुळेच सतत गेली सात वर्षं रजनी हे काम यशस्वीपणे पार पाडत आली आहे. शोधकार्य ही समाजाची गरज असल्यामुळे लग्न न करता आयुष्यभर या कामास वाहून घेण्याचे तिने ठरवले आहे.

रजनी आठवड्यातून दोन दिवस 'सहवास विवाह मंडळही' चालवते. निराधार व गरीब स्त्रियांना आधार देणारी संस्था काढण्याची रजनीची खूप इच्छा आहे. त्यासाठी ती सध्या जागा मिळवण्यासाठी प्रयत्नशील आहे.

कलात्मकतेचा आविष्कार

सौ. केतकी गोगटे

देशाच्या आर्थिक विकासाबरोबर राहणीमानाच्या वाढलेल्या दर्जामुळे कागदाचा वापर वाढत जातो. पूर्वी कागदाचा जास्तीत जास्त वापर युरोपातील देश, संयुक्त संस्थाने, जपान, ऑस्ट्रेलिया अशा प्रगत देशात होत असे; पण आज आशियाई देशांचीसुद्धा प्रगती होत असल्याने, लोकसंख्या वाढत असल्याने तसेच राहणीमानाचा दर्जा उंचावल्याने, जीवनशैलीत बदल झाल्याने कागदाचा वापर केवळ शैक्षणिक क्षेत्रापुरता किंवा वर्तमानपत्रापुरता किंवा इतर परंपरागत वापरापुरता मर्यादित राहिलेला नाही, वाढदिवस व लग्न समारंभासाठीच्या भेटवस्तूची वेष्टने, कॉर्पोरेट क्षेत्रात दिवाळीत देण्यात येणाऱ्या भेटवस्तूंच्या पॅकिंगसाठी म्हणजे ड्रायफ्रूट्स, नॅचरल फ्रूट्स, चॉकलेट, मिठाई इ.च्या बॉक्सेससाठी, कृत्रिम पाने, फुले बनवण्यासाठी व्हिजिटिंग कार्ड्स तयार करण्यासाठी, निरनिराळ्या क्षेत्रांत मार्केटिंग करण्यासाठी लागणारे अल्बम बनवण्यासाठी, इ.कारणांनी कागदाच्या वापरात प्रचंड प्रमाणात वाढ झाली आहे. या कागद निर्मितीकरिता प्रचंड प्रमाणात वृक्षतोड होते, म्हणजेच पर्यावरणाची मोठी हानी होणे क्रमप्राप्त. नेमक्या याच समस्येवर तोडगा म्हणून केवळ इकोफ्रेंडली कागदापासून (हॅन्डमेड पेपर) अनेक प्रकारच्या वस्तू बनवण्याचा उद्योग पुण्याच्या केतकी नितीन गोगटे या उद्योजिकेने सुरू केलाय. हॅण्डमेड पेपरपासून बनवलेल्या अनेक प्रकारच्या वस्तू विक्रीस ठेवलेले 'अनिरुद्ध हॅण्डमेड पेपर अॅन्ड प्रॉडक्ट्स' हे त्यांचे पुण्यातले एकमेव दालन आहे. गेली १२ वर्षे या उद्योगात कार्यरत असणाऱ्या केतकीताईंना महाराष्ट्र चेंबर ऑफ कॉमर्स (मुंबई) २००८च्या 'बाबुराव धनवटे उद्योजक पुरस्कारा'ने गौरवले गेले आहे.

त्यांच्या हॅण्डमेड पेपरच्या वस्तूंच्या दालनात पाऊल टाकताच आपली नजर अधाशासारखी सर्वत्र फिरते आणि हे घेऊ का ते घेऊ, की संपूर्ण दालनच उचलून नेऊ अशी आपली अवस्था होते. पेन स्टँड, मोबाईल स्टॅन्ड, व्हिजिटिंग कार्ड्स, स्टॅन्ड, सीडी फोल्डर, टेलिफोनजवळ ठेवायचे पॅड्स, फोटो फ्रेम्स्, चांदीच्या वस्तू ठेवण्यासाठी विविध साइझचे बॉक्सेस, चिट बॉक्स, लग्नात आहेर देण्यासाठी लागणारी विविध आकारांतील पाकिटे, तऱ्हेतऱ्हेच्या ऑफिस फाइल्स (बॉक्स फाईल्ससुद्धा) लिपस्टिक बॉक्स, अगदी छोटी भेटवस्तू घालून देता येईल अशा छोट्या आकाराच्या पिशव्यांपासून ते अगदी मोठ्या आकाराच्या पिशव्यांपर्यंत इ. सर्व काही भेट देण्यासाठी म्हणून त्यांनी कार्पोरेट सेट बनवलाय. त्यात डायरी, फाइल, स्क्रिबलिंग पॅड आणि पेनस्टँड असतो. ज्वेलरी ठेवण्यासाठी तर कल्पकतेने त्यांनी वेगवेगळ्या डिझाईनचे प्रॉडक्ट्स बनवलेले आहेत. नेकलेस, बांगड्या, कर्णफुले, लोंबती कर्णफुले इ. साठी वेगवेगळ्या केसेस आहेत. तसेच त्यांच्या तऱ्हेतऱ्हेच्या बास्केट्स तर अगदी प्रेक्षणीय आहेत. विविध रंगांनी सजावट केलेल्या व विविध आकारांतल्या बास्केट्स व पिशव्या मनोहारी आहेत, त्यांचे रंग व सजावट बघून आपण या वस्तूंच्या मोहात पडतो. गुलाबी, हिरवा, पोपटी, जांभळा, सोनेरी, मोरपंखी, गडद निळा इ. सहसा हॅण्डमेडपेपरमध्ये न दिसणारे रंग नुसते बघायलाही छान वाटतात.

रत्नागिरी जिल्ह्यातील संगमेश्वर येथे निर्सगरम्य कोकणात बालपण घालवलेल्या केतकीताईंच्या माहेरी वडिलांचा व्यवसाय होता. त्यामुळे व्यवसायातला श्रीगणेशाही त्यांना माहीत होता. चारचौघींप्रमाणे बी.कॉम.ची पदवी घेऊन लग्न झाल्यावर त्या पुण्यात आल्या. सासरी पूर्णपणे उद्योग व्यवसायाचे वातावरण होते. त्यांचे सासरे कै. वसंतराव गोगटे यांचे 'आनंद पुस्तक मंदिर' नावाचे पुस्तकाचे दुकान होते. चांगल्या दर्जाची पुस्तके प्रकाशित करावीत, या विचाराने व्यवसायाकडे वळले व त्यांनी 'नितीन प्रकाशन' सुरु केले.

प्रकाशनव्यवसाय स्थिरस्थावर झाला होता. मात्र शासनाने 'मोफत' पुस्तके देण्याची वृत्ती वाढविल्याने पुस्तक-स्टेशनरी व्यवसायावर विपरीत परिणाम झाला होता. पती श्री. नितीन गोगटे यांना नावीन्याची ओढ असल्याने घरात नवीन व्यवसायाचे वारे वाहू लागले, चर्चा होऊ लागल्या. नवीन काहीतरी करण्याची उमेद असणाऱ्या केतकीताईंनीही नव्या व्यवसायात हातभार लावण्याची इच्छा प्रकट केली व त्यांच्या या विचाराला घरातील उद्योग-व्यवसायाच्या वातावरणामुळे खतपाणी मिळाले.

लोकांच्या बदलत्या गरजांनुसार व्यवसाय निवडावा, असा विचार करता करता हॅण्डमेड पेपरचे उत्पादन सुरू करायचे, असा त्यांच्या पतीचा विचार झाला. मग त्यालाच पूरक म्हणजे हॅण्डमेड पेपरच्या निरनिराळ्या वस्तू बनवण्याचा केतकीताईंचा दृढनिश्चय झाला. पुण्यात शेतकी महाविद्यालयाच्या आवारात शासकीय हातकागद संस्था आहे. तेथे पति-पत्नी दोघांनी एकाच वेळी प्रवेश घेतला. त्यांच्या पतीने हातकागद तयार करण्याचे प्रशिक्षण घेतले, तर केतकीताईंनी कन्व्हर्जन म्हणजे हातकागदापासून विविध वस्तू तयार करण्याचे प्रशिक्षण घेतले. साडेतीन महिन्यांच्या छोट्याशा कोर्समध्ये त्यांना फाइल, फोल्डर, डायऱ्या व पाकिटे (Envelopes) एवढेच बनवण्याचे प्रशिक्षण मिळाले. त्या शिदोरीवर आज त्यांनी अनेक प्रकारच्या वस्तूंची संकल्पना स्वतः तयार केली, उत्पादन वाढवले. सृजनशीलता, कल्पनाशक्ती व कल्पनेतील गोष्टी प्रत्यक्षात उतरवण्याची धडाडी, मेहनती वृत्ती, चिकाटी व प्रामाणिकपणा इ. गुणांमुळेच त्यांची गेल्या १२ वर्षांतील या व्यवसायातील घोडदौड वाखाणण्याजोगी आहे.

त्यांचे पती त्यांच्या सिंहगड रस्त्यावरील नांदेड फाट्याजवळील कारखान्यात विविध रंगांचे व विविध प्रकारचे हातकागद तयार करतात व केतकीताई स्वतःच्याच कारखान्यात तयार झालेल्या हातकागदापासून विविध वस्तूंना आकार देतात. आज त्यांच्या कारखान्यात २०-२५ कामगार आहेत. कारखान्यात देखरेखीसाठी एक व्यवस्थापकही आहे. त्यांचे पती नितीन प्रकाशनचे कामही सांभाळतात व केतकीताई विक्रीदालन सांभाळतात. दोघांना कारखान्यातही लक्ष द्यावे लागते.

उत्पादनात एवढी विविधता कशी आणलीत? या माझ्या प्रश्नावर त्या चट्कन उत्तरल्या, ''अहो लोकांची मागणी असली की, एक एक कल्पना तेच सुचवतात. लोक आमच्या दालनात विचारत यायचे, हे आहे का? ते आहे का? विचारत आणि मी लगेच त्यांचे उत्पादन करत गेले. त्यामुळेच तर पेन स्टँड, मोबाइल स्टॅण्ड, व्हिजिटिंग कार्ड स्टँण्ड, विविध आकारांतल्या पिशव्या व बास्केट्स इ. सुचत गेले. या सर्व उत्पादनाचे डिझाईन मी स्वतः करते, रंगसंगती ठरवते, आकार ठरवते व तयार करवून घेते. अर्थात् ग्राहकांशी चर्चा करूनच रंगसंगती, आकार ठरवावा लागतो. एखादा डिझाइनर ड्रेस बनवण्यासारखेच हे काम असते, त्यात नवनिर्मितीचा फार मोठा आनंद मला मिळतो.

विशेष नमूद करण्यासारखी बाब म्हणजे त्यांच्या कारखान्यात बनणारा कागद पूर्णपणे (Eco-Friendly and Pollution Free) पर्यावरणमित्र आहे. त्यात रसायनाचा अजिबात वापर केला जात नाही. त्यांच्या कारखान्यात वाया जाणारे सुती कापड म्हणजे होजियरी कटिंग वेस्ट किंवा इतरही लहान मुलांचे सुती कपडे बनवताना उरलेले वेस्ट

वापरतात. जुन्या कपड्याचा वापर अजिबात केला जात नाही. कारण ते जीर्ण झालेले असतात व धुऊन धुऊन त्यांच्यावर साबणातील रसायनांचा परिणाम झालेला असतो. रसायनाऐवजी रोझिन झाडाचा चीक शिजवून बाईंडिंगसाठी वापरतात. त्यामुळे वही किंवा डायऱ्यांतील कागदावर शाई फुटत नाही. हातकागद तयार करण्याच्या प्रक्रियेत मोठ्या प्रमाणावर पाण्याचा वापर केला जातो, मात्र रसायनांचा वापर नसल्याने कारखान्यातून बाहेर पडणारे पाणी शेतीला वापरल्यास त्यावर उत्तम शेती होते. याचा अनुभव त्यांनी स्वतः घेतलाय. पूर्वी त्या कारखान्याजवळच या पाण्याचा पुनर्वापर करून शेती करीत असत; पण आता त्यांना कारखान्याचा विस्तार करायचाय. म्हणून त्यांनी ही शेती बंद केली; मात्र पाण्याचा त्या पुनर्वापर आजही करतात.

कागदाचे अनेक प्रकार त्यांच्या कारखान्यात तयार होतात. मटॅफिनिश पेपर, लेदर पेपर, सिल्क पेपर, सुपर व्हाइट पेपर, वेष्टनासाठी असलेला पेपर, बॉण्ड पेपर, ड्रॉइंग पेपर इ. तऱ्हतऱ्हेचे कागद ते बनवतात. लोकांच्या मागणीनुसार तऱ्हेतऱ्हेच्या रंगांच्या कागदाचे उत्पादनही वाढत गेले. आज त्यांच्या कारखान्यात जेवढ्या रंगांच्या कागदांचे उत्पादन होते तेवढे क्वचितच एखाद्या हातकागद उत्पादनाच्या कारखान्यात होत असावे.

स्थानिक मागणी पुरी करता करतानाच त्यांना वेळ अपुरा पडतो. कार्पोरेट कंपन्यांच्या परिषदा, सेमिनार इ. साठी, दिवाळीत गिफ्ट देण्यासाठी पिशव्या, डायऱ्या, दिवाळी, नाताळमध्ये ड्रायफ्रूट्स, मिठाया यांचे गिफ्टपॅक बनवण्यासाठी लग्नात भेटवस्तू देण्यासाठी, निरोपसमारंभात किंवा एखाद्या समारंभात रिटर्न गिफ्ट देण्यासाठी इ. साठी अगदी १५ रुपयांपासून ते २०० रुपयांपर्यंत वेगवेगळ्या उत्पादनांना वर्षभर मागणी असते. एसकेएफ, एअरटेल, इत्यादी नामवंत बहुराष्ट्रीय कंपन्या त्यांच्या कायमस्वरूपी ग्राहक आहेत. अनेक परदेशी ग्राहक त्यांच्या दालनास आवर्जून भेट देतात. या वस्तू त्यांच्या देशात घेऊनही जातात. नुकत्याच दक्षिण आफ्रिकेतील एका सरदार किंवा संस्थानिक घराण्यातील उफी मेलोया स्त्रीने त्यांच्या दालनास भेट दिली. त्या सामाजिक परिवर्तनाचे काम त्यांच्या देशात करत आहे. त्यांच्याकडून मोठ्या प्रमाणावर या उत्पादनांना मागणी होत आहे.

तुमच्या उत्पादनाची तुम्ही सुरुवातीला जाहिरात केली का? म्हटल्यावर केतकीबाई म्हणाल्या, ''छे हो! त्यावेळी जाहिरात आम्हाला परवडणारी नव्हतीच; पण माझ्या उत्पादनांना मैत्रिणी, नातेवाईक, हिंतचिंतक यांच्याकडून माउथ टू माउथ पब्लिसिटी मिळाली; आता तर लोक आम्हाला शोधत येतात व आमच्या दालनातील विविध उत्पादने

बघून आणखी दहा लोकांना सांगतात. आमच्या उत्पादनातील विविधता, मनमोहक रंग, वेगळेपण, सुबकता व वाजवी किमत यामुळे खूप मागणी येते. लोक अॅडव्हान्स देऊन ऑर्डर देऊन जातात. लोकांच्या ऑर्डर पुऱ्या करता करता दिवस कुठे सुरू होतो व कुठे संपतो, हे समजत नाही. रोज कारखान्यात जाऊन नवीन ऑर्डरबाबत बारीक सारीक गोष्टी कामगारांना समजावून द्याव्या लागतात. चालू असलेल्या उत्पादनाची देखरेख करून सूचना कराव्या लागतात. सॅम्पल प्रॉडक्ट मंजूर झाल्यावरच पुढचे उत्पादन सुरू होते. कारखान्यातून दुकानात येताना तयार झालेला माल त्या स्वतःच घेऊन येतात, त्यामुळे वाहतुकीच्या खर्चात बचत होते.''

आपल्या या व्यवसायातील यशाचे श्रेय त्या त्यांच्या कुटुंबियांना व विशेषतः सासऱ्यांना देतात. सासऱ्यांचे मार्गदर्शन खूप मोलाचे ठरले. ते त्यांचे व्यवसायातील गुरूच. ''दर्जात तडजोड कधीही करू नये. किमती वाजवी ठेवाव्यात. अवाजवी किमती ठेवून व्यवसाय होत नाही. रात्रीची शांत झोप हवी असेल तर प्रामाणिकपणे व्यवसाय करा. अंडरटेबल व्यवहाराने यश मिळत नाही. लबाडीने मिळालेले यश अल्पायुषी असते.'' इ. सासऱ्यांनी वेळोवेळी दिलेले नीतिमूल्यांचे उपदेश आचरणात आणल्यानेच आज आमचा व्यवसायात जम बसलाय, असे केतकीबाईंना वाटते. आता कारखान्यात नवीन मशिनरी टाकून त्याचा विस्तार केल्यावर निर्यात सुरू करणार, असे केतकीबाई अभिमानाने सांगतात.

एखादी चारचौघींसारखी कुटुंबवत्सल महिला, समाजातील वाढत्या गरजांचा अभ्यास करून, बाजारातील मागणीप्रमाणे मेहनत करून, नावीन्यपूर्ण व्यवसाय सुरु करते व यशस्वी उद्योजिका होते, याचा वस्तुपाठच सौ. केतकी गोगटे यांनी स्वतःच्या उदाहरणाने घालून दिलाय.

सौ. स्नेहल छत्रे

एक आदर्श ग्रंथालय

वाचन हे एक व्यसन आहे, ते एकदा लागले की काही सुचत नाही. वाचनामुळे ज्ञान मिळते, मनोरंजनही होते, विचारप्रक्रिया सुरू राहते, मन विशाल होते आणि एकाकीपणा जाणवत नाही, असे म्हणतात. ज्या घरात दृष्टी जाईल तेथे पुस्तकेच पुस्तके असतील व उरलेल्या जागेत कशीबशी माणसे राहत असतील तर ते घर व्यासंगी विद्वानाचे आहे, ही खूणगाठ पक्की बांधावी. वाचनाची उपेक्षा म्हणजे प्रत्यक्ष ज्ञानाची उपेक्षा, विचारांची हेटाळणी व बुद्धीची हेळसांड होय. पुस्तकांबद्दल कोणीतरी म्हटलंय, "Books are the food of youth, the delight of old age, the ornaments of prosperity step in and open the door of the world of creative thought and imagination". म्हणूनच तर समर्थ रामदासांनी म्हटलंय, 'प्रसंगी अखंड वाचित जावे'. भारतातील गेल्या पिढीतील सर्व थोर मंडळी मनस्वी ग्रंथप्रेमी होती. लोकमान्य टिळकांनी तुरुंगात जो प्रदीर्घ एकांतवास सुसह्य केला, तो केवळ ग्रंथांच्या सहवासातच.

परंतु हल्ली पुस्तकाच्या जगतावर इतर माध्यमांचा विपरीत परिणाम झाला आहे. माणसे वाचनापेक्षा दूरदर्शनवरील कार्यक्रमात जास्त रमू लागलीत ; परंतु दूरदर्शनच्या चौकटीत बंदिस्त झालेले मन आणि पुस्तकाच्या विश्वातून चौखूर धावणारे वाचकाचे मन यात अंतर आहे. आज हे सत्य सुजाण नागरिकांनी जाणले आहे. त्यामुळे ते लोक दूरदर्शनवरील सर्वच कार्यक्रमांचा आस्वाद घेतला पाहिजे ; या गैरसमजापासून दूर झाले आहेत आणि ही मंडळी पुनश्च वाचनाकडे वळलेली आहेत. अशा खरोखरीच वाचनाची

आवड असणाऱ्या मंडळींसाठी एक आदर्श अशी लायब्ररी सुरू केलीय पुण्याच्या स्नेहल छत्रे या वाचकप्रेमी महिलेने. स्नेहलताईसुद्धा पुस्तकप्रेमी आहेत. लहानपणापासूनच वाचनाची खूप आवड असणाऱ्या स्नेहलताईंनी सुरू केलेली लायब्ररी त्यांची स्वतःची वाचनाची भूकही भागवते व अनेकांना उत्तमोत्तम पुस्तके उपलब्ध करून देते.

अहमदनगर येथील प्रा. राज. चितळे व सौ. उर्मिला चितळे यांची कन्या स्नेहलता. अहमदनगर येथे वाढलेल्या स्नेहलता चितळे यांचे आईवडील दोघेही साहित्याचे प्राध्यापक. घरात सगळ्यांनाच वाचनाचे वेड होते असे नाही तर वाचन समृद्ध होईल याचे जाणीवपूर्वक प्रयत्न केले गेले. घरामध्ये सणांना किंवा समारंभाच्या निमित्ताने पुस्तके भेट देण्याचा प्रघात होता. साहजिकच स्वतःच्या आवडीची पुस्तके, मासिके विकत घेऊन वाचण्याची सवय लागली. आपण निवडलेली, सुचवलेली पुस्तके दुसऱ्यांना आवडतात याचा प्रत्यय आला. यातूनच कधीतरी त्यांनी स्वतःची आदर्श लायब्ररी सुरू करण्याचे स्वप्न लहानपणापासून बघितले.

घरात खूप मोकळे व सुशिक्षित वातावरण होते. त्यामुळे स्नेहलताईंनी लहानपणापासून बांधीलकी असलेली नोकरी करायची नाही हे ठरवलेले व नवरा व्यावसायिक असावा हे अगदी त्यांच्या मनात ठाम होते. त्यामुळे मेकॅनिकल इंजिनिअर असलेल्या व स्वतः उद्योगात यशस्वी झालेल्या श्री. मोहन छत्रे यांच्याशी त्यांचा विवाह झाला आणि व्यवसायाची मनापासून ओढ असलेल्या स्नेहलताईंना वेगवेगळ्या घरगुती उद्योगात स्वतःला अजमावून बघण्याचे प्रोत्साहन घरातून मिळाले. छोट्या छोट्या व्यवसायात स्वतःला सिद्ध करत असतानाच यजमानांच्या व्यवसायात योगदान देण्याची संधी स्नेहलताईंना मिळाली. त्यांच्या यजमानांनी पार्टनरशिपमधून बाहेर पडत स्वतःचा कारखाना उभा करायचे ठरवले. छोटे घरगुती व्यवसाय निष्ठेने करणाऱ्या स्नेहलताईंनी यजमानांच्या व्यवसायात सक्रिय सहभागी होण्याचे ठरवले.

खरंच स्नेहलताईंना पतीच्या व्यवसायाबद्दल फारशी माहिती नव्हती. घरी जे काय थोडेफार शब्द कानावर पडत तेवढेच; पण स्नेहलताईंची कामातील गती व तडफ बघून त्यांच्या पतीने त्यांच्या व्यवसायाच्या टेक्निकल गोष्टींचा अभ्यास करून घेतला. श्री. मोहन छत्रे यांनी एखाद्या विद्यार्थ्याला थिअरी शिकवावी अशा पद्धतीने शिकवले. कारखान्याचे व्यवस्थापन, सर्व आर्थिक व्यवहार, खरेदी, ट्रेडींग ॲक्टिव्हिटिज इ. व्यवहार त्या सांभाळू लागल्या. प्रत्येक मशिन मलासुद्धा चालवता यावे या जिद्दीने त्या स्वतः प्रत्येक मशिन वापरायला शिकल्या. याचा फायदा व्यवसायात नक्कीच दिसला. त्यामुळेच टेक्निकली क्वालिफाईड नसतानासुद्धा १९९४ साली डिस्ट्रिक्टर इंडस्ट्रीज

सेंटरतर्फे दिला जाणारा 'बेस्ट वुमेन आंतरप्रेन्युअर' हा सन्मान त्यांना प्राप्त झाला. लेबर प्रॉब्लेम चालू असताना छत्रे पती–पत्नी आणि सुपरवायझर यांनी कारखान्याचे शटर खाली न येऊ देता कारखाना चालू ठेवला. लायब्ररी सुरू करण्याचे स्वप्न प्रत्यक्षात आले. अशी संधी चालून आली.

एका गृहस्थाने लायब्ररी विकायला काढली होती. त्याने ७–८ वर्षे चालवण्याचा प्रयत्न केला ; पण चालली नाही. स्नेहलताईंनी दारावर संधी टकटक करत असताना तिला परत न पाठवता तिचा स्वीकारच केला. त्या माणसाकडून पुस्तके विकत घेतली. पाचवीपासून पाहिलेले लायब्ररी चालवायचे स्वप्न साकार व्हावे म्हणून त्यांनी खूप मेहनत घेतली. पुण्यातील प्रथितयश लायब्ररींना भेट दिली ; त्यांची सिस्टिम जाणून घेतली. त्यांचे नवीन उपक्रम माहीत करून घेतले. तेथल्या उणिवांचा पण अभ्यास केला. इतर लायब्ररीतील चांगले काय ते घ्यायचे आणि त्यांच्यात ज्या उणिवा आहेत, त्या आपल्या लायब्ररीत ठेवायच्या नाहीत, अशी एक आदर्श व वाचकांना जिथे वारंवार यावेसे वाटेल व यायला आवडेल अशी लायब्ररी उभारण्याचा दृढनिश्चय केला. आपल्या व्यवसायात मुरलेल्या स्नेहलताईंनी आपला अनुभव वापरत नवीन व्यवसायाचा श्रीगणेशा केला.

कारखान्यातील कामाची जबाबदारी थोडी कमी करून स्नेहलताईंनी ग्रंथालय उभारणीचे काम सुरू केले, तेसुद्धा पुण्यासारख्या विद्येचे माहेरघर असलेल्या शहरात आणि कोथरूडसारख्या सुशिक्षित व उच्चभ्रू लोकांच्या वस्तीत. त्यांनी २००६ साली सुरू केलेल्या या लायब्ररीचे आज १५०० सभासद आहेत. दररोज सर्व वयोगटांतील १५० ते २०० लोक वाचनालयात येतात. अवघ्या तीन वर्षांतच केलेली प्रगतीच त्यांची लायब्ररी लोकांना आवडलीय, याची पावती आहे.

लायब्ररीची वैशिष्ट्ये सांगताना स्नेहलताई म्हणतात, 'मी जेव्हा बऱ्याच ग्रंथालयाचा अभ्यास केला, तेव्हा लक्षात आलं की, बऱ्याच ग्रंथालयांमध्ये हवा व उजेड भरपूर नसतो. पुस्तकांचा ढीग असतो. पसारा असतो. त्यात भरीस भर म्हणजे पुस्तकांवर धूळ साचलेली असते. एकूण काय कळकटपणा जाणवतो व दुसरे म्हणजे नीरस चेहरे बघायला मिळतात. हे सर्व तुम्हाला माझ्या ग्रंथालयात दिसणारच नाही. मी माझ्या लायब्ररीत चांगल्या चांगल्या चित्रांच्या फ्रेम्स् करून लावल्यात. फुले, फुलपाखरू इ. ज्यामुळे वातावरण उत्तम राहते. माझ्या ग्रंथालयात भरपूर मोकळी जागा आहे. त्यामुळे हवा व उजेड खेळता राहतात. अगदी प्रवेश करण्याचा दरवाजा वेगळा व बाहेर पडण्याचा दरवाजासुद्धा वेगळा. तसेच मी लायब्ररीत ४–५ मुली किंवा तरुण महिला ठेवल्यात. त्यामुळे त्यांचे टवटवीत चेहरे प्रसन्नतेत भरच घालतात. माझ्या ग्रंथालयाचे आणखी एक

वैशिष्ट्य म्हणजे शंभरवेळा circulate झालेले पुस्तक ग्रंथालयात ठेवत नाही. ते मी विकून टाकते व बरेचदा मेंबर्सच ते घेतात. त्यामुळे पिवळ्या पानांची जुनाट पुस्तके आमच्याकडे नसतात. पुस्तकांना आम्ही कव्हरसुद्धा घालत नाही. कारण ती तीन वर्षांनी विकायची असतात. त्यामुळे दर तीन वर्षांनी लायब्ररीत नवीन पुस्तके replace केली जातात. लहान मुलांच्या पुस्तकांचा वेगळा विभाग आहे. तेथे भिंतीवर त्यांना आवडणारी चित्रे लावली आहेत. मुलांची पुस्तके चट्कन वाचून होतात. म्हणून मुलांना दिवसातून दोनदा पुस्तके बदलायला परवानगी दिलीय. त्यांच्या सेक्शनमध्ये छोटे स्टूल आहेत. त्यावर बसून ते चित्रे बघतात. त्यांच्या हाताला येतील अशाच उंचीवर पुस्तके मांडतो. सर्व पुस्तकांचे बार कोडिंगही केलेले आहे.''

स्नेहलताई पुस्तके एकाच माणसाकडून खरेदी करतात; पण खरेदी करण्यापूर्वी ते पुस्तक खरेदीच्या मान्यतेसाठी एक महिनाभर ठेवून घेतात. त्या पुस्तकातील प्रत्येक पानाचे चेकिंग होते. त्यासाठी त्यांनी एक मुलगी ठेवलीय. सर्व पाने व्यवस्थित आहेत, प्रिंटिंग व बाईंडिंग बरोबर आहे का, याचे चेकिंग होते. हल्ली प्रकाशन व्यवसायातही खूप लबाडी झाली आहे. पायरसी आहे. पाने सुटतात. क्वॉलिटी ठीक नसते. त्यामुळे हे चेकिंग करणे लायब्ररीची क्वॉलिटी टिकवण्यासाठी त्यांना आवश्यक वाटते. चेकिंग झाल्यावर पुस्तकाची खरेदी होते. त्यामुळे लायब्ररीसाठी मिळणारा १५ ते २० टक्के डिस्काउंट त्यांना मिळत नाही; पण त्याची त्यांना खंत नाही. तसेच मेंबरना स्थगितीची सुविधा पण आहे. म्हणजे कुणी १५-२० दिवस गावी गेले, आजारी पडले, परीक्षा आली इ. कारणाने ग्रंथालयाचा लाभ घेऊ न शकल्यास महिन्यातील जेवढे दिवस लायब्ररीचा वापर केला, तेवढ्याच दिवसांची फी घेतात व पुन्हा नियमितपणे फी घेतली जाते. काही मंडळी २-३ महिने परदेशी जातात. त्यांची मेंबरशिप तेवढ्या काळापूर्ती स्थगित करून पुन्हा परत आल्यावर चालू करता येते. ही सुविधा इतर लायब्ररीत आढळत नाही.

त्यांच्या लायब्ररीत लोक पुस्तकांची नावे सुचवतात. त्यांचा अभ्यास करून खरेदी केली जाते. लायब्ररीच्या बाहेर सूचना टाकण्यासाठी बॉक्स (suggestion box) लावलीय. त्यातील योग्य सूचनांचा विचार करून सुधारणा केल्या जातात. स्नेहलताईंच्या मते लायब्ररी सेवा म्हणजे सर्व्हिस इंडस्ट्री आहे. त्यामुळे ग्राहकांच्या सोयी व समाधान फारच महत्त्वाचे. त्यासाठी दर दोन-तीन महिन्यांनी साहित्यावर आधारित कार्यक्रम असतो. तो कार्यक्रम विनामूल्य पण मेंबरसाठी असतो. नामांकित व्यक्तींना बोलावून भाषणे, लेखकाशी हितगुज इ. कार्यक्रमाचे स्वरूप असते. एवढी सुविधा देणाऱ्या लायब्ररीत पुस्तके परत करण्याचा नियमही कडकपणे पाळला जातो.

वेळेत पुस्तक परत न करणाऱ्यांकडून वसूल केलेल्या दंडातून मिळणारे उत्पन्न गरीब मुलींच्या शिक्षणासाठी दिले जाते. गेल्या वर्षी त्यांनी १२,५०० रु. एका मुलीला शिक्षणासाठी Inner Wheel Club of Pune Metr च्या माध्यमातून दिले.

स्नेहलताईंच्या लायब्ररीची वैशिष्ट्ये थोडक्यात सांगायची झाली तर सुबक फर्निचर, सुसज्ज मांडणी, पुस्तकांशी थेट संपर्क, हवेशीर प्रसन्न मोकळे वातावरण, संपूर्णतः संगणकीकृत आधुनिक वाचनालय, सतत नवी कोरी पुस्तके, उत्साही, तत्पर साहित्याची आवड असणाऱ्या सहायिका, वैयक्तिक आवड लक्षात घेऊन सुचवली जाणारी पुस्तके व विचारांची, अनुभवांची, मतांची देवाणघेवाण व त्यातून निर्माण होणारा जिव्हाळा इ. सांगता येतील.

स्नेहलताई लायब्ररी सामाजिक बांधीलकीच्या दृष्टीकोनातूनच चालवतात. त्यांच्या मते लायब्ररी हा त्यांच्या व्ही.आर.एस. प्लॅनचा भाग आहे. आज लायब्ररीमुळे त्यांनी खूप माणसे जोडलीत. काही मंडळींना मनातील दुःख शेअर करायला घरी माणसे नसतात. त्यामुळे स्नेहलताईंकडे ते आपले दुःख व्यक्त करतात. मन मोकळं करतात. काही विषयांवर नातेवाइकांशी बोलणे अवघड असते. अशा विषयांची त्यांच्याशी चर्चा करून सल्लामसलत करतात. लायब्ररीतील प्रत्येक पुस्तक स्नेहलताईंनी वाचलेले असल्याने पुस्तक निवडीबाबत लोकांना त्या मार्गदर्शन करतात, त्यांची आस्थेने विचारपूस करतात. थोडा स्वार्थ, थोडा परमार्थ अशा प्रकारे खूप तळमळीने व कळकळीने ग्रंथालय चालवतात. अतिशय लाघवी, बोलघेवड्या व उत्साही स्नेहलताई म्हणतात, ''या लायब्ररीच्या व्यवसायामुळे माझी आयुष्याची संध्याकाळ उदास होणार नाही निश्चित.''

सौ. निवेदिता मेहेंदळे

तबला आणि ढोलकी वादनकौशल्य

तबला आणि ढोलक, ढोलकी ही वाद्ये म्हणजे पुरुषांनीच वाजवायची अशी मानसिक बैठक असल्याने खूप थोड्या मुलींना आई-वडील या क्षेत्रात करिअर करण्यास प्रोत्साहन देतात. ही वस्तुस्थिती असताना तबला वाजवण्याचे कौशल्य संपादन केलंय सौ.सुलक्षणा फाटक यांनी, तर ढोलक ढोलकी व तबला वादनात पारंगत झालीय सौ.निवेदिता मेहेंदळे! 'बुगडी माझी सांडली गं' या लावणीच्या आधीची २-३ मिनिटांची ढोलकी असो किंवा 'पदरावरती जरतारीचा मोर नाचरा हवा', 'रेशमांच्या रेघांनी' या लावण्यांसाठी ढोलकीची साथ असो किंवा लटपट लटपट तुझे चालणे, 'डोल मोराचा मानसा' ही गाणी असोत, निवेदिताला वन्स मोअर न देणारे प्रेक्षक विरळाच. तिच्या ढोलकीच्या पहिल्याच खणखणीत थापेचे लोक टाळ्यांच्या कडकडाटात स्वागत करतात.

पुण्याच्या रेणुकास्वरूप शाळेत शिकत असताना शाळेत गायन किंवा वादन सक्तीचे असल्यामुळे गायन शिकलेली निवेदिता, वयाच्या ११ व्या वर्षापासून पुण्याच्या गोडसे व्हायोलिन विद्यालयात तबला वाजवायला शिकली व पुढे तबला व ढोलक, ढोलकी वादनात कधी पारंगत झाली हे तिचं तिलाच समजले नाही. एम.ए. (संस्कृत) व बी.एड. झालेल्या निवेदिताला शाळेत शिक्षिका व्हायचे होते, हे नक्की, पण तबला वादन शिक्षिका म्हणून नेमणूक होईल असे कधीच वाटले नाही. गोडसे व्हायोलिन विद्यालयात निवेदिताची बहीण व्हायोलिन शिकायची पण निवेदिताचा ओढा मात्र तबलावादनाकडेच. अगदी लहानपणापासून खण खण तबला वाजवणाऱ्या निवेदिताच्या तबलावादनाचे तिच्या अंध

आजीकडून खूप कौतुक झाले. आपलीच नात इतक्या लहान वयात खणखण तबला वाजवतीय यावर तिचा विश्वास बसेना. रेणुकास्वरूप शाळेत सर्व कार्यक्रमांना ''तूच वाजव तबला'' या प्रभुणेबाईंच्या वाक्यामुळे तिला आत्मविश्वास प्राप्त झाला. शाळेच्या सर्व गाण्यांना, कोरसला तिची तबल्याची साथ ठरलेली. पुढे अलूरकर कंपनीने बालगीतांची कॅसेट काढली, त्यात निवेदिताला तबला वाजवण्याची संधी मिळाली. सोलापूरला बालगीतांचा लाइव्ह कार्यक्रम झाला, त्यात तबल्याची साथ तिचीच होती. तेव्हा लोकांनी कौतुक केलं, म्हणाले, ''प्रोफेशनलसारखी वाजवते!'' निवेदिता सांगते, ''तेव्हा मला 'प्रोफेशनल' या शब्दाचा अर्थही माहीत नव्हता, घरी येऊन डिक्शनरीत अर्थ बघितला 'व्यावसायिक', तेव्हा खूपच राग आला. मला वाटलं होतं काहीतरी चांगले विशेषण असेल. खरं म्हणजे वाजवण्यात माझा आजही व्यावसायिक दृष्टिकोन नाही, म्हणूनच मला राग आला होता.''

ढोलक, ढोलकीकडे कशा वळलात? यावर त्या उत्तरल्या, 'मी शाळेत असताना आंतरशालेय राष्ट्रगीत, समूहगीत गायनस्पर्धा खूप जोशात चालत. आमच्या शाळेची अहल्यादेवी शाळेशी नेहमी चुरशीची स्पर्धा असे. महाराष्ट्रगीत तेव्हा खूप प्रसिद्ध होते, महाराष्ट्रगीताच्या साथीला मीच ढोलकी वाजवायला पुढे आले. खरं म्हणजे मी कुठेच ढोलक, ढोलकी वाजवायला शिकले नाही. माझ्या मावशीचे दीर ढोलकी वाजवायचे, त्यांचे पाहिले, ऐकले व तबल्याचा सराव होताच, त्यामुळे स्वतःच शिकले. माझी मीच ढोलकी वाजवायची, रेकॉर्ड करायची व ऐकायची, त्यातील चुका सुधारून पुन्हा वाजवायची, रेकॉर्ड करून ऐकायची, असाच हळूहळू सराव होत गेला. ढोलक व ढोलकी या दोन वाद्यांच्या वाजवण्याची पद्धत वेगळी असते. ढोलकी फोक स्टाइलने वाजविली जाते व ढोलक फिल्मी स्टाइलने! ढोलकला शाई नसते, त्यामुळे ढोलक व ढोलकीची वेगवेगळी तंत्रे सांभाळावी लागतात, आडवा हात घ्यावा लागल्याने सपोर्ट नसतो पण सरावाने प्रावीण्य मिळवता येते.''

कीर्तनाचे कार्यक्रम ऐकण्याची संधी निवेदिताला अगदी लहानपणापासून मिळाली. तिची आई श्री गोंदवलेकरमहाराजांच्या सांप्रदायातील असल्याने भजने म्हणत असे आणि निवेदिता आईबरोबर भजनांना जात असे. भजनात तबल्याची साथ असे, भजने ऐकताना निवेदिताचे सारे लक्ष तबलजींची बोटे कशी फिरतात याकडेच असे. पुरुषांची भजने ४५ मिनिटे चालत व ४५ मिनिटे सतत तबलजींचा स्टॅमिना रहातो व आपला स्टॅमिना फक्त १५ मिनिटेच, या विचाराने ती अस्वस्थ होत असे. त्यामुळे ती स्टॅमिना वाढवण्यासाठी प्रयत्न करायची व त्यातूनच तिचा स्टॅमिना वाढला. पुढे तिने भजनाचे अनेक कार्यक्रम केले. तिचे सासरे डॉ. अनंतबुवा मेहंदळे कीर्तन करीत. आकाशवाणीवर

निवेदिताची अनेक कीर्तने झाली आहेत. मोठमोठ्या कीर्तनकरांना तिने साथ केलीय. एकदा एका भजनाच्या कार्यक्रमाला सुप्रसिद्ध गायक श्री. छोटा गंधर्व आले होते, त्यांनी केलेल्या कौतुकाने निवेदिता धन्य झाली. निवेदिता म्हणते ''जगप्रसिद्ध तबलावादक श्री. झाकीर हुसेन यांनी म्हटले आहे की; ''स्त्रिया पुरुषांपेक्षा चांगला तबला वाजवतात, कारण त्यांचे मन हे तरल असते, त्या पुरुषांपेक्षा जास्त 'sensitive' असतात.'' मी तेवढेच लक्षात ठेवले व त्यादृष्टीने अधिक प्रयत्न केले''.

हरहुन्नरी व पाय घसरू न देता सर्व दगडांवर पाय ठेवण्याची क्षमता असलेली निवेदिता शाळेत नोकरी करते, संसाराची धुरा वाहतेय, नाट्यलेखन व नाट्यदिग्दर्शनही करते, कीर्तने करते, कार्यक्रमात तबला, ढोलक, ढोलकीची साथ करते. आजपर्यंत तिने १०–१५ बालनाट्ये लिहिली आहेत व मागच्या वर्षीच्या स्पर्धेत तिने महाराष्ट्र सरकारचे प्रथम पारितोषिक मिळवलय. संस्कृतमध्ये 'संगीत स्वयंवर' ही एकांकिका बसवली, तसेच संगीत 'नाभागाख्यानम्' ह्या तिच्या एकांकीकेला उत्कृष्टतेचे पारितोषिक मिळाले. तिची विद्यार्थिनी सायली ठाकूर नवी दिल्ली येथील बृहन्महाराष्ट्र नाट्य महोत्सवात सहभागी झाली होती. १९८० सालापासून तबला वाजवणाऱ्या निवेदिताला शिक्षिका, कीर्तनकार, नाट्यलेखन, नाट्यदिग्दर्शन या सर्व क्षेत्रांत अत्यंत निष्ठेने, तळमळीने केलेल्या कामाची पावती अनेक पुरस्काररूपाने मिळालीय. पुणे महानगरपालिकेतर्फे 'स्त्री कीर्तनकार पुरस्कार' हरिकीर्तन उत्तेजक सभेतर्फे 'पदवीधर महिला कीर्तनकार' यासाठी असलेला 'मंगलविष्णू पुरस्कार', गीताधर्म मंडळातर्फे गीतेचा अभ्यास व पुरस्कार यासाठीचा, 'पार्थसखा पुरस्कार', गोव्यातील नरेश रंगभूमी स्पर्धेत 'एकच प्याला' या संगीत नाटकासाठी उत्तम दिग्दर्शनाचा पुरस्कार व नाटकासाठीही पुरस्कार, भारतीय जैन संघटनेतर्फे 'उत्तम शिक्षिका पुरस्कार' इ. पुरस्कारांनी गौरवले आहे.

आपल्या यशाचे श्रेय निवेदिता तिचे पती व तबलावादक श्री.नचिकेत मेहेंदळे व तिची आई सौ.मधुमालती खळदकर व वडील भालचंद्र खळदकर यांना देते. तिचे पती शास्त्रीय संगीताच्या मैफलीत तबल्याची साथ करतात, तबल्याचे क्लासेस घेतात, त्यामुळे त्यांचेही प्रोत्साहन निवेदिताच्या यशात महत्त्वाचे. तिची मुलगी तन्मयी आई– वडिलांच्या पावलावर पाऊल ठेवून तबला शिकतीय, आईसारखीच शाळेत फोक डान्सला ढोलकी वाजवतेय.

लहानपणापासून गाण्यातील बोलांपेक्षा तबल्यातील ठेक्याकडे अधिक लक्ष असणारी व तल्लीनतेने तो ठेका ऐकणारी सौ.सुलक्षणा फाटक म्हणजे सौ.वसुधा व श्री.वसंत खाडीलकर यांची कन्या. सांगलीसारख्या लहान गावात जन्मलेल्या सुलक्षणाची तबला

वाजवण्याची सुरुवात झाली ती योगायोगानेच. ती एकदा आईबरोबर आईच्या मैत्रिणीकडे गेली होती. तिच्या आईच्या मैत्रिणीचे पती श्री.अनंत गोखले पूर्वी तबला वाजवत, पण नंतर त्यांचा तबला माळ्यावर गेला. त्या माळ्यावरच्या तबल्याकडे बघून सुलक्षणाची आई मैत्रिणीला म्हणाली, ''जरा तो तबला सुलक्षणाला दे बघू'', सुलक्षणाची तबल्याची आवड व शिकण्याची जिद्द बघून गोखल्यांनी तिला तबला शिकवण्याचे मनावर घेतले. रोज सकाळी दोन तास व संध्याकाळी दोन तास सुलक्षणा जिद्दीने शिकत होती. अष्टमीच्या कार्यक्रमात साथसंगत करायला प्रथम संधी मिळाली. पुढे अनेक कार्यक्रम सादर करायला मिळाले. संस्कार–भारतीतर्फे आयोजित अनेक कार्यक्रमांत तिचा सहभाग असे. अनेक भजनी मंडळांत तिने साथ केली. १९९८ सालापासून तबल्याचे अनेक सोलो कार्यक्रम पंढरपूर, सांगली, विजापूर इ. ठिकाणी सादर करून तिने वाहवा मिळवली. तबलावादनात अधिक प्रावीण्य मिळवण्यासाठी तिने मुंबईत पंडित अल्लारखाँचे शिष्य श्री.अशोक गोडबोले यांच्याकडे दोन वर्षे सतत प्रशिक्षण घेतले. स्टेजवर कार्यक्रम कसा सादर करायचा, बसण्याची पद्धत, माइकपासूनचे अंतर, तबलावादनातील इतर बारकावे इ. बरेच शिकायला मिळाले. आई–वडिलांचे प्रोत्साहन व तरुण मुलीला मुंबईसारख्या शहरात पाठवण्याची तयारी यामुळेच तिचे प्रशिक्षण शक्य झाले. ती आज जे काय तबलावादन शिकू शकलीय ते केवळ आई–वडिलांनी तिच्यावर दाखवलेला विश्वास व पाठिंबा यामुळेच.

लग्नांतर तबलावादक श्री. विनायक फाटक यांची सून व तबला अलंकार श्री. प्रशांत विनायक यांची पत्नी बनून आलेल्या सुलक्षणाला माहेरइतकेच प्रोत्साहन व पाठिंबा मिळाला, ही फार भाग्याची गोष्ट. सासरच्या घरात तर सगळे वातावरणच तबलामय होते. सुलक्षणा सांगते, ''आमच्या तिघांचा रियाझ चालतो, त्यामुळे तबल्याचे बोल घराच्या कानाकोपऱ्यात सतत निनादत असतात. सासरे आणि पती त्यात पारंगत असल्याने माझ्या तबलावादनाचे घरातही खूप कौतुक होते. माझ्या मंगळागौरीला मधुरा दातार यांचा कार्यक्रम होता, तेव्हा माझ्या सासऱ्यांनी तबल्याची साथ करायला लावली होती. युवावाणी, बालचित्रवाणी इ.आकाशवाणीवरील कार्यक्रमांत माझा सहभाग असतो. सौ. प्रतिभा इनामदार यांच्या महिला ऑर्केस्ट्राच्या अनेक कार्यक्रमांत मी तबल्याला साथीला होते, त्यामुळे माझी कला फार थोड्याच दिवसांत पुणेकरांपर्यंत पोहचलीय. तबला वाजवायला फार शक्ती लागते का? सतत तीन–चार तास तबला वाजवल्यावर बोटे दुखतात का? बोटांचा स्टॅमिना वाढावा म्हणून काही व्यायाम करता का? या माझ्या बाळबोध प्रश्नांवर आश्चर्याचे भाव चेहऱ्यावर उमटलेली सुलक्षणा झटकन् उत्तरली,

''छे! छे! अजिबात नाही. तबला हा वाजवायचा असतो, बडवायचा नसतो, योग्य ठिकाणी, योग्य प्रकारे बोटे फिरली की सुंदर नाद तयार होतं. बोटे फिरवण्याचे व हाताचा तळवा तबल्यावर सरकवण्याचे कौशल्य महत्त्वाचे, ते सरावाने व रियाजानेच येते. तबला वाजवायला फार ताकत लागते असा गैरसमज असल्यामुळेच पालकांचा मुलींना तबला शिकवण्याकडे कल नसतो. मी तबला शिकवण्याचे क्लासेस घेते, माझ्या क्लासमध्ये एखादी मुलगी क्वचितच येते. खरं म्हणजे मुले किंवा मुली, कोणलाही सहज जमणारे हे वाद्य आहे पण त्यासाठी हवी मेहनत, चिकाटी.''

निवेदिता व सुलक्षणा यांची यशस्वी वाटचाल पाहून जाणवले की एखादी वेल धडपडत वाढत असतेच, पण वृक्षाच्या आधाराने ती ताठ रहाते, अधिक जोम धरते. त्याचप्रमाणे या दोघींना कुटुंबात आई, वडील, पती, सासू, सासरे यांचे प्रोत्साहन मिळाल्याने त्यांच्या कलेचा अधिक जोमाने विकास होत आहे. या दोघींचे या आगळ्या वेगळ्या वादनक्षेत्रातील यश अनेक मुलींना आत्मविश्वास प्राप्त करून देईल.

सिंथेसायझरमधील प्रावीण्य

सौ. दर्शना जोग

एखाद्या कुटुंबात संगीतात करिअर करणारे कोणीतरी असले तरीसुद्धा घरातल्या मुलीची संगीताची आवड जाणून तिला एखादे वाद्य शिकायची इच्छा आहे हे जाणून प्रोत्साहन दिले जात नाही. घरातल्या मुलीला 'नृत्य' किंवा 'गायन' यापैकी काहीतरी शिकवण्याकडे पालकांचा कल असतो. अभ्यासाव्यतिरिक्त मुलगी नृत्य किंवा गायन शिकलीय हे आपल्या आप्तेष्टांना अभिमानाने सांगण्यासाती किंवा लग्न ठरवताना एक विशेष क्वालिफिकेशन म्हणून उपयोग होईल या विचाराने मुलीला नृत्य वा गायन शिकवले जाते. एखादे वाद्य शिकवून त्यातच करिअर करण्यास तर अजिबात उत्तेजन दिले जात नाही. कुटुंबात कोणीही संगीतात करिअर केलेले नसतानासुद्धा केवळ मुलीची आवड म्हणून तिला सिंथेसायझर या अगदीच वेगळ्या वाद्याचे शिक्षण देऊन त्यातच करिअर करण्यास प्रोत्साहन देणारे व त्या दिशेने तिची यशस्वी वाटचाल व्हावी म्हणून सतत प्रयत्नशील असणारे आई–वडील विरळाच. अशाच आगळ्या वेगळ्या आई–वडिलांच्या पोटी जन्मण्याचे भाग्य लाभलंय सिंथेसायझर शिकलेल्या व अगदी लहान वयातच सिंथेसायझरवर साथ करता करता संगीतसंयोजनाची जबाबदारी यशस्वीपणे पेलणाऱ्या सौ. दर्शना अमेय जोगला. सिंथेसायझर हे वाद्य महिलांनी वाजवायचे वाद्यच नाही, अशी जणू आपल्या समाजाची धारणा असताना दर्शनाने हे महिलांसाठी आगळेवेगळे वाद्य शिकून प्रावीण्य संपादन केलय. कार्यक्रमात सिंथेसायझरची साथ करता करता सर्व

गाण्यांचे संगीतसंयोजन करणे अशी दुहेरी कामगिरी अगदी सहजतेने व कुशलतेने पार पाडणारी दर्शना एकमेव महिला असावी.

सौ. दर्शना जोग ही सुप्रसिद्ध व्हायोलिनवादक श्री. प्रभाकर जोग यांची नातसून, सौ. अलका जोग व श्रीनिवास जोग यांची सून, श्री. अमेय जोग यांची पत्नी तर सौ. सुनंदा विष्णू नांदूरकर यांची सुकन्या. नाशिकमध्ये जन्मलेल्या आणि वाढलेल्या दर्शनाला अगदी तिसरीत असल्यापासूनच गाण्याची आवड होती. घरात कुणालाच संगीतात गती नव्हती, पण चुलतवहिनी सौ. योगिता नांदूरकर मात्र गात असे. आपणही तिच्यासारखे गाण्यातच करिअर करावे अशी स्वप्ने दर्शना नेहमीच बघत असे. तिची वहिनी गाण्याचे क्लासेस घेत असे. सुरवातीला दर्शना दाराआड उभी राहून चोरून गाणे ऐकत असे. नंतर ती क्लासमध्ये जाऊन बसू लागली, गाणे शिकली व हळूहळू ती छोट्या मुलांना गाणे शिकवू लागली. तिथेच बघून बघून हार्मोनियम शिकली. तिची आवड बघून आईने तिला गाणे शिकायला पाठवले. पुढे महाविद्यालयीन शिक्षणासाठी ती पुण्यात आली, आणि तिची करिअरची दिशाच पक्की झाली. श्री. विजय बक्षी यांच्याकडे ती प्रथम गाणे शिकली व त्यानंतर अद्वैत पटवर्धन यांच्याकडे ती सिंथेसायझर वाजवण्यास सहा महिन्यांतच शिकली. हार्मोनियमची आवड असणाऱ्या दर्शनाला विविध वाद्यांचे आवाज काढणाऱ्या सिंथेसायझरचीच पुढे गोडी लागली. जबरदस्त आकलनक्षमता, नेतृत्वगुण आणि आत्मविश्वास यांच्या जोरावर दर्शना अद्वैत पटवर्धन यांच्या अनुपस्थितीत त्यांचे क्लासेस सांभाळू लागली. हळूहळू गणपतीत छोट्या छोट्या कार्यक्रमांत सिंथेसायझरवर साहाय्यक म्हणून साथ करणाऱ्या दर्शनाचे एक मुलगी म्हणून कौतुक होऊ लागले व तिला इतरही कार्यक्रमांसाठी बोलावले जाऊ लागले.

या कार्यक्रमांमध्ये साथ करताना तिला प्रकर्षाने जाणवले की, ऑर्केस्ट्रा कार्यक्रमात अनेक वाद्यांचा समावेश असूनही गाणी जशीच्या तशी वाजवली जात नाहीत, त्यातले बारकावे राहून जातात, लोक खूप detail मध्ये जात नाहीत, छोट्या छोट्या जागा घेत नाहीत. जे काय करायचे ते परफेक्ट करायचे, त्यात उणिवा ठेवायच्या नाहीत, या तिच्या जात्याच स्वभावामुळे अगदी लहान वयातच म्हणजे ज्या वयात गाणे शिकायचे त्या वयातच तिने संगीतसंयोजनाचे आव्हान स्वीकारले. तिची संगीताची जाण, लाघवी बोलणे, कामावरची निष्ठा, मेहनत करण्याची चिकाटी, गाणे अगदी बारीक, सारीक बारकाव्यांसह जसेच्या तसे सादर करण्याची हौस, विशेषतः जुन्या गाण्यातील वाद्यांचे पिसेस हुबेहूब लोकांपर्यंत पोहचवण्याची जिद्द, जन्मजात नेतृत्वगुण इ. मुळे तिने संगीतात

संयोजनाची जबाबदारी अगदी लहान वयात आणि पहिल्याच कार्यक्रमात उत्तमरीत्या पार पाडली आणि त्यानंतर तिला मागे वळून बघावेच लागले नाही.

आपल्या संगीतसंयोजनातील करिअरच्या सुरुवातीचे श्रेय ती श्रुति संस्थेचे श्री. बेलवलकर यांना देते. त्यांनी तिच्यावर विश्वास टाकून ही जबाबदारी दिली नसती तर दर्शनाच्या या सुप्त गुणाचा विकास खुंटला असता. त्यानंतर ओ.पी.नय्यर यांच्या गीतांचा कार्यक्रम, मनोहारी सिंग यांच्या वाढदिवसाचा कार्यक्रम, आकाशवाणीवर गीत रामायणाचा कार्यक्रम, गीत रामायणाचा सांगता कार्यक्रम, आर.डी. बर्मन यांच्या गीतांचा कार्यक्रम इ. मध्ये तिचा यशस्वी सहभाग होता. आता तर तिचे सतत कार्यक्रम चालूच आहेत. हल्लीच लतादीदींच्या वाढदिवसाच्या दिवशी पंडित हृदयनाथ मंगेशकर यांनी सादर केलेल्या 'दीदी आणि मी' या कार्यक्रमात हृदयनाथजींबरोबर सिंथेसायझरवर साथसंगत करण्याचे भाग्य तिला लाभले. महाराष्ट्रात इतरत्रही तो कार्यक्रम होणार आहे, त्यामुळे या कार्यक्रमामुळे तिची ओळख संपूर्ण महाराष्ट्राला लवकरच होईल. पुण्यात शंकर महादेवनबरोबरही गणेश क्रीडा केंद्रातील कार्यक्रमात तिचा सहभाग होता. ओ.पी.नय्यर यांच्या गाण्यांवर आधारित ४२ गाण्यांचा व २३ वादकांचा सहभाग असलेल्या दोन दिवस सादर केलेल्या कार्यक्रमात संगीतसंयोजनाचे काम करताना दर्शनाला खूप शिकायला मिळाले, नवे अनुभव आले.

दर्शना सांगते, ''संगीतसंयोजनाचे काम म्हणजे एखाद्या कुशल कार ड्रायव्हरसारखे असते. ड्रायव्हरला पुढे, मागे, आजूबाजूला खूप सावधपणे लक्ष ठेवावे लागते व त्यानुसार ड्रायव्हर जसा गाडीचा वेग कमी-जास्त करतो, वाहनावर ताबा ठेवतो, तसेच गाण्यालाही सांभाळावे लागते. कधी वेग वाढवावा लागतो, कधी कमी करावा लागतो. हल्ली संगीताच्या प्रत्येक कार्यक्रमात अनेक वादक मंडळी असतात, त्या सगळ्यांची वैयक्तिक प्रॅक्टिस करून घ्यावी लागते, परत सगळ्यांचा मेळ बसवावा लागतो, गायकाचे हावभाव इ. बाबतीत मार्गदर्शन करावे लागते. गाण्याची 'नोटेशन्स काढावी लागतात, एका गाण्याचे नोटेशन काढायला एक तास लागतो, बरेच वादक बारीक-बारीक जागा सोडतात, त्यामुळे त्यांना वाद्यावर कधी हलका हात फिरवायला सांगायला लागते तर कधी कधी जोरात वाजवून घ्यावे लागते. जुन्या वाद्यांवर प्रॅक्टिस करून घ्यायला वेळ लागतो. मी वयाने लहान असल्याने सर्व कार्यक्रमांत वादक आणि गायक माझ्यापेक्षा मोठे असतात. त्यांच्याकडून करवून घ्यायचे म्हणजे मला अवघडल्यासारखे होते. ओ.पी.नय्यर यांच्या गाण्याच्या कार्यक्रमांची ५२ गाण्यांची प्रॅक्टिस मुंबईत तीन आठवडे चालू होती, कारण १५-२० वादक मुंबईचेच होते, परत पुण्यातल्या वादकांची वेगळी प्रक्टिस व सगळ्यांची

मिळून एकत्र प्रॅक्टिस असा एक महिनाभर कार्यक्रम चालू होता, संगीतसंयोजनसाठी 'मेहनत' व 'चिकाटी' खूप आवश्यक असते, कार्यक्रम सादर केल्यानंतर लोकांची पसंती ऐकून श्रमपरिहार होतो.'' सतत नवीन कार्यक्रम घ्यायचे, निरनिराळे कार्यक्रम ऐकायचे, लोकांना भेटायचे, माहिती करून घ्यायची व स्वतःची संगीतसंयोजनाची व सिंथेसायझरची कला विकसित करायची हा तिचा अखंड कार्यक्रम चालू असतो.

दर्शना पुढे सांगते, ''मी हे सगळे करू शकले ते माझे पती आणि सासरच्या सर्वांच्याच सहकार्यामुळे व प्रोत्साहनामुळेच, माझे पती अमेय जोग सिंथेसायझर वाजवतात. रेकॉर्डिंगमध्ये त्यांचा जास्त सहभाग असतो, कार्यक्रमात गातातही, माझे आजेसासरे श्री प्रभाकर जोग यांची 'गाणारे व्हायोलिन' या कॅसेटचे सगळे काम त्यांनीच सांभाळलय. गाण्याचे नोटेशन काढण्यास त्यांची खूपच मदत होते. श्री प्रभाकर जोग यांचे मार्गदर्शनही खूप असे मोलाचे असते. ''समोरच्याला चटकन् समजेल असे नोटेशन काढ'', असा त्यांचा आग्रह असतो, त्याबाबत ते मला मार्गदर्शन करतात. माझ्या सासू-सासऱ्यांचाही सपोर्ट खूप महत्त्वाचा आहे. सिंथेसायझर हे वाद्य १५ किलो वजनाचे आहे, त्याशिवाय नोटेशन स्टॅण्ड बॅग इ. उचलून न्यायचे, प्रवास करायचा म्हणजे खूप दमणूक होते. खूप दमल्यावर भलत्यावेळी जरी मला झोपावेसे वाटले तरी त्यांची ना नसते. उलट तेच मला आराम करायला सांगतात. माझ्या सासूबाई गाणे शिकलेल्या नाहीत, पण इतकी वर्षे ऐकत आल्या असल्याने त्यांचा कान छान तयार झालाय, आवडही आहे, त्यामुळे त्या आमच्या गाण्यांच्या चर्चांमध्ये खूप इंटरेस्ट घेतात. प्रश्न विचारतात, शंकांचे निरसन करून घेतात, त्यामुळे खूप बरे वाटते. माझ्या करिअरमध्ये माझ्या आई-वडिलांचा सिंहाचा वाटा आहे. त्यांनी मला प्रोत्साहन दिले, क्लास लावलाच, पण सर्वांत महत्त्वाचे म्हणजे अतिशय महागडा उत्तम प्रतीचा सिंथेसायझर घेऊन दिलाय. मेडिकल किंवा इंजिनिअरिंगला अ‍ॅडमिशन घेतली असतीस तर फी भरावी लागलीच असती ना असा विचार करून त्यांनी एवढे महागडे वाद्य मला घेऊन दिले म्हणून मी आज इतकी प्रगती करू शकले. चांगले चांगले कार्यक्रम सादर करून लोकांना भरपूर आनंद मिळवून द्यायचा हेच माझे ध्येय आहे.''

सिंथेसाइझरमधील प्रावीण्य व संगीतनियोजनाचे कौशल्य प्राप्त करून महिलांसाठी आगळ्यावेगळ्या स्वरूपाच्या क्षेत्रात यशस्वी पदार्पण करणाऱ्या दर्शनाचे उदाहरण या क्षेत्रात चमकण्याची स्वप्ने पाहणाऱ्या अनेक तरूणींसाठी व त्यांच्या पालकांसाठी प्रेरणादायी ठरावे.

❖❖❖

राधा सरपोतदार

जानकी सोमण

कलाकृतीची किमया

बहुतेक महिलांच्या अंगी उपजतच चित्रकला, हस्तकला, शिवणकला, गायनकला, पाककला यापैकी कोणत्या ना कोणत्या तरी कला असतात. महिलांच्या या कलागुणांचा आविष्कार पूर्वी सणासुदीला व लग्नसमारंभात दिसून येई. हस्तकलेचा प्रत्यय रुखवतावर मांडलेल्या वस्तूतून, चित्रकलेचा प्रत्यय सणासुदीला काढलेल्या रांगोळ्या व मेंदीच्या नक्षीतून, पाककलेचा प्रत्यय दिवाळीच्या फराळातून वा इतर पंचपक्वान्नातून, गायनकलेचा प्रत्यय मंगळागौरीच्या गाण्यातून, लग्नसमारंभाच्या मंगलाष्टकाळतून, जात्यावरच्या गाण्याळतून, शिवणकला व भरतकलेचा प्रत्यय बाळंतविडा, टेबलक्लॉथ, उशीचे अभ्रे इ.मधून येई. पण आज स्त्रिया शिक्षित झाल्या. स्त्रीस्वातंत्र्याचे वारे वाहू लागले; त्या घराबाहेर पडू लागल्या; पुरुषांच्या बरोबरीने स्वतंत्रपणे व्यवसाय करू लागल्या; त्यामुळे स्वतःजवळच्या कलेचा उपयोग करून अनेक महिलांनी व्यवसाय सुरू केले. हस्तकलेची आवड असणाऱ्यांनी सिरॅमिक पॉट्स, पेंटिंग, मेणबत्त्या, मेणाच्या वस्तू, पणत्या, मेटल एम्बॉसिंग, लॅम्पशेड्स बनवणे इ. व्यवसाय सुरू केले. पाककलेत पारंगत असणाऱ्यांनी पाककलेची पुस्तके लिहिणे, तसेच केक, आइस्क्रीम, चायनीज, थाई, पिझ्झा, नॉनव्हेज डिशेस इ. शिकवण्याचे क्लासेस सुरू केले. शिवणकलेची आवड असणाऱ्यांनी फॅशन डिझाईनींगचे कोर्सेस करून रेडीमेड कपडे बनवायला सुरुवात केली, तर चित्रकलेची आवड असणाऱ्यांनी शाळेतील मुलांना ड्रॉइंग शिकवणे, मेंदीचे क्लासेस सुरू केले.

कल्पनाशक्ती, नवनिर्मितीची आवड, शिवणकला व भरतकाम यांची आवड असणाऱ्या पुणे येथील सौ. राधा सरपोतदार व सौ. जानकी सोमण या नणंद–भावजयांनी रजया बनवून विकण्याचा व्यवसाय 'कलाकृती क्रिएशन्स' या नावाने सुरू केलाय. केवळ रजया बनवण्यापुरतीच त्यांची कल्पना मर्यादित नाही, तर रजया बनविताना उरलेल्या कापडाच्या तुकड्यातून काही तरी बनवावे, या विचाराने प्रेरित होऊन त्या टेबलमॅट्स, कोस्टरर्स, ज्वेलरी पाऊच, मेडिसिन पाऊच, बांगड्या ठेवायचे पाऊच, ट्रे क्लॉथ, पॅचवर्क केलेले टेबलक्लॉथ, लहान मुलांच्या रजया, स्लिपिंग बॅग्ज, लॉन्ड्री बॅग्ज, सामानाच्या बॅग्ज, फोल्डिंग बॅग्ज, कुशन कव्हर, बेड कव्हर्स, मेट्रेस प्रोटेक्टर इ. एक ना दोन अशा पस्तीस प्रकारच्या वस्तू त्या शिवणकाम करून बनवतात. या सर्वच वस्तू अगदी रंगीबेरंगी व आकर्षक आहेत. सॅटीन व सुती कापडाचा वापर करून लेस, मणी, रिबिनचे बो, पायपीन इ. वापरून त्या वस्तू सजवल्या असल्याने व कामात सफाई असल्याने त्या मनोवेधक आहेत. पाहिल्याबरोबर काही तरी खरेदी करण्यास मोहात पाडणाऱ्या नक्कीच आहेत. या वस्तूंची विक्री त्या प्रामुख्याने प्रदर्शनातूनच करतात. दरवर्षी दिवाळीनंतर किंवा नाताळाच्या सुट्टीत त्या रजया व इतर वस्तूंचे प्रदर्शन गेल्या दहा वर्षांपासून भरवत आहेत. त्यांच्या या प्रदर्शनाला वर्षानुवर्षे हजेरी लावणारी अनेक कुटुंबे आहेत. या वर्षी नवीन काय आहे, हे बघण्यासाठी त्या आपल्या मित्र–मैत्रिणी व नातेवाईकांना घेऊन येतात. या प्रदर्शनातच त्यांना अनेक वस्तूंची, रजयांची ऑर्डरही मिळते. दहा वर्षांपूर्वी राधा व जानकीने लावलेल्या 'कलाकृती' या रोपट्याचे आता मोठ्या वृक्षात रूपांतर झाले आहे.

कोणालाही चटकन न सुचणारा आगळावेगळा असा रजया बनवण्याचा व्यवसाय सुरू करण्याची कल्पना कशी सुचली? या माझ्या प्रश्नावर राधा म्हणाली, ''आम्ही दोघी खरे म्हणजे कॉमर्स ग्रॅज्युएट. तसे शिवणकाम वगैरे शिकलेलो नाही. मी इंडोनेशियाला जाकार्ता येथे १० वर्षे हाते. तेथे घरोघरी स्त्रिया रजया बनवायच्या. रजया बनवण्याचे क्लासेससुद्धा होते. मीपण क्लासमध्ये रजया बनवण्याचा कोर्स पूर्ण केला. रजया बनवणे आपल्याला वाटते तितके सोपे नाही. डिझाइन बनवणे, त्यासाठी पिसेस कापणे, त्याची जोडणी करणे, उत्तम फिनिशिंग करणे इ. येणे महत्त्वाचे! जाकार्ताहून मी पुण्यात राहायला आल्यावर घरच्यांसाठी रजया बनवल्या. माझी वहिनी जानकीलाही त्यात खूप इंटरेस्ट वाटू लागला. आम्ही दोघीजणी नातेवाईकांसाठी, मित्र–मैत्रिणींसाठी रजया बनवू लागलो. सगळ्यांकडून आमच्या रजयांचे खूपच कौतुक झाले. लहान मुलांसाठी बनवलेल्या रजया तर सगळ्यांच्या पसंतीस उतरल्या. नवीन नवीन डिझाइन्स ट्राय केले आणि

वाटले, आपण याला व्यवसायाचे स्वरूप देऊ या. अगदी बिनधास्तपणे आम्ही या व्यवसायात उतरलो ते घरच्यांच्या पाठिंब्यामुळे.'' जानकी म्हणाली, ''माझी आई म्हणजे भारी उद्योगी बाई. सतत काहीना काही तरी करत असते. मलाही काही तरी उद्योग करावा असे मनोमन वाटत होतेच. त्यामुळे मी राधाबरोबर या व्यवसायात उतरायचे ठरवले आणि १९९४ साली आम्ही 'कलाकृती क्रिएशन्स' या नावाने हा व्यवसाय सुरू केला.

१९९४ साली जेव्हा या दोघींनी रजया आणि इतर वस्तू बनवण्याचा व्यवसाय सुरू केला, तेव्हा मोठमोठे शॉपिंग मॉल्स झालेले नव्हते. अशा वस्तू दुकानात सर्रास मिळत नव्हत्या; पण मोठमोठी प्रदर्शने भरत. प्रदर्शनात लोक खूप गर्दी करत. त्याचाच फायदा घेऊन त्यांनी प्रदर्शनातून आपल्या वस्तूंची जाहिरात करण्याचा निर्णय घेतला. प्रदर्शनात त्यांच्या स्टॉलला बेस्ट स्टॉलचे बक्षीस मिळाले आणि चांगल्या कामाची ही पावती म्हणजे पाठीवर कौतुकाची थापच होती. त्यांचा उत्साह द्विगुणीत झाला. प्रदर्शनामुळे पुण्याच्या पंचतारांकित ब्ल्यू डायमंड हॉटेलची मॅट्रेस प्रोटेक्टरची ऑर्डर मिळाली. हॉटेलमध्ये मालाला मागणी आहे, लक्षात येताच त्यांनी पुण्याच्या इतर हॉटेल्समध्येही संपर्क साधला आणि त्यांना पुण्यातील नामवंत कोहिनूर, प्रेसिडेंट, प्राइड इ. हॉटेल्समधून बेड कव्हर, पिलो कव्हर, मॅट्रेस प्रोटेक्टर इ. ची ऑर्डर मिळाली.

जानकी सांगते, ''सुरुवातीला मार्केटिंगसाठी आम्ही खूप फिरलो. वेगळ्या वेगळ्या डिझाइनच्या रजयांचे ब्रोशर बनवले. ते दुकानात ठेवले. आता 'बॉम्बे स्टोअर'मध्ये तसेच औंधच्या 'पिचोलन'मध्येही आमच्या वस्तू मिळतात. 'बॉम्बे स्टोअर'तर्फे पुणे, मुंबई व बंगलोर येथे प्रदर्शने भरतात, तेथे प्रदर्शनांत आमचा माल ठेवतात, त्यामुळे आमच्या रजया पुण्याबाहेरील लोकांनाही परिचित आहेत.''

राधा व जानकी यांच्या वस्तूंना वर्षभर भरपूर मागणी असते. वर्षातून एकदाच प्रदर्शन भरवूनही केवळ मौखिक प्रसिद्धीमुळे त्यांना वर्षभर अनेक लोकांकडून ऑर्डर्स मिळतात. त्या ऑर्डर्सची पूर्तता करता करता त्यांना वर्षभर उसंत मिळत नाही. परदेशस्थ भारतीय जेव्हा भारतात येतात, तेव्हा तेसुद्धा आवर्जून रजया घेऊन जातात; कारण युरोप व अमेरिकेत मिळणाऱ्या रजया प्रिंटेड, सिंथेटिक कापडाच्या असतात; पण कलाकृतीची प्रत्येक रजई 'डिझाइनर रजई' असते. कलाकृतीच्या रजयांचे वैशिष्ट्य म्हणजे त्या सर्वसाधारण रजयांप्रमाणे प्रिंटेड कापडाच्या बनवलेल्या नसतात तर निरनिराळ्या रंगांतील सुती व रेशमी कापडाचे तुकडे कापून, जोडून डिझाइन तयार करून बनवलेल्या असतात. चांदण्या, त्रिकोण, षट्कोन, पंखे, बॉर्डरला डिझाइन इ.

पॅचवर्क करून डिझाइन बनवलेले असते. अनेकदा एखाद्या रजईत ५०० तुकडे जोडूनही डिझाइन बनलेले असते. सर्व पिसेस योग्य त्या आकारात कापून सफाईदारपणे जोडण्याचे ट्रेनिंग त्यांनी चार बायकांना दिले आहे. वर्कशॉपमध्ये या चार बायका आता कटिंग आणि मशिनवर शिलाई करतात. प्रथम धावदोरा घालून पिसेस जोडून घेतात व मगच मशिनवर शिवतात. डिझाइन तयार करणे, रंगसंगती ठरवणे, एवढेच नव्हे, तर पिसेस कापणे, जोडणे व त्याचे फिनिशिंग इ. वर त्यांना देखरेख ठेवावी लागते, तेव्हा कोठे एक्स्क्लुझिव्ह रजया तयार होतात. त्यांच्या रजयांचे आणखी एक वैशिष्ट्य म्हणजे त्या सुती व रेशमी वा सॅटीन कपड्याने बनवलेल्या असतात; व रजईच्या आत पॉलिफिल म्हणजे पॉलिस्टर फायबर भरलेले असते. त्यामुळे पाण्याने ते मटेरियल खराब होत नाही व त्या धुता येतात आणि अनेक वर्षे टिकतात. त्यांचा फीलही खूप मऊ असतो.

कलाकृतीच्या केवळ रजयाच विशेष स्वरूपाच्या आहेत; पण काळाबरोबर निर्माण होणाऱ्या गरजांनुसार मागणी असलेल्या छोट्या छोट्या वस्तू बनवण्याचे कौशल्यही वाखाणण्याजोगे आहे. पर्यटनाची वाढलेली आवड व प्रकृतीबाबतची वाढती जागरूकता लक्षात घेऊन बनवलेल्या मेडिसिन पाऊचमध्ये अनेक कप्पे आहेत. त्यात वेगवेगळी औषधे ठेवता येतात व पाऊच उघडताच कोणत्याही कप्प्यातून हवे ते औषध पटकन काढणे सोपे होते. लहान मुलांसाठी बनवलेल्या नर्सरी बॅग्जमध्ये आतून प्लॅस्टिक लावलंय; त्यामुळे वॉटरबॅगचे पाणी सांडूनही त्या खराब होत नाहीत. बाजारात ज्वेलरी बॉक्सेस व पाऊचेस तर मिळतातच, पण अनेक कप्पे असलेली एअररिंग्ज, माळा, नेकलेस, कॉस्मेटिक्स इ. ठेवण्याची खास सोय केलेली व चंचीसारखी छोटीशी घडी करून बांधता येणारा पाऊचही लग्नसमारंभात न्यायला खूप सोयिस्कर आहे. आजकाल लग्नकार्यात विविध ड्रेसवर मॅचिंग बांगड्या घालतात. त्यासाठी बँगल पाऊचही खूप हलका व सुटसुटीत असा बनवलाय. लहान मुलांना झोपायला स्लिपिंग बॅग बनवलीय. त्यात बाळाला झोपवले की, वरचे पांघरूण हलत नाही.

लहान मुलांसाठी बनवलेल्या रजया, बॅग्ज यावर फुगे, बाहुल्या, मासे, निरनिराळे प्राणी, पक्षी यांची सुंदर डिझाइन्स बनवली आहेत. त्यांची रंगसंगती खूप मनोवेधक आहे. एवढी डिझाइन्सची व्हरायटी आणि उत्तम रंगसंगती कशी सुचते? या माझ्या प्रश्नावर दोघी झटकन उत्तरल्या, ''आम्ही रजयांवर लिहिलेल्या पुस्तकांचा अभ्यास केलाय. त्याशिवाय रंगसंगती सुचवणारे एक पुस्तकही अभ्यासले आहे. त्यात रंगसंगती दाखवणारे पट्टे आहेत. त्यातून कल्पना येते. शिवाय ऑर्डरप्रमाणे रजया, बॅग्ज बनवताना लोकांशी चर्चा करून त्यांच्या अपेक्षा जाणून घेतल्यास रंगसंगती व डिझाइन्स् सुचतात.''

मध्यंतरी एका महिलेने आम्हाला रजईवर बाहुल्यांचे डिझाइन बनवायला सांगितले. त्यात बाहुलीला लांबलचक वेणी हवी, ॲप्रन हवा, त्याला लेस हवी, इ. सूचना केल्या होत्या. आणखी एका महिलेने आम्हाला ट्रेन, इंजिनचे डिजाइन, वर आकाश, ढगही हवेत, असे सुचवले होते. तसेच बेडरूमच्या रंगाशी सुसंगत व लोकांच्या आवडी–निवडीनुसार रंग ठरवावे लागतात. काही लोक ब्रोशर बघून डिझाइन पसंत करतात. पण रंगसंगती स्वतःला आवडणारी सुचवतात. आम्ही आता दहा वर्षांत अनेक रंगांची कापडे वापरून तऱ्हेतऱ्हेचे डिझाइन बनवले आहे दरवेळी नवीन काहीतरी सुचतच असते.''

''सतत दहा वर्षे प्रदर्शन भरवूनही प्रत्येक प्रदर्शनाला इतकी गर्दी का होते? याचे गमक म्हणजे मालाचा दर्जा, वेगळेपण, उत्कृष्ट रंगसंगती ऑर्डरप्रमाणे खात्रीशीर मिळणारा माल, दरवर्षीची नवीन नवीन उत्पादने हेच आहे. बरेच लोक हल्ली लग्नाच्या वेळेस मुलींना टेबलमॅट्स, टेबलक्लॉथ, बेडकव्हर, पिलो कव्हर्स, इ. चा सेट देतात. बारशाला देता येणाऱ्या; पण दुकानात सहजपणे न मिळणाऱ्या अनेक वस्तू त्यांच्या प्रदर्शनात मिळतात.

कलाक्षेत्रातील कोणतेही प्रशिक्षण नसताना कलात्मकरीत्या वस्तू बनवण्याच्या व्यवसायात झोकून देण्याची राधा व जानकीची स्वयंप्रेरणा हेच त्यांच्या यशाचे रहस्य आहे. स्वयंप्रेरणेतून आलेला आत्मविश्वास, त्याला कुटुंबाची जोड, पतीचे प्रोत्साहन, कल्पनाशक्ती, सृजनशीलता, मेहनत व चिकाटी यांचा सुंदर मिलाप झाल्यास महिलांना कोणताही व्यवसाय करणे सहज शक्य होते. याचे ज्वलंत उदाहरण म्हणजे या दोघींनी सुरू केलेला 'कलाकृती'चा व्यवसाय उत्कृष्ट निर्मितीचा आनंद व समाधान त्या दोघींच्या चेहऱ्यावर स्पष्ट जाणवत होते आणि ते त्या दोघींनी स्वतःची कल्पनाशक्ती व सृजनशीलता या गुणांनी मिळवले होते.

❖❖❖

शीलाताईंची धडाडी

शीला साबळे

आज एकविसाव्या शतकात कितीही स्त्रीमुक्तीचा व स्त्रीसुधारण्याचा डंका पिटला तरी स्त्रीकडे बघण्याची समाजाची वृत्ती मात्र बदलली नाही. स्त्रिया शिकू लागल्या, नोकरी करू लागल्या, उद्योग व्यवसाय करू लागल्या. पूर्वी स्त्रियांची नसलेली जी क्षेत्रे होती, त्यांतही त्यांचा शिरकाव झाला व आपले कर्तृत्व त्या सिद्ध करू लागल्या. हे जरी खरे असले तरी स्त्री म्हणजे उपभोग्य वस्तू ही वृत्ती फारशी न बदलण्याने आजही अनेक बलात्कार होत आहेत. तसेच स्त्री म्हणजे वृक्षरूपी पुरुषाच्या आधाराने वाढणारी वेल, या विचाराने पतिनिधनानंतर स्त्रीने जीवन संपल्यासारखे उदासपणे जीवन आपले आयुष्य करावे, ही समाजाची अपेक्षा आज ग्रामीण भागात तर प्रकर्षाने जाणवते. पतिनिधनानंतर स्त्रीचे सुखी जीवन संपले, तिने साधी रहाणी ठेवावी, हसणे तर सोडाच पण बोलणे कमी करावे, समाजातला वावर कमी करावा, केवळ मुलांच्या शिक्षणाची व व्यक्तिमत्त्वविकासाची जबाबदारी पेलण्यासाठी तिने जगावे इ. अपेक्षा ठेवून विधवा स्त्रीकडे बघितले जाते. तिच्यावर जणू सर्व समाजाचा वॉच असतो. ती समाजाच्या चर्चेचा विषय असते. थोडक्यात काय सध्या सतीची प्रथा अस्तित्वात नसली तरीसुद्धा जिवंतपणीच मरण आल्यासारखे त्या स्त्रीला वाटू लागते. खरे म्हणजे पतिनिधनानंतर प्रत्येक स्त्रीला घराबाहेर पडावेच लागते. मग ते नोकरीच्या शोधासाठी किंवा असलेला व्यवसाय सांभाळण्यासाठी किंवा पोटापाण्याच्या तरतुदीसाठी. ''नवरा मेला, महिनासुद्धा झाला नाही'' तोच फिरायला मोकळी, अशी टीका तिच्यावर होते. पण कुटुंबाची आर्थिक बाजू सांभाळणारा जीवनाचा जोडीदार

जगातून निघून गेल्यास ती आर्थिक बाजू सावरण्यासाठी स्त्रीला घराबाहेर पडून पोटापाण्याची सोय करणे आवश्यक ठरते, याची जाणीव समाज ठेवत नाही.

महाड येथील शीला साबळे या महिलेने वयाच्या बत्तिसाव्या वर्षी वैधव्याची कुऱ्हाड कोसळल्यावर खचून न जाता, समाजाच्या टीकेला धडाडीने तोंड देत पतीचा व्यवसाय केवळ सांभाळलाच नव्हे तर अपार मेहनतीने त्याचा विस्तार केला. डी.जी. साबळे एन्टरप्रायजेस या कंपनीतर्फे हिंदुस्तान लिव्हरची उत्पादने, सनफ्लॉवर ऑइल, गिरनार चहा, नर्मदा सिमेंट, कोको केअर इ.नावाजलेल्या व दर्जेदार उत्पादनाच्या वितरणाची जबाबदारी पतीच्या निधनानंतर शीलाताई अतिशय उत्तमरीत्या सांभाळत आहेत, हे विशेष नमूद करण्यासारखे आहे. पतीचा व्यवसाय सावरल्यावर त्यांनी आपले लक्ष समाजसेवेकडे वळवले. रायगड सैनिक स्कूलच्या बोर्डावर, रोटरी क्लब व रायगड जिल्हा ग्राहक मंच, महाड अर्बन बँक, आंबेडकर शाळा, इनरव्हील कला, गुजराती, दर्शनिया मंडळ इ. संस्थांच्या त्या ॲक्टिव्ह सदस्य आहेत. जे.आर.डी. टाटांनी म्हटलंय, "When you are successful, give back to the society. Society gives you so much, we must reciprocate!" या वचनाप्रमाणे, शीलाताईंना ज्या समाजाने मोठे केले त्या समाजाचे ऋण त्या वेळात वेळ काढून फेडतात हे महत्त्वाचे!

त्यांच्या या व्यवसायातील यशाची पावती म्हणून १९९७ साली त्यांना बिझनेस एक्सप्रेसचे 'व्यापार सेवा' हे पारितोषिक देऊन गौरवण्यात आले. व 'उद्योगश्री' पुरस्काराने सन्मानित करण्यात आले. १९९८ साली त्यांनी महाराष्ट्र चेंबर ऑफ कॉमर्स आणि इंडस्ट्रीचे 'कै. श्री. पद्माकर ढमढेरे व्यापार पारितोषिक' ही पटकावले. अनेक पुरस्कार लाभत आहेत. ही गुलाबाच्या फुलावरची त्यांची सुखद वाट असली तरीसुद्धा त्या वाटेपर्यंत पोहचण्यासाठी तुडवलेली काटेरी वाट आजही त्यांच्या डोळ्यापुढे तरळते.

कोकणातील खेड येथे जन्मलेल्या शीलाताईंचे शिक्षण जरी ग्रामीण भागात झाले होते, तरी हिऱ्याप्रमाणेच त्या ग्रामीण भागातील शिक्षणात चमकल्या. जेमतेम बारावीपर्यंत शिक्षण झाले. बारावीला उत्तम मार्क्स मिळाले तरी पुढे व्यावसायिक शिक्षणाची स्वप्ने त्यांना धुळीला मिळवावी लागली. जनरीतीनुसार वडिलांनी सुखवस्तू व सधन घर बघून त्यांचा विवाह श्री. शेखर साबळे यांच्याशी करून दिला. सासर व माहेर दोन्हीकडे व्यवसायाचेच वातावरण होते. त्यांच्या सासऱ्यांचा जी.बी. साबळे एन्टरप्रायजेस या नावाने अनेक दर्जेदार वस्तूंच्या वितरणाचा व्यवसाय होता. संपूर्ण रायगड जिल्ह्यात आपल्या दैनंदिन जीवनात लागणाऱ्या वस्तू म्हणजे तेल, खाद्यतेल, साबण, चहा, इ. नावाजलेल्या कंपन्यांच्या उत्पादनाचे वितरण त्यांनी सुरू केले होते. वडिलांचा व्यवसाय

पुढे त्यांचे पती शेखर यांनी वाढवला. व्यवस्थित व सुस्थितीत असलेल्या घरात शीलाताई लग्न होऊन आल्या. ही भाग्याचीच गोष्ट होती. पुरुषांनी व्यवसाय सांभाळायचा व घरातील स्त्रियांनी कुटुंबाची जबाबदारी सांभाळायची अशी पारंपरिक श्रमविभागणी असलेल्या सुखवस्तू घरात शीलाताई रमल्या नसत्या तरच नवल. पतीने व्यवसायाचा व्याप वाढवला, भराभराट झाली आणि शीलाताई स्वतःच्या बंगल्यात महाराणीसारख्या राहू लागल्या. दोन मुलींचा सांभाळ व पत्नीची कर्तव्ये सांभाळत सुखासमाधानाने जीवन चालले होते; पण एकामागून एक सुख बरसू लागले की, दुःखाची कुणकुण लागते व जणू सुखाला दृष्ट लागते, याची प्रचीती शेवटी शीलाताईंना आलीच.

१९९४ सालच्या त्या भयाण रात्रीचा तो प्रसंग चलच्चित्राप्रमाणे आजही त्यांच्या डोळ्यांपुढे ठळकपणे तरळतो. शीलाताई सांगतात, ''आम्ही आमच्या महाडच्या बंगल्यात राहत होतो. पावसाळ्याचे दिवस होते, सर्वत्र अंधार झाला होता, आम्ही नुकतेच बाहेरून घरी आलो होतो. मी पुढे आले, दार उघडले व मुलींना खायला द्यायला म्हणून स्वयंपाकघरात गेले. माझे पती रस्त्यात दाराजवळच ओळखीच्या गृहस्थाशी बोलत होते, म्हणून ते व मुली मागे होते. बेल वाजली म्हणून मुली व पतीला दार उघडले तर दरोडेखोर दारात घुसले, पाठोपाठ मुली व पतीपण आले. माझे दागिने हिसकवण्याचा दरोडेखोरांनी प्रयत्न केला, पण तेवढ्यात त्यांचे पती आल्याने त्यांनी प्रतिकार केला. मी प्रसंगावधान राखून दागिने गादीखाली लपवले. दरोडेखोरांना प्रतिकार करण्याचा माझ्या पतीने खूप प्रयत्न केला, त्यामुळे दरोडेखोरांनी त्यांच्यावर चाकूचे वार केले. मीही प्रतिकार केला, माझ्यावरही एक-दोन वार केले पण पतीवर बरेच वार झाल्याने ते खाली कोसळले. त्यावेळी आमच्या बंगल्याजवळ फारशी वस्ती नव्हती, कोणाची मदत मिळेना; दरोडेखोर पळून गेल्यावर मी माझ्या पतीला हॉस्पिटलमध्ये नेले, पण व्यर्थ. अति रक्तस्रावाने त्यांचे निधन झाले होते. ध्यानी-मनी नसताना डोळ्यांदेखत पती गमवावा लागला. दुःखाचा डोंगरच कोसळला. तो माझ्यासाठी एक शॉकच होता. मी सुन्न झाले, स्वप्न की सत्य काहीच उमगेना.''

अकाली पती निधनानंतर शीलाताईंचे घर उघडे पडले. दोन मुली लहान, शिक्षण केवळ बारावीपर्यंत, व्यवसायाचा श्रीगणेशासुद्धा परिचित नव्हता. समोर सगळा अंधकार होता. लोकमान्य टिळक म्हणतात, 'समोर अंधार असला तरी पलीकडे उजेड आहे हे लक्षात ठेवा.' टिळकांच्या या वचनानुसार ही अंधाराची वाट चालण्याचा त्यांनी मनोनिग्रह केला. महाडसारख्या छोट्या गावात तेही एका विधवेने व्यवसाय चालवायचा इतके का

सोपे होते? पण धाडसाचे पाऊल आत्मविश्वासाने टाकले. तो आत्मविश्वास त्यांची बहीण, सासरची मंडळी, माहेरचे इतर नातेवाईक यांच्याकडून मिळाला.

पतिनिधनानंतर तेराव्या दिवसानंतर त्या कंबर कसून कामाला लागल्या खऱ्या, पण समाजाचे टोमणेरूपी दगड झेलावे लागले. लोकांनी फुकटचे अनेक सल्ले दिले. एक अनुभव नसलेली अशिक्षित बाई एवढा व्यवसायाचा व्याप सांभाळणे शक्यच नाही, याची खात्री असल्याने लोकांनी व्यवसाय चालवायला घेण्याची ऑफर दिली. कोणी बंगला विकण्याचा सल्ला दिला, कोणी ''व्यवसाय चालू तर करा बघतो'' अशा धमक्याही दिल्या. सर्वप्रकारे त्रास देण्याचा लोकांनी सपाटाच लावला; पण शीलाताई एखाद्या मोठ्या शिळेप्रमाणे अढळ राहिल्या. मात्र तऱ्हेतऱ्हेच्या अनुभवातून शहाण्या बनत गेल्या, खंबीर बनत गेल्या. पाण्यात पडले की पोहायला शिकावेच लागते. तद्वतच शीलाताई व्यवसायातील खाचाखोचा, अडचणी इ. ला पुरुन उरल्या. वितरणाचे काम म्हणजे फिरावे लागे. एका तरुण महिलेला हे काम फार अवघड होते. एक स्त्री म्हणून लोकांनी त्रास दिला. सुरुवातीला माल उचलत पण उधारी ठेवत. पैसे वसुलीला गेल्यावर धमक्या देत, दादागिरी करत; पण शीलाताई तसूभरही मागे हटल्या नाहीत. महापूर व वादळांना तोंड देत खंबीरपणे उभ्या असलेल्या भक्कम वृक्षाप्रमाणे त्या निश्चल राहिल्या. शेवटी त्यांची जिद्द बघून त्रास देणाऱ्या लोकांची चिकाटी संपली. त्यांच्या पतीचे नाहक प्राण घेणाऱ्या दरोडेखोरांना जबर शिक्षा व्हावी म्हणून त्यांनी कोर्टात केस केली व त्यात त्यांना यश आले ते त्यांच्या चिकाटीमुळेच.

उत्पादनाच्या वितरणाचे काम करणे सोपे नाही. केवळ मालाची डिलिव्हरी घेणे व छोट्या दुकानदारांना पोहचवणे एवढेच काम नसते. बाजारातील नवनवीन उत्पादनांची अद्ययावत माहिती ठेवावी लागते, नवीन उत्पादनाची एजन्सी मिळवण्यासाठी कंपनीच्या अधिकाऱ्यांबरोबर मीटिंग्ज कराव्या लागतात, फॅालोअपसाठी खेटे घालावे लागतात. रोखीचा व्यवहार व चेकचा व्यवहार सांभाळावा लागणे, येणी वसूल करावी लागतात. शीलाताईंनी हे सगळे पेललंय. स्वतःच्या वाहनांनी आज त्या सर्वत्र फिरतात. व्यवसायाची धुरा सांभाळताना कौटुंबिक जबाबदारीही तितक्याच समर्थपणे स्त्रियांना सांभाळावी लागते. त्या आघाडीवरही शीलाताई यशस्वी झाल्यात. दोन्ही मुली आज उच्चशिक्षित आहेत. एकीचे लग्न करून दिले, ती अमेरिकेत आहे. आई आणि वडील दोन्ही भूमिका उत्तमरीत्या वठवल्या म्हणून मुलींचे आज कल्याण झाले.

आज संपूर्ण रायगड जिल्ह्यात शीलाताईंचे नाव अतिशय आदराने घेतले जाते व एक स्त्री एवढ्या आघाड्या सांभाळतेय याचा रायगडवासीयांना अभिमानही आहे.

संपूर्ण रायगड जिल्ह्यातील लोक रायगड जिल्हा मंचात तक्रारी करतात, त्या तक्रारीचा अभ्यास करून, लोकांना भेटून तक्रारीतील तथ्य जाणून त्याचा गोषवारा त्या मंचाकडे सादर करतात. व्यवसाय सांभाळता सांभाळता समाजासाठीही वेळ देतात हे कौतुकास्पद आहे.

अतिशय शांत स्वभावाच्या, नम्र व अदबशीर वागणे, बोलणे असलेल्या शीलाताई आजपर्यंतच्या यशस्वी वाटचालीचे श्रेय मात्र स्वतःला न घेता इतरांना देतात, मनाचा त्यांच्या हा मोठेपणा. आई–वडिलांचे संस्कार, सासरचा पाठिंबा व जनतेचे सहकार्य यांमुळे मी ही वाट चालू शकले, हे त्या नम्रपणे नमूद करतात. पतिनिधनाचे दुःख मनाच्या कोपऱ्यात बंदिस्त करून, कोणतेही तांत्रिक शिक्षण नसताना एखादी स्त्री व्यवसायिक जबाबदारी समर्थपणे पेलू शकते, तसेच कुटुंबाचा भारही पेलू शकते हे त्यांनी स्वतःच्या उदाहरणावरून दाखवून दिले आहे.

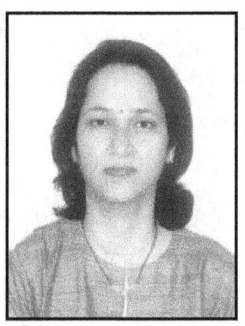

सौ. सुजाता सोपारकर

सुजाताची यशोगाथा

१९७९-८० सालची घटना. ठाण्याच्या इंटिग्रेटेड इलेक्ट्रॉनिक्स टेक्नॉलॉजी प्रा. लि. (इन्ट्रॉन) या कारखान्यात कामगारांचा संप झाला आणि उत्पादन बंद पडले. कामगारांचे न्यायालयातले खटले, बँकांचा असहकार, शून्य क्रेडिट व कर्जाचा बोजा इ. मुळे तो कारखाना आजारी बनला. त्याच काळात कंपनीच्या मालकाचे निधन व्हावे, कुटुंबात तीन मुली असाव्यात, अशा परिस्थितीत कारखाना बंद करणे व नंतर विकून टाकणे याशिवाय दुसरा कुठलाही पर्यायी विचार कोणी केला नसता. पण या कंपनीचे मालक. कै. प्रा. वासुदेव जिराफे यांची केवळ २१ वर्षांची कन्या त्या वेळची कु. सुजाता जिराफे व आजची सौ.सुजाता नागेश सोपारकर, हिने राखेतून निर्माण होणाऱ्या फिनिक्स पक्ष्याप्रमाणे जिद्द, अथक परिश्रम व धडाडी या गुणांच्या जोरावर त्या आजारी कारखान्याला केवळ जीवदानच दिले नाही तर त्याची भरभराट केली. आज. सौ. सुजाता सोपारकर या इंटिग्रेटेड इलेक्ट्रॉनिक्स टेक्नॉलाजी प्रा. लि. च्या मॅनेजिंग डायरेक्टर आहेत व इन्ट्रॉन इलेक्ट्रॉनिक्सच्या प्रोप्रायटर आहेत.

स्वतः बी.ई. (इलेक्ट्रॉनिक्स आणि इलेक्ट्रिकल इंजिनिअर) असणाऱ्या सुजाताताईंनी व्हीजेटीआय (VJTI) सारख्या नावाजलेल्या संस्थेतून प्रथम श्रेणीत बी.ई.ची पदवी प्राप्त केली. त्यांच्या इन्ट्रान कंपनीत प्रिसिजन मेटल फिल्म रेझिस्टंट, थिन फिल्म रेझिस्टर नेटवर्क, व प्रिंटेड सर्किट बोर्ड तयार होतात. त्यांचा हा माल

नामांकित कंपन्यांना म्हणजे भारत हेवी इलेक्ट्रीकल्स् (BHEL) हिंदुस्थान एरोनॉटिक्स लिमिटेड (HAL) इंडियन टेलिकॉम इंडस्ट्री, एबीबी, व्हीएससीसी व विक्रम साराभाई अवकाश संशोधन केंद्र इ. ना जातो. १९८२ साली डबघाईला आलेल्या कारखान्याची गाडी रुळावर आणून तिची भरभराट केली सुजाताताईंनी.

त्यांच्या यशाची पावती त्यांना 'पुरस्कार' व मानसन्मान रूपाने मिळालीय. १९९० साली महाराष्ट्र चेंबर ऑफ कॉमर्स अ‍ॅण्ड इंडस्ट्रीजतर्फे देण्यात येणाऱ्या 'सुशीलाबाई ओक पुरस्कारा'च्या त्या मानकरी ठरल्या. १९९९ साली ठाणे स्मॉल स्केल इंडस्ट्रीज असोसिएशनने त्यांना 'ज्युवेल ऑफ टिसा पुरस्कार' देऊन गौरवले. ८ मार्च २००० रोजी ठाणे महानगरपालिकेने त्यांचा सत्कार केला. २००१-०२ सालचा 'उद्योगिनी पुरस्कार'ही त्यांना मिळाला. २००५ साली रोटरी क्लबने 'यशस्वी उद्योजिका पुरस्कार' देऊन त्यांचा सन्मान केला. आयईएस मॅनेजमेंट कॉलेज व रिसर्च सेंटरने २००७ साली कारखान्यातील आधुनिक प्रयोगाबद्दल 'रोल ऑफ ऑनर' हे पारितोषिक देऊन त्यांचा सत्कार केला. बँक ऑफ महाराष्ट्रने सुद्धा कंपनीला ऊर्जितावस्था प्राप्त करून देण्याच्या प्रयत्नांची व यशाची नोंद घेऊन त्यांना विशेष प्रमाणपत्र देऊन कौतुक केले.

सुजाताची यशोगाथा म्हणजे अडथळ्यांची शर्यतच. जे वारंवार अपयशाचा सामना करतात, पण प्रयत्न थांबवत नाहीत; तेच आयुष्यात यशस्वी होतात, हे सुजाताने जाणले होते. सुजाताचे वडील मुंबईतील पवई येथे आय.आय.टी.मध्ये प्राध्यापक होते. त्या काळात ते मायक्रो इलेक्ट्रॉनिक्सचे नावाजलेले तज्ज्ञ होते. १९६५ ते ६७ या काळात ते कॅनडात ओटाव्हा विद्यापीठात संशोधन करण्यासाठी गेले व तेथून आल्यावर त्यांनी आय.आय.टी.च्या कॅम्पसमध्ये मायक्रो इलेक्ट्रॉनिक्सची प्रयोगशाळा सुरू केली. १९७२ साली त्यांनी ठाण्यात वागळे इस्टेटमध्ये भाड्याच्या जागेत 'इन्ट्रॉन' हा कारखाना सुरू केला; त्यानंतर तीनच वर्षांत त्यांनी स्वतःची जागा घेऊन कंपनीसाठी तीनमजली इमारत बांधून तेथे कारखान्याचा विस्तार केला. अवघ्या पाच वर्षांत त्यांची कंपनी प्रायव्हेट लिमिटेड झाली.

कारखान्याच्या ऐन भराभराटीच्या काळात गालबोट लागले, कामगारांनी संप पुकारला आणि उत्पादन थांबले. कामगारांनी कोर्टात धाव घेतली, कारखाना आजारी झाला; त्यात भरीस भर डॉ. जिराफे यांचे निधन झाले. कारखाना पोरका झाला. त्यावेळी त्यांची मोठी मुलगी सुजाता केवळ २१ वर्षांची होती व केवळ तीनच दिवसांनी सुजाताची बी.ई.ची शेवटच्या वर्षाची परीक्षा होती. जिराफे कुटुंबावर आभाळ कोसळले; पण सुजाताच्या

आईने स्वतःला सावरले, मुलीला धीर दिला, परीक्षा देण्यासाठी तिच्यात आत्मविश्वास निर्माण केला. अतिशय विमनस्क स्थितीत परीक्षा देऊनही सुजाता बी.ई. ची पदवी परीक्षा प्रथम श्रेणीत उत्तीर्ण झाली, आणि कंपनीची संपूर्ण धुरा तिच्या खांद्यावर आली.

सुजाताला अनेक वर्षांनंतरही त्यावेळची परिस्थिती डोळ्यांपुढे दिसते ; ती सांगते ''माझे वडील कॅनडाला दोन वर्षे राहून आले होते, त्यामुळे 'कमवा व शिका' ही तेथील संकल्पना त्यांच्या डोक्यात होती, त्यामुळे आम्हालासुद्धा शाळा सुटल्यावर तसेच सुट्टीत कारखान्यात काम करावे लागे. मी तर १२ व्या वर्षापासून कारखान्यात काम करत होते. तिथे मी ड्रिपिंग शिकले, इतर कामगारांबरोबर काम करत असे. आईसुद्धा रोज कारखान्यात जात असे, तिलापण बरीचशी माहिती होती ; त्याचा फायदा झाला. कामाची तांत्रिक माहिती होती पण आर्थिक चणचण होती. एवढ्या लहान वयात एक मुलगी कारखाना सांभाळणार हे कळल्यावर बँकांनी पूर्ण पाठ फिरवली. कच्च्या मालाची डिलिव्हरी आली तर ती सोडवायला पैसे नव्हते व बँकेत पैसे नसल्याने चेक्स परत येत होते. पण मी बी.ई. झाले असल्याने बँकेला खूप विनवण्या केल्यावर त्यांनी सहा महिन्यांचा अवधी दिला. त्या काळात समाधानकारक काम करून दाखवल्याने पुढे बँकेनी मदत केली''.

माझ्या वडिलांनी, जास्तीत जास्त लोकांना रोजगार मिळावा या उदात्त हेतूने मशिनरी न वापरता खूप लोकांना कामावर ठेवले होते. सर्व कामे हाताने करत असल्याने आगच्याकडे १५० कामगार होते. आता एवढ्या कामगारांना पुन्हा कामावर ठेवणे शक्य नव्हते व मशिनरी आयात करण्यासाठी पैसे नव्हते. सगळीच कोंडी झाली होती. त्यावर मी तोडगा काढला. कामगारांच्या मदतीने अर्धस्वयंचलित यंत्रे बनवली. त्यामुळे वेळेची व श्रमाची बचत झाली, पण त्याशिवाय वेगवेगळ्या TCR व्हॅल्यूचे रेझिस्टर बनवणे शक्य झाले. पूर्वीच्या दीडशे कामगारांची संख्या कमी करून २५ वर आणली पण सर्व नवीन कामगारांना प्रशिक्षण देण्याची जबाबदारी सुजातावर पडली. कल्पकता, सृजनशीलता व इंजिनिअरिंगची पदवी यामुळे ते आव्हान त्यांनी लीलया पेलले व कामगारांचा प्रश्न सुटला. त्यानंतर दुसरे संकट उभे ठाकले, त्यांची अगदी अनुभवी सेक्रेटरी नोकरी सोडून गेली. व्यवस्थापनाचा कसलाच अनुभव सुजाताला आणि तिच्या आईलाही नव्हता. कामगार कायदे, सेल्स टॅक्स, बॅलन्स शीट व इतर महत्त्वाची कागदपत्रे भरणे, ऑफिसात देणे इ. कशाचाही गंध नव्हता. कन्सल्टंटची मदत घेण्याचा प्रयत्नही व्यर्थ ठरला. मग सुजाताने स्वतःच कंबर कसली. पाण्यात उतरल्याशिवाय पोहायला येत नाही, हे जाणून त्यांनी एक एक फाइलचा अभ्यास करून स्वतःला शिक्षित केले. हळूहळू समस्यांचे

निराकरण करत कारखान्याची गाडी रुळावर आणली व आज त्यांच्या कंपनीचा टर्नओव्हर दहा पटीने वाढलाय, हे विशेष.

त्यांच्या कंपनीला लागणारा कच्चा माल त्या जर्मनी व जपानहून आयात करतात. त्यासाठी कधी कधी परदेशदौराही त्यांना करावा लागतो. अनेक प्रदर्शने, जर्नल्स, इंटरनेटवर माहिती, पुस्तके यांच्या सहाय्याने नवीन तंत्रज्ञान आत्मसात करून त्या कारखान्यात वापरतात, त्यामुळे कारखाना अत्याधुनिक झालाय. सर्व बाबींत स्वतः जातीने लक्ष देणे, कमीत कमी उत्पादनखर्च होण्यासाठी विशेष प्रयत्न करणे, मालाचा दर्जा टिकवणे, उत्पादनात सुधारणा करणे, ग्राहकांच्या बदलत्या गरजांनुसार उत्पादनात फेरफार करणे इ. साठी त्या दिवसभर दक्ष असतात. इलेक्ट्रॉनिक उत्पादनात अद्ययावत तंत्रज्ञानामुळे सतत बदल होत असतात व नवीन प्रॉडक्टस् बाजारात येत असतात, त्या स्पर्धेला तोंड देण्यासाठी त्यांना स्वतःला अपडेट ठेवावेच लागते. ''आमच्या कंपनीत त्याच त्याच स्वरूपाचे साचेबद्ध काम असते व इलेक्ट्रॉनिक वस्तू नाजूकपणे हाताळाव्या लागतात म्हणून आम्ही ही कामे महिलांकडून करुन घेतो. आता आमच्याकडे २५ चा स्टाफ आहे; त्यात २० महिला आहेत. महिला ही कामे फार जबाबदारीने करतात म्हणून महिलांनाच कामावर घेतो'', सुजाताताई सांगतात.

आज सुजाताताईंची भारतातील एकमेव कंपनी आहे जी लो टी.सी.आर (tcr) रेझिस्टंट्स आणि रेझिस्टट्स नेटवर्क्स बनवते. आपल्या या यशाचे श्रेय त्या माहेर व सासरकडील कुटुंबीयांना देतात. कंपनीची जबाबदारी पेलण्याची शक्ती व आत्मविश्वास त्यांना आईने दिला. बहिणींनीसुद्धा सुरवातीला मदत केली. बहिणीने बी.कॉम. झाल्यावर बिझनेस मॅनेजमेंटचा कोर्स करता करता कारखान्याचे अकाउंट्स बघितले. सासर म्हणजे उद्योजकांचेच घर. त्यांचे पती श्री. नागेश सोपारकर उद्योजक आहेत. त्यांचा स्वतःचा 'डायनॅमिक व्हॉल्व्हज प्रा. लि.' कारखाना आहे, त्यामुळे त्यांचा मानसिक पाठिंबा व मार्गदर्शनही मिळते. आजारी कारखाना पुन्हा सुरू केल्यावर जुन्या ग्राहकांनी त्यांच्यावर विश्वास टाकून साथ दिली हेही यशात महत्त्वाचे.

अतिशय उत्साही, बुद्धिमान, स्मार्ट, विनम्र उद्योजिका म्हणून नावाजलेल्या सुजाता सोपारकर गेली १२ वर्षे ठाणे स्मॉल स्केल इंडस्ट्रीज असोसिएशनच्या (ढड्खअ) मानद सचिव म्हणून काम करत आहेत. त्यांचा कारखान्याचा अनुभव अनेक महिलांना मार्गदर्शक ठरतो. असोसिएशनतर्फे चर्चासत्रे परिषदा, मार्गदर्शनपर व्याख्याने इ. चे त्या आयोजन करतात. त्यामुळे उद्योजिका बनू पाहणाऱ्या तरुणींना मार्गदर्शन लाभते. त्यांचे उद्योजकाबाबते विचार व अनुभवाचे बोल अनेकांना उपयोगी पडतात. त्यांच्या मते तुम्ही

तुमचे काम प्रामाणिकपणे व नियमानुसार करत असाल, तर तुम्हाला कागदपत्रांसाठी किंवा सरकारी अटींच्या पूर्ततेसाठी लाच देण्याची जरूर नसते. अधिकारी थोडी अडवणूक करतात पण आपण प्रतिसाद दिला नाही व संयम ठेवला तर त्यांना काम करावेच लागते. तसेच केवळ पुस्तकी ज्ञान किंवा पदवी व्यवसाय करण्यास उपयोगी पडत नाही. तुम्ही स्वतः जेव्हा कारखान्यातील प्रत्येक कामाच्या विभागात लक्ष घालता, स्वतः काम करता तेव्हाच अनुभवाने अनेक गोष्टी शिकायला मिळतात. तुम्ही जेव्हा स्वतः मार्केटचा अभ्यास करायला बाहेर पडता; तेव्हा तेथील अडचणी, ट्रेंड, बदलते प्रवाह, मागणी इ. गोष्टी उमजतात व त्याचाच फार उपयोग होतो. उद्योजक होण्यासाठी माणसे सांभाळण्याची कला फार महत्त्वाची असते. आपल्या कारखान्यातील कामगारांच्या मदतीनेच आपली प्रगती होणार असते, त्यामुळे त्यांच्यावर विश्वास टाकून त्यांना थोडे अधिकार देऊन आपण कामाची विभागणी करू शकतो. मालकाला कारखान्यातील उत्पादनप्रक्रिया, आधुनिक तंत्रज्ञान, कच्च्या मालाची उपलब्धता, पक्क्या मालाची बाजारपेठ, आर्थिक स्थिती इ. सर्वांची सखोल माहिती जरूर असावी; तरच स्टाफच्या चुका निदर्शनास आणून योग्य मार्गदर्शन करता येते, परंतु सर्वच कामे स्वतः करू म्हणाल तर वेळेत होत नाहीत, त्यामुळे लोकांना तयार करून कामे करून घेणे खूप महत्त्वाचे असते.

प्रतिकूल परिस्थितीतसुद्धा न डगमगता, स्वतःचे शिक्षण व बुद्धिमत्ता यांचा पुरेपूर वापर करून, नवीन तंत्रज्ञान आत्मसात करून नेटाने चालू केलेली काटेरी वाटचाल व आज यशोमंदिराचा जिद्दीने गाठलेला कळस अनेक महिलांना स्फूर्तिदायी व मार्गदर्शक ठरेल, यात शंकाच नाही.

❖❖❖

सौ. अंजली आपटे

इलेक्ट्रॉनिक क्षेत्रातील प्रावीण्य

आज समाजात इंजिनिअरिंग शिक्षण घेणाऱ्या अनेक मुली दिसतात. बारावीच्या परीक्षेत मेरिटमध्ये मुलींचे प्रमाण जास्त असल्याने इंजिनिअरिंगकडेही मुली बऱ्याच असतात. बऱ्याच मुली आणि मुलेसुद्धा इंजिनिअरिंगची पदवी प्राप्त होताच नोकरीच्या शोधात असतात व मिळेल ती नोकरी घेतात. मग सॉफ्टवेअर इंजिनिअर असो की मेकॅनिकल किंवा सिव्हिल इंजिनिअर असो. मुली तर सहसा कारखाना वा कंपनी काढण्याच्या भानगडीत आजही पडत नाहीत; परंतु १२–१४ वर्षांपूर्वी पुण्याच्या इंजिनिअरिंग महाविद्यालयातून (COEP) मेकॅनिकल इंजिनिअरची पदवी प्राप्त केलेल्या सौ. अंजली श्रीकांत आपटे यांनी मात्र भोसरी येथील एम.आय.डी.सी. विभागात मेगाक्राफ्ट एंटरप्रायझेस लिमिटेड हा कारखाना स्थापित केलाय. त्याचा विस्तार करून त्यांनी नवीन उत्पादने सुरू केली आहेत. त्यांच्या कंपनीचे वैशिष्ट्य म्हणजे त्यांनी जर्मनी येथील मेगाक्राफ्ट कंपनीबरोबर करार केलाय, त्यामुळे मेगाक्राफ्ट कंपनी त्यांचे प्रॉडक्ट्स विकत घेते व तेथून ते जगभर त्या प्रॉडक्ट्सचे वितरण करतात. त्यांच्या मेगाक्राफ्ट एंटरप्रायझेस कंपनीत प्रिसिजन वायरवुड पोटेन्शोमीटरचे उत्पादन होते. आता मंदीमुळे जागतिक मागणी कमी झाल्यामुळे नशिबाला दोष देऊन हातावर हात ठेवून न बसता, त्यांनी मेगाक्राफ्ट एंटरप्रायझेसचा विस्तार म्हणून "Sendap Precision Electronic Pvt. Ltd." VgoM Consense Sensall Electronics Pvt. Ltd. या दोन नवीन कंपन्या स्थापून उलट कंपनीचा कारभार वाढवलाच आहे.

पुण्यात जन्मलेल्या अंजली आपटे यांच्या घरात बहीण, भाऊ, वहिनी, आई–वडील सगळेच डॉक्टर थोडक्यात काय तर डॉक्टर देवधर फॅमिली म्हणजे Doctors Academy असेच म्हणावे लागेल. त्यात ऑड मॅन आऊट अंजली आपटे. केवळ आवड म्हणून त्या इंजिनिअर झाल्या. घरात सगळे डॉक्टर असताना इंजिनिअरिंगला प्रवेश का घेतला, याचे उत्तर त्यांनी आपली कंपनी उभारूनच दिले. इंजिनिअर तर बनायचे पण नोकरी करायची नाही. स्वतःची कंपनी काढायची व उत्पादन करायचे हे त्यांचे स्वप्न होते. ते साकार झाले. कारखाना नुसता काढला नाही तर त्याचा विस्तार केला व केवळ विस्तारच केला नाही, तर त्याचा दर्जा राखलाय. त्यांचे इंजिनिअरिंगचे ज्ञान, त्या क्षेत्रातील आवड, दर्जा राखण्यासाठी जातीने लक्ष घालण्याची तळमळ व मेहनत याचा परिपाक म्हणजे त्यांच्या कंपनीला आय.एस.ओ. प्रमाणपत्रही आहे.

अतिशय शांत स्वभावाच्या मनमिळाऊ, बुद्धिमान व अतिशय शिस्तबद्धपणे काम करणाऱ्या अंजलीताईंनी बी.ई.ची पदवी प्राप्त केल्यानंतर इच्छा नसतानासुद्धा केवळ अनुभवाची शिदोरी जमा करण्यासाठी तीन वर्षे एका कंपनीत नोकरी केली. त्या कंपनीत पेंटिंग गनचे उत्पादन होत असे. तेथे नोकरी करतानासुद्धा उत्पादनविभागात त्यांचे जास्त लक्ष असे. असेच आपले स्वतःचे उत्पादन असावे असे वाटे; पण एक कारखाना किंवा कंपनी काढायला लागणारे भांडवल, जागा इ. ची जाणीवही असल्याने काय करावे, हा यक्षप्रश्न होताच. स्वतःची कंपनी काढायची तर सर्व विभागांतला अनुभव हवा; हा दूरचा विचार मनात ठेवून त्यांनी त्यांच्या काकांच्या ऑप्लॅब (Aplab) कंपनीत जायला सुरुवात केली. त्यांचे भोसरी येथे पॉवरसप्लायला लागणारे स्टॉबेलायझर बनवायचे युनिट होते. तेथे त्यांनी असेम्ब्ली, प्रॉडक्शन, मार्केटिंग, सेल्स टॅक्स, इन्कम टॅक्स इ. सर्व विभागांचा अनुभव घेतला. अनुभवाने खूप शिकत गेल्या.

अंजलीताईंचा शिकण्याचा सपाटा, जिद्द, आवड, क्षमता इ. जाणून त्यांच्या काकांनी एक सिक युनिट चालवायला घेण्याबाबत त्यांना विचारले. अंजलीताई अशा संधीची वाटच बघत होत्या. सिक असले तरी चालेल पण स्वतंत्रपणे युनिट चालवण्याची संधी मिळाली, यातच त्या खूष झाल्या, त्याचे कारण म्हणजे प्रचंड आत्मविश्वास. सिक युनिट चालवायचे म्हणजे नवीन कंपनी सुरू करण्यासारखेच होते. सिक युनिट चालवायचे तर ठरले; पण उत्पादन कशाचे सुरू करायचे, याचा निर्णय होत नव्हता; पण मार्ग सापडला. इच्छा असली की मार्ग सापडतोच!

अंजलीताईंच्या काकांचे मित्र जर्मनी येथील मेगाक्राफ्ट कंपनीचे मालक होते. एकदा सहज गप्पा मारताना त्यांनी पोटॅन्शोमीटरला जगभरात मागणी असल्याचे सांगितले.

वेगवेगळ्या कॅपॅसिटीचे व रेझिस्टन्सचे पोटॅन्शोमीटर पॉवर सप्लायमध्ये करंट कंट्रोल करण्यासाठी प्रिंटिंग मशिनमध्ये लागतात. संपूर्ण जगामध्ये पोटॅन्शोमीटर बनवणाऱ्या केवळ पाचच कंपन्या आहेत, त्यामुळे त्यांचे उत्पादन करणे फायदेशीर ठरणार होते; पण मेगाक्राफ्ट कंपनीच्या मालकाला त्यांचे उत्पादन भारतात कोणाकडून तरी करून हवे होते. जर्मनीत लेबर खूप महाग आहे व हे उत्पादन पूर्णपणे मशिनवर अवलंबून नसते. बरेचसे काम कुशल कामगारांना हातानेच करावे लागते, व बरेच बारीक काम असते. त्यामुळे भारतासारख्या स्वस्त कामगार मिळणाऱ्या देशात पोटॅन्शोमीटरचे उत्पादन करायचे व मेगाक्राफ्ट कपंनीने जर्मनीतून त्याचे मार्केटिंग करायचे असा मेगाक्राफ्ट कंपनीच्या मालकाचा विचार होता व तो त्यांनी त्यांच्या मित्राजवळ म्हणजे अंजलीताईंच्या काकांकडे बोलून दाखवला आणि त्यांच्यापुढे अंजलीताईंचेच नाव आले. त्यांनी हा विचार अंजलीताईंना सांगायचाच अवकाश, त्या अर्ध्या पायावर तयारच होत्या. त्यांनी बिनधास्तपणे 'मेगाक्राफ्ट' बरोबर तसा करारही करून टाकला.

कोणत्याही उत्पादनाचा अनुभव गाठी नसताना, जगातील नावाजलेल्या देशात मागणी असलेल्या प्रॉडक्टचे उत्पादन करायचे, हे एक धाडसाचेच पाऊल होते. एक वेळ भारतात कंपनी सुरू करून भारतातच माल पुरवणे सोपे होते. इथे तर उत्पादन जरी भारतात होणार होते तरी दर्जाबाबत पूर्ण कंट्रोल मेगाक्राफ्ट कंपनीचा होता. परदेशातील कंपनी माल उचलणार असल्याने दर्जाबाबत अजिबात तडजोड केली जाणार नव्हती, अन्यथा माल रिजेक्ट होणार होता. त्यांच्या मोजमापानुसार उत्पादन करायचे होते, कंपनीचे लोक जर्मनीहून येऊन मालाचा दर्जा चेक करणार होते. खूप मोठी रिस्क होती. विरिल या तत्त्ववेत्त्याने म्हटलंय "Fortune sides those who dares" त्याच्या या वचनाप्रमाणे अंजलीताईंनी डेअरिंग केले. स्वतः ठाण्याला जाऊन उत्पादनाबाबत ट्रेनिंग घेतले. मुली कामाला ठेवल्या आणि उत्पादन सुरू केले. दर्जाबाबत तडजोड नाही हे तत्त्व सुरुवातीपासून ठेवले. त्यासाठी त्यांची स्वतःची देखरेख, मेहनत खूप महत्त्वाची ठरली. सगळं कसं अगदी मोजून मापून जसे हवे तसेच घडले आणि त्यांच्या उत्पादनाचा दर्जा मेगाक्राफ्ट कंपनीच्या परीक्षेला उतरला. अंजलीताईंनी स्वतःचे प्रॉडक्ट सुरुवातीपासूनच निर्यात करण्याची बाजी मारली ती मात्र कायमचीच. खरं म्हणजे जगातील फक्त पाच पोटॅन्शोमीटर बनवणाऱ्या कंपन्यांमध्ये अंजलीताईंची एक कंपनी असावी व त्याचे वितरण जर्मन कंपनीने करावे ही बाब केवळ अंजलीताईंसाठीच नव्हे, तर संपूर्ण भारतासाठी निश्चितच भूषणावह आहे.

गेल्या दोन वर्षांत आलेल्या जागतिक मंदीचा फटका अंजलीताईंच्या कंपनीलाही बसलाय. जागतिक मंदीमुळे पोटॅन्शोमीटरची जगातील मागणी कमी झाली. अंजलीताईंच्या कामगारांवर बसून राहण्याची वेळ आली. अतिशय मृदू स्वभावाच्या अंजलीताईंना कामगारांना कामावरून कमी करण्याचेही जमेना, काहीतरी करावे, असा विचार सुरू झाला व अंजलीताईंनी कंपनीचा विस्तार करायचा निर्णय घेतला. पोझिशन सेन्सॉरचे उत्पादन व टेस्टिंग करून देण्याचे नवे काम सुरू करण्याचे ठरवले व (Sendap Precision Electronics Pvt. Ltd.) या नव्या कंपनीचा जन्म झाला. जर्मनीला जाऊन दोन महिने ट्रेनिंग घेऊन त्या परत आल्या आणि मगच उत्पादन सुरू केले. त्याचे मार्केटिंगसुद्धा जर्मनीच्या मेगाक्राफ्टतर्फेच होते. तेवढ्यावरच त्यांचे समाधान झाले नाही तर आता लिनिअर, रोटरी, वायरवुड, मॅग्नेटिक, कॉन्टॅक्टलेस इ. वैशिष्ट्ये असलेल्या पोझिशन सेन्सॉरचे भारतात व जगात वितरण त्यांनी Sensall (Consense Sensall Electronic Pvt. Ltd.) या नावाने सुरू केले आहे.

आता त्यांची पुढची घोडदौड आहे ती मॅग्नेटिक एनकोडर बनवण्याची. सध्याच्या मॅग्नेटिक एनकोडरमध्ये वापरलेल्या धातूची झीज होऊन ते धातू तुटतात. त्यामुळे ते दीर्घकाळ टिकत नाहीत. म्हणून कंडक्टिव्ह प्लॅस्टिकचा वापर करून त्या मॅग्नेटिक एनकोडर बनवणार आहेत. चीनमधून मेटलपार्ट्स, प्लॅस्टिक पार्ट्स आयात करून जर्मनीतून इलेक्ट्रॉनिक पार्ट्स आयात करून त्याची जोडणी करून मॅग्नेटिक एनकोडर बनवायचा व तो निर्यात करायचा त्यासाठी चौथी कंपनी काढण्याची तयारी चालू आहे. एकूण काय तर प्रखर बुद्धिमत्ता, प्रदीर्घ अनुभव, धडाडी, आत्मविश्वास व अथक परिश्रम इ. गुणांमुळे मंदीच्या काळातसुद्धा अंजलीताईंनी एका कंपनीच्या तीन कंपन्या वाढवल्या व चौथीच्या विस्ताराची तयारी चालूच आहे. या कंपन्यांतर्फे निर्यात होते आहे हे आणखी विशेष. त्यांच्या कंपन्यांमुळे भारताच्या निर्यातमूल्यात भर पडलीय ही बाब स्पृहणीय आहे. त्यांचा कंपनीचा वाढता पसारा असल्याने त्यांचे पतीसुद्धा नोकरी सोडून आता त्यांच्या मदतीला आले आहेत. त्यामुळे अंजलीताई प्रॉडक्शनकडे पूर्ण लक्ष देतात तर त्यांचे पती मार्केटिंग, पक्क्या मालाची डिलिव्हरी इ. बाबी सांभाळतात.

एखादी स्त्री एखादा कारखाना किती उत्तमरीत्या चालवू शकते, याचे उदाहरण म्हणजे अंजलीताई. त्यांच्या कंपनीत फेरफटका मारल्यावर जाणवले, की त्यांच्या सर्व कंपन्या मिळून एक कुटुंबच आहे व अंजलीताई कुटुंबप्रमुखाची भूमिका निभावतात. कुटुंबातल्यासारखी कुटुंबातील घटकांची टापटीप, शिस्त, एकमेकांतील सलोख्याचे संबध, प्रेम, कौतुक, जिव्हाळा इ. प्रकारचे कौटुंबिक वातावरण त्यांनी निर्माण केले

आहे. अगदी कंपनीच्या सुरुवातीपासून काम करणाऱ्या मुली आहेत. मुली बारीकसारीक काम फार लक्ष देऊन करतात हा त्यांचा अनुभव असल्याने त्या मुली व महिलांना कामावर घेतात. उत्पादनाचा दर्जा राखण्यासाठी त्या अनेक नवीननवीन पद्धती वापरतात. प्रत्येक उत्पादन करताना त्यात कोणता कच्चा माल किती प्रमाणात वापरला, ते प्रॉडक्ट बनवताना कोणी सुपरवाइझ केले, उत्पादित मालाचे क्वालिटी टेस्टिंग कोणी केले याची रोजची नोंद त्यांच्या कॉम्प्युटरवर येते. त्यामुळे ज्याने चांगले काम केले त्या व्यक्तीला क्रेडिट मिळते. उत्पादित मालाचे टेस्टिंग करताना कोणी दोष निदर्शनास आणून दिला तर त्या व्यक्तीला Incentive मिळतो. तो दोष कोणाच्या चुकीने निर्माण झाला याची चर्चा करण्यात वेळ न घालवता तो दोष कसा दूर करायचा, याबाबतच्या चर्चेत सगळ्यांना सहभागी करून घेतात. कारण त्यातून सगळे शिकत जातात. त्यांनी कंपनीच्या प्रवेशद्वाराजवळच Process How Chart लावलाय. त्यातून प्रत्येकाला सर्व प्रोसेसची ओळख होते. प्रत्येकाला रोटेशनमध्ये वेगवेगळ्या विभागांत काम करणे हे त्यांनी सक्तीचे केले आहे. त्यामुळे प्रत्येकाला शिकायला तर मिळतेच पण कामातील तोचतोचपणा जाऊन लोक नवीन विभागात आनंदाने व नव्या उमेदीने काम करतात.

कोणत्याच कंपनीत बघायला मिळणार नाही, असे वेगळेच वार्षिक प्लॅनर त्यांच्या कंपनीत बघायला मिळाले. त्यात कंपनीच्या कामाचे वर्षभराचे प्लॅनिंग नव्हते, तर सर्व स्टाफचा कामावरचा ताण कमी व्हावा व खेळीमेळीचे वातावरण राहावे या हेतूने बनवलेले सणवार, उत्सव साजरीकरणाचे प्लॅनिंग. प्रत्येकाच्या वाढदिवसाच्या तारखा, वर्षातून दोनदा पिकनिकच्या तारखा, सर्व सणांच्या तारखा, सणानिमित्ताने घेण्यात येणाऱ्या स्पर्धा (उदा. नागपंचमीला–मेहंदी स्पर्धा) याची नोंद होती. प्रत्येकाचा वाढदिवस साजरा करायचा, सणांना पारंपरिक वेष परिधान करायचा, संपूर्ण स्टाफची पिकनिक वर्षातून दोनदा न्यायचीच. व्हाईट डे, ब्ल्यू डे, ग्रीन डे, पिंक डे इ. कलरफुल वेष परिधान करून साजरे करायचे व सर्व स्टाफचा उत्साह कायम ठेवायचा हा त्यामागचा हेतू.

रवींद्रनाथ टागोर म्हणतात, ''जीवन म्हणजे एक अनंत आव्हानं, प्रदीर्घ साहस व पात्रतेची कसोटी.'' त्यांच्या वचनाप्रमाणेच स्वतःच्या पात्रतेची कसोटी बघत प्रदीर्घ साहसाने त्यांनी मंदीच्या काळातही एका कंपनीच्या तीन कंपन्या केल्या, हे कौतुकास्पद आहे.

❖ ❖ ❖

सौ. शैलजा सूर्यवंशी

फर्निचर क्षेत्रातील भरारी

शहरं मोठी होत गेली आणि क्रॉंक्रिटची जंगले बनली. पूर्वीची परसबाग व घरासमोर बाग, आवार असलेली घरे शहरात तर शक्यच नव्हती. त्यामुळे हिरवाई कमी झाली; पण निसर्गात रमणाऱ्या मानवाला फ्लॅटमध्ये कोपऱ्यात किंवा व्हरांड्यात एक-दोन कुंड्या ठेवल्यास बरे वाटते. अगदी छोट्या घरात किंवा फ्लॅटमध्ये थोड्या जागेत जास्तीत जास्त कुंड्या मांडायच्या तर त्यासाठी कुंड्यांचे स्टॅण्ड बनवले जाऊ लागले. सुरुवातीला ते लोखंडाचे स्टॅण्ड पेंटने रंगवले जात पण कुड्यांतील पाण्यामुळे ते गंजत, तुटत. त्याचा शो जाई. त्यामुळे नंतर रॉट आयर्नचे पावडर कोटिंग केलेले स्टॅण्ड लोकांना सोइस्कर वाटू लागले. नेमकी लोकांची हीच आवड लक्षात घेऊन रॉट आयर्नचे पावडर कोटिंग केलेल्या नक्षीदार कुंड्या ठेवण्याचे स्टॅण्ड बनवण्यास सुरूवात करून आज घरातील प्रत्येक खोलीत किंवा कोपऱ्यात लागणाऱ्या फर्निचरचे रॉट आयर्नमध्येच उत्पादन करण्याचा व्यवसाय आहे कोल्हापूरच्या शैलजा उदयराव सूर्यवंशी यांचा. कोल्हापूरमध्ये ज्या हाताच्या बोटांवर मोजण्याइतक्या महिला उद्योजिका आहेत, त्यात त्यांचे वेगळेपण उठून दिसते. कारण पुरुषांची मक्तेदारी असलेल्या फर्निचरच्या क्षेत्रात त्यांनी व्यवसाय सुरू करून जम बसवलाय.

गेल्या वीस वर्षांपासून रॉट आयर्नचा पावडर कोटिंग करून बनवलेला सोफासेट्स, बेड्स, दुमजली बंकर बेड्स, टेबले, खुर्च्या, डायनिंग टेबल्स्, ड्रेसिंग टेबल्स्, गार्डन ट्रॉलीज्, घरात जेवण व चहासाठी फिरती ट्रॉली, बाथरूम रॅक, नॅपकिन होल्डर, पॉट

होल्डर, कपबशा, भांडी ठेवण्याचे शेल्फ, सिंगल किंवा दोन–चार लोक बसतील असा झूला, कॉर्नर रॅक, मॅगेझिन रॅक, दिवाण, कपडे सुकवायचे स्टॅण्ड्स, लॅम्प शेड्स, जाळीदार पार्टिशन, मोबाइल स्टॅण्ड, कॅन्डल स्टॅण्ड्स, शू रॅक इ.उत्पादने आज त्यांच्या कोल्हापूरच्या 'सजावट' शोरूममधून, तसेच पुण्याच्या गोखलेनगरमधील शाखेतून तसेच तळेगाव–चाकण रोडवरील गुडविल संस्थेतील कायमस्वरूपी प्रदर्शनात बघायला मिळतात. शैलजाताईंच्या कलात्मक दृष्टीमुळे, कलेबद्दल असलेल्या आवडीमुळे आणि कल्पनाशक्तीमुळे नवीन नवीन डिझाईन्स बनवून निरनिराळी उत्पादने बनवण्यात त्यांना निर्मितीचा आनंद मिळतो. या सर्व प्रकारच्या फर्निचरचे डिझाइन करणे, त्याच्या ऑर्डर्स घेणे, ते बनवून घेणे व डिलिव्हरी देणे, प्रदर्शने भरवणे इ.कामे त्या स्वतःच सांभाळतात हे विशेष!

त्यांच्या या क्षेत्रातील कार्यामुळे त्यांना यमुताई किर्लोस्कर पुरस्कार, जेसिस उत्कृष्ट महिला पुरस्कार, विमा तर्फे बेस्ट वुमन एंटरप्र्युनर अॅवॉर्ड इ. पुरस्कारांनी गौरवण्यात आले. मराठा चेंबर ऑफ कॉमर्सतर्फे महिलादिनी सन्मान करण्यात आला, तर फेमिना तर्फे तर त्यांचा 'आयर्न लेडी' म्हणून सन्मान करण्यात आला.

स्वतःचा उद्योग करण्याचा वारसा शैलजाताईंना त्यांच्या वडिलांकडून मिळाला. त्यांच्या वडिलांचा ऑईल इंजिन्सचा कारखाना होता. लग्न झाल्यावर त्यांच्या पतीचापण व्यवसाय असल्याने त्यांच्या उद्योगीवृत्तीला खतपाणी मिळाले. शुगर मिल, ऑटोमोबाईल इंडस्ट्रीशिवाय ते अल्फा लाव्हल, किर्लोस्कर इंजिन्स आदी उद्योगांना आपले उत्पादन पुरवत असत. बी. कॉम. झाल्यावर लग्न झाले आणि सासरी उद्योगाचेच वातावरण असल्याने त्यांनी शिवाजी विद्यापीठातून बिझिनेस मॅनेजमेंटचा डिप्लोमा केला, तोही प्रथम श्रेणीत प्रथम क्रमांकाने उत्तीर्ण होऊन. घर–संसार सांभाळून त्या पतीच्या कारखान्यात व्यवस्थापनही पाहू लागल्या. पण केवळ व्यवस्थापन बघण्यापेक्षा स्वतः काहीतरी करावं असे सतत त्यांना वाटे. लहानपणापासून पेंटिंग, गार्डनिंग, हॅन्डीक्राफ्ट यांची आवड असल्याने व सौंदर्यदृष्टी असल्याने बागेत कुंड्या ठेवण्यासाठी त्यांनी पॉट होल्डर्स बनवले. त्यांच्या पतीच्या पेठवडगाव येथील कारखान्याच्या आवारात त्यांनी हे काम सुरू केले. मदतीला कारखान्यातील कामगार होतेच. तेथेच त्यांनी सुंदर बाग तयार केली. कुंड्या ठेवण्यासाठी वेगवेगळे स्टॅण्ड बनवले व त्यात कुंड्या ठेवल्या. कारखान्यात येणाऱ्या व्यक्तींकडून त्यांच्या बागेचे कौतुक होऊ लागले, आम्हालाही असे कुंड्या ठेवायचे स्टॅण्ड बनवून द्या, असे लोक म्हणू लागले आणि त्यांच्या व्यवसायाची मुहूर्तमेढ झाली.

पॉट होल्डर्स आणि कुंड्या ठेवायचे कलात्मकतेने बनवलेले स्टॅण्ड करून विकण्याचा निर्णय झाला. आपल्या या उत्पादनाला बाजारात कितपत मागणी आहे, याचा अंदाज घेण्यासाठी त्यांनी पॉट होल्डर व कुंड्यांचे स्टॅण्ड यांचे प्रदर्शन कोल्हापुरांत भरवले. त्यांच्या त्या काळात नवीनच असलेल्या उत्पादनाला भरभरून प्रतिसाद मिळाला. पहिल्याच दिवशी दोन तासांत दहा हजारांच्या मालाची विक्री झाली आणि वर वीस हजारांच्या ऑर्डर्स मिळाल्या. पहिल्याच प्रदर्शनाला मिळालेल्या प्रतिसादाने त्यांना प्रोत्साहन मिळाले, आत्मविश्वास दुणावला आणि मग 'होम डेकोरेशन' या नावाखाली त्यांनी स्वतःचा नवा व्यवसाय सुरू केला. पतीच्या कारखान्याजवळच असलेल्या रिकाम्या जागेवर त्यांनी केवळ वीस हजारांच्या भांडवलावर रॉट आयर्नच्या वस्तू बनवण्याचा व्यवसाय सुरू केला. बागेत ठेवायच्या कुंडी स्टॅण्डबरोबर, बागेत किंवा गच्चीवर ठेवण्यासाठी झोपाळा बनवण्याची कल्पना त्यांना सुचली. त्यानंतर टेबल, खुर्ची, टीपॉय इ. गार्डनमध्ये ठेवण्यासाठी बनवत गेल्या. पहिल्याच वर्षात त्यांची उलाढाल एक लाखापर्यंत गेली. एक एक नवीन उत्पादने बनवत त्या प्रदर्शने भरवत गेल्या. त्यातून मुखोद्‌गत प्रसिद्धी मिळाली. गार्डनसाठी फर्निचर बनवता बनवता घरात ठेवण्यासाठी फर्निचर बनवू लागल्या. हळूहळू कोल्हापूरच्या बाहेर म्हणजे पुणे व मुंबई येथे प्रदर्शने भरवली. लोकांना त्यांचा माल खूप आवडला. त्यानंतर औरंगाबाद, इंदोर, सांगली, बेळगाव व अगदी गोव्यातही त्यांनी प्रदर्शने भरवल्याने त्यांच्या मालाची खूप प्रसिद्धी झाली. या सर्व वस्तू एका ठिकाणी मिळाव्या म्हणून त्यांनी कोल्हापुरात राजारामपुरीत 'सजावट' या नावाने शोरूम काढली, तसेच पुण्यात व औरंगाबाद येथे विक्रीसाठी एजन्सी दिली आहे.

शैलजाताईंच्या मते त्यांच्या फर्निचरला वर्षभर सतत मागणी असण्याचे कारण म्हणजे ते रॉट ऑयर्नचे व पावडर कोटिंग केलेले असल्याने चांगले, टिकाऊ असते. गंजण्याचा प्रश्नच उद्‌भवत नाही. मजबूत असले तरी वजन फार नसते, त्यामुळे हलवाहलवी करायला सोपे जाते. त्याला लाकडासारखे सतत पॉलिशही करावे लागत नाही. ढेकूण, झुरळ व वाळवी कशाचीही धास्ती नाही. तसेच यासाठी वृक्षतोड करावी लागत नाही. लाकडाचा एक सोफासेट करायला एक झाड तोडावे लागते. त्यामुळे त्यांचे फर्निचर इकोफ्रेंडली आहे. दुसरे महत्त्वाचे कारण म्हणजे सर्वांना परवडतील अशा किमती ठेवल्यात. १५ रुपयांपासून ते १५००० (बेड) रुपयांपर्यंतच्या वस्तू आहेत. लोकांना वस्तूंच्या किमती अवाजवी वाटत नाही. म्हणूनच ते पुढच्या वेळेस मित्र किंवा नातेवाइकांना प्रदर्शनाला घेऊन येतात. एखाद्या मित्राच्या किंवा नातेवाइकांच्या घरी

त्यांच्या वस्तू पाहून आवडल्यावर लोक मुंबई, बेंगळूरूसारख्या ठिकाणांहून आमचा पत्ता शोधत येतात, तेव्हा त्यांना खूप आनंद वाटतो.

उद्योग–व्यवसाय म्हटलं की, त्यात अडीअडचणी या येतातच ; पण शैलजाताई त्यावर तोडगा काढतात व चिंता न करता स्वतःचे काम मात्र चोख बजावतात. एकदा एका शहरात प्रदर्शन भरवले असता तेथील आयोजकांना प्रदर्शनात वस्तू विकणे जमले नाही. बराच माल अंगावर पडला. नुकसानही झाले. एकदा एक माणूस भली मोठी ऑर्डर द्यायला आला, ॲडव्हान्ससाठी खूप मोठी रक्कम देऊन गेला पण गोड गोड बोलून शैलजाताईंकडे काम करणाऱ्या कुशल कामगारांना घेऊन गेला व अशाच प्रकारे फर्निचर बनवण्याचा व्यवसाय त्याने सुरू केला. कधी कधी खूप ऑर्डर असते, वेळेत पुरी करायची असते. घरच्या अडचणी असतात. रात्र रात्र जागून माल तयार करवून घ्यावा लागतो. नवीन डिझाईन असेल तर जातीने हजर राहावे लागते ; पण आता सगळ्याचीच त्यांना सवय झालीय.

उत्पादनात नावीन्य आणावे यासाठी त्यांनी हाँगकाँग, सिंगापूर, जपान इ. देशांचा दौरा केला. तेथे नवीन काय ते पाहून कल्पना सुचतात. त्यामुळे नवीन डिझाईन सुचतात. आपला व्यवसायाचा व्याप सांभाळता सांभाळता औद्योगिक विषयासंदर्भात मेळाव्याला जाणे, भाषणे देणे, परिषदातून अभ्यासपूर्ण लेख सादर करणे इ. उद्योग चालू असतात. कोल्हापूर जिल्हा महिला बँकेच्या १९८८ ते ९० या काळात त्या अध्यक्षा होत्या. आर्थिकदृष्ट्या आजारी पडलेल्या या बँकेची गाडी रुळावर आणण्यात त्यांचा महत्त्वाचा वाटा आहे. बँकेत अध्यक्ष असताना महिलांना कर्ज मिळवून देऊन उद्योग–व्यवसायास प्रोत्साहित केले. महिला इंजिनिअरिंग संघ, महिला शास्त्रज्ञ संघ, डेक्कन मॅन्युफॅक्चरर्स असोसिएशन इ. संस्थांवर त्या ॲक्टिव्ह सदस्य म्हणून काम करतात. त्यांना सामाजिक व राजकीय कामाचीही भरपूर आवड असल्याने ती कामेसुद्धा चालूच असतात.

संसार व उद्योग हे दोन्ही यशस्वीरित्या सांभाळण्यात स्त्रीची खरी कसोटी लागते. परंतु, शैलजाताई भाग्यवान ठरल्या. त्यांना पती व सासूबाई यांचा सक्रिय पाठिंबा व प्रोत्साहन असल्याने त्यांची फार तारांबळ झाली नाही. सासूबाईंनी कुटुंबाची जबाबदारी तर पेललीच ; पण त्यांच्या व्यवसायातही त्या मार्गदर्शक ठरल्या. त्यांच्या सासूबाई विजयाताई स्वतः आर्टिस्ट असल्याने त्या सुनेला नवीन डिझाईन सुचवतात. वेळ पडली तर पेंटिंगमध्ये मदत करतात. प्रदर्शनाच्या काळात संपूर्ण सहकार्य करतात. उत्साहाचा खळाळता झरा असलेल्या, प्रेमळ, लाघवी व आपल्या बोलण्याने सर्वांना आपलेसे

करणाऱ्या शैलजाताईंनी त्यांच्या पतीचे व सासूबाईंचे मन जिंकले असेल, यात तीळमात्र शंका नाही.

बरेचदा पती निधनानंतर किंवा वडिलांच्या निधनानंतर चालू असलेला व्यवसाय सांभाळण्याची जबाबदारी अचानकपणे काही महिलांवर येते, कधी कधी आर्थिक परिस्थिती बेताची असल्याने संसाराला हातभार लावणाऱ्या महिला दिसतात; पण सुखवस्तू घरात पडलेल्या शैलजा सूर्यवंशी यांनी ऐशोराम न उपभोगता स्वतःच्या कर्तृत्वाने व्यवसाय उभारलाय, ही बाब कौतुकास्पद आहे.

सौ. कल्पना जव्हेरी

ब्रेडची हस्तकला

अनेक वर्षे पाश्चात्त्यांचे आपल्या देशात वास्तव्य असल्यामुळे व सोईस्कर म्हणूनही ब्रेड हा आपल्या रोजच्या अन्नघटकांपैकी एक महत्त्वाचा घटक बनलाय. चपाती बनवण्याच्या किचकट व वेळकाढू प्रकारापासून सुटका म्हणून उसळ ब्रेड, छोले ब्रेड, ऑम्लेट ब्रेड, सॅन्डविच, पावभाजी इ. प्रकारे घरोघरी ब्रेडचा वापर वाढलाय. ब्रेडची कचोरी, पॅटिस, रोल्स्, चिवडा, जिलेबी इ.पदार्थ बनवल्याचे आपण ऐकले असेल वा त्याचा आस्वादही घेतला असेल; पण शाडू किंवा चिकणमातीऐवजी ब्रेडचा वापर करून बनवलेल्या अनेक सुबक, रंगीबेरंगी लक्षवेधी व मनोहारी वस्तू आपल्याला मुंबईतील कल्पना जव्हेरीच्या स्टुडिओतच बघायला मिळतील.

ब्रेडचा चुरा व फेव्हिकॉल यांच्या मिश्रणाच्या साहाय्याने ब्रेडची हस्तकला बनवणे ही मूळची जपानी कला भारतात आणण्याचे श्रेय कल्पनाची आई इंदिरा शाह यांना जाते. राहत्या घरीच अनेक वर्षे या कलेची जोपासना करणाऱ्या व ब्रेडच्या हस्तकलेचे क्लासेस घेणाऱ्या इंदिरा शाह यांनी तब्येतीच्या कारणामुळे क्लासेस व हस्तकलेचे काम दोन वर्षांपासून बंद केले; पण त्यांची कन्या कल्पना जव्हेरी हिने मात्र आईच्या या कलेची जोपासना चालू ठेवलीय. विविध प्रकारची ब्रेडची फुले बनवून तयार केलेल्या फुलदाण्या, ब्रेडची फळे बनवून तयार केलेल्या छोट्या छोट्या फळांच्या टोपल्या, टोमॅटो, वांगी, गाजर इ. भाज्यांचा शोभिवंत ट्रे, नॅपकीन रिंग्ज्ची सजावट, आरशाच्या चौकटीची सजावट, फोटोफ्रेमच्या चारी बाजूला वेलबुट्टीनी सजावट इ. कल्पनाने बनवलेल्या

ब्रेडच्या हस्तकलेमुळे वर्ल्ड ट्रेड सेंटरमधील अनेक प्रदर्शनांची दालने सजलीत. मुंबईत भरणाऱ्या सोसायटी, रुचिका बझार, शगुन, इनसाईड आऊटसाईड. इ. अनेक प्रदर्शनात भाग घेतल्याने तिची कला लोकांपर्यंत पोहोचली आहे.

ब्रेडची हस्तकला कशी बनवतात, हे स्पष्ट करताना कल्पना सांगते, ''आपल्या घरात बरेचदा ब्रेड असतो व तो शिळा झाल्यावर फारसा वापरला जात नाही. मुंबईसारख्या दमट हवेत तर तो टिकतही नाही. ब्रेडच्या कडा कापून मिक्सरमध्ये त्याची पावडर बनवली जाते, मात्र ब्रेडचा अगदी वरचा वा अगदी शेवटचा स्लाईस मात्र वापरता येत नाही. ब्रेडच्या पावडरमध्ये फेव्हिकॉल व प्रिझरव्हेटिव्ह टाकून त्याचा चांगला पिठासारखा गोळा मळून घ्यावा लागतो. अगदी मऊ व मुलायम असे पिठासारखे मिश्रण तयार झाल्यावर त्याचे छोटे छोटे गोळे घेऊन फुलाच्या पाकळ्या, विविध आकारातील पाने, फळे, भाज्या, छोट्या छोट्या बाहुल्या इ. काहीही बनवता येते. फेव्हिकॉलचा वापर असल्याने ते मिश्रण अगदी एकजीव होते व शाडूपेक्षा त्याच्यावर काम करणे सोपे जाते. फिनिशिंग फार सुंदर येते. फुलांच्या पाकळ्या ओल्या असतानाच त्या जोडून फुले बनवली जातात. त्यांना तारेचे दांडे लावले जातात. पानांना मधून तारेचे देठ लावले जातात. बाहुलीचे हात, पाय, इ. अवयव जोडले जातात. या वस्तू नंतर ८-१० दिवस सुकायला ठेवतात. त्या वस्तू सुकल्यावर त्याला ब्रशने रंगवले जाते.'' अंगी उत्तम कला असल्याने कल्पना त्यात विविध शेड्स आणून फळे, भाज्या, फुले रंगवते. रंग दिल्यावर पुन्हा ४-५ दिवस सुकवल्या जातात. पूर्ण सुकल्यावर त्यावर वॉर्निशचा थर दिला जातो. त्यामुळे ऊन, वारा, पाणी यांचा परिणाम होत नाही.

ब्रेडच्या हस्तकलेत प्रावीण्य मिळवल्यानंतर आता कल्पनाने कॉर्नफ्लॉवरच्या साहाय्याने हस्तकला बनवण्याची 'लामासा' ही स्पॅनिश कला अवगत केली आहे. ब्रेडची हस्तकला शिकवण्याचे क्लासेस घेत असताना तिच्या एका विद्यार्थिनीकडून तिने ही कला शिकून घेतली व त्यानंतर अनेक पुस्तके, संदर्भग्रंथ यांच्या साहाय्याने ती वृद्धिंगत केली. ब्रेडच्या चुऱ्यापेक्षाही बारीक पावडरप्रमाणे असणाऱ्या कॉर्नफ्लॉवरचा वापर करून बनवलेल्या वस्तू अधिक सुबक बनतात, हे कल्पना अनुभवावरून शिकलीय. ब्रेडऐवजी कॉर्नफ्लॉवरचा वापर करून तिने अनेक शो-पिसेस बनवलेत. नॅपकीन होल्डर, पेपर होल्डर, ब्रश होल्डर, फोटोफ्रेम यांच्या किनाऱ्यावर डिझाईन, फळे वा फुले विकणारी बाई बागेत खुर्च्या टेबल मांडून गप्पा मारत बसलेले स्त्री-पुरुष इ. हल्लीच तिने कॉनफ्लॉवरचे झाड बनवलंय व त्या झाडाच्या फांदीला झुला बांधून त्या झुल्यावर बसून झोका घेणारे

रंगीबेरंगी मुलगा व मुलगी बनवलेत, तर झाडाच्या दुसऱ्या फांदीवर पक्षी बसलेला दाखवलाय.

पिढीजात कलेचा वारसा, सतत नवीन शिकण्याचा ध्यास, कल्पकता व मेहनती वृत्ती याचा परिपाक म्हणजे कल्पनाने पेपर स्कल्पचर (paper sculpture) फॅब्रिक स्कल्पचर, स्टेन ग्लास पेंटिंग, क्ले वर्क, फॅब्रिक पेंटिंग, फुले बनवणे, विविध आकारांच्या मेणबत्त्या बनवणे, ऑईल पेंटिंग इ.कला केवळ आत्मसातच केल्या, असे नव्हे तर त्यात प्रावीण्य मिळवलंय. म्हणूनच या सर्व कला शिकवणारे क्लासेस ती आपल्या चर्नीरोड येथील वर्कशॉपमध्ये घेते. कल्पनाने पेपर स्कल्पचरमध्ये बनवलेली बैलगाडी, टिश्यू पेपर बॉक्स, तसेच फॅब्रिक स्कल्पचरमध्ये बनवलेल्या फोटो फ्रेम्स, निमंत्रणपत्रिका, नेम प्लेट्स, छोटे छोटे ज्वेलरी बॉक्सेस इ.खूपच मनमोहक आहेत. पेपर स्कल्पचरमधली बैलगाडी फारच सुबक आहे. पांढऱ्या रंगाचा कागद घेऊन तो चुरगळून त्याला सुरकुत्या पडल्यावर उलगडून त्याचा वापर थर्माकोलपासून बनवलेल्या अगदी बैलगाडीच्या चाकापासून ते सर्व स्पेअरपार्टवर करून मग त्याला रंगवून बैलगाडी बनवलीय. त्यातला गाडीवान, त्याचे कपडे, गाडीतील लाकडाचे ओंडके सगळं अगदी हुबेहूब व सुबक. अष्टविनायक फ्रेमही अशीच सुरेख आहे. जाड पुठ्ठ्यावर फॅब्रिक स्कल्पचरचा वापर करून (कापडाला सुरकुत्या पाडून) नंतर त्यावर शाडूचे विविध पोजेसमध्ये विविध प्रकारची सोंड असलेले आठ गणपती बनवून लावलेत. ऑरगंडी, सॅटीन, कागद इ. वापरून बनवलेली फुले, तऱ्हेतऱ्हेच्या रंगीबेरंगी मेणबत्त्या व मेणातील शिल्पेही तिच्या स्टुडिओत बघायला मिळतात.

बी.एस्सी.होम सायन्सची पदवी घेऊन, सोफिया कॉलजेमधून टेक्सटाईल डिझाईनचा कोर्स पूर्ण केलेली कल्पना विविध हस्तकलांमध्ये पारंगत झालीय व त्याचे संपूर्ण श्रेय ती तिच्या आईला इंदिराताईंना देते. लहानपणापासून आईचे स्टेन ग्लास पेंटिंग, फॅब्रिक पेंटिंग, कॉईल पेंटिंग, तंजोर पेंटिंग, गिफ्ट ऑईल पेंटिंग, गिफ्ट रॅपिंग, फुले बनवणे, ब्रेडची हस्तकला इ. कलांचे चार बहिणींनी निरीक्षण करूनच या कला आत्मसात केल्यात. सतत मेहनत व उद्योग हे आईचे गुण घेऊन त्यांच्या चारही मुली आज कोणत्या ना कोणत्या कलेत प्रवीण आहेत. कलेचा पिढीजात वारसा लाभलेल्या त्यांच्या चारही मुलींनी फॅशन डिझाईनिंग, टेक्सटाईल डिझाईनिंग, कमर्शियल आर्ट्स इ. कोर्सेस पूर्ण केले आहेत. सर्वात मोठी मुलगी तृप्ती ऑईल पेंटिंगमध्ये, तर कल्पना कॉर्नफ्लॉवर व ब्रेडच्या हस्तकलेत, तिसरी फाल्गुनी स्टेन ग्लास पेंटिंगमध्ये, तर शेवटची

ऊर्मी ब्रेड क्राफ्ट व गिफ्ट पॅकिंगमध्ये प्रवीण आहेत. इंदिराताईंनी आपली ही कला स्वतःपुरती मर्यादित न ठेवता ती आपल्या मुलींच्यात रुजवली, त्यामुळे त्या क्लासेस घेऊन ती अनेक महिलांपर्यंत पोहोचवत आहेत.

कल्पना आईबद्दल अभिमानाने सांगते, ''हस्तकलेचा हा वारसा माझ्या आईला तिच्या आईकडून मिळाला व तो जोपासण्यात माझे वडील व आईच्या सासरच्या मंडळींचा सिंहाचा वाटा आहे. लग्नानंतर आई घरच्या घरीच फुले बनवणे, पेंटिंग करणे इ. करत असे. माझा मामा कामानिमित्त जपानला जात असे. तेथे त्याने ब्रेडची हस्तकला बघितली व आईला ती शिकण्यास जपानला जा म्हणून सुचवले. आईच्या जन्मजात कलेचा अधिक विकास व्हावा, ती अधिक फुलावी म्हणून माझ्या वडिलांनी १९८५ साली माझ्या आईला ब्रेडची हस्तकला शिकण्यासाठी जपानला पाठवले, ही कौतुकास्पद व नमूद करण्याजोगी गोष्ट आहे. घरात चार लहान मुली असताना, एकत्र कुटुंबपद्धती असताना केवळ हस्तकला शिकण्यासाठी परदेशी जाण्याची परवानगी मिळाली, माझी आई खरंच भाग्यवानच.''

इंदिराताई गतस्मृतींना उजाळा देत म्हणाल्या, ''मी जपानमध्ये जवळजवळ एक महिना होते, तेथे मी फुले बनवायचे व ब्रेड क्राफ्टचे प्रशिक्षण घेतले. जपानमध्ये ब्रेड क्राफ्ट बनवण्यासाठी तयार लगदा मिळतो व क्राफ्ट फक्त शिकवतात. मी ब्रेडक्राफ्ट शिकले तर खरे पण तो ब्रेड व फेव्हिकॉलचा लगदा बनवायचा कसा, प्रमाण किती ध्यायचं इ.साठी मी अनेक पुस्तके वाचली, तसेच घरीच प्रयोग केले व मिश्रण बनवले. गेली १५ वर्षे मी ब्रेडक्राफ्टचे क्लासेस घेत होते, अनेक महिला माझ्याकडे शिकल्या. दुसऱ्या पिढीच्या मुली माझ्याकडे यायला लागल्या होत्या. आज कल्पना माझा वारसा चालवून ही कला अनेक महिलांपर्यंत पोहोचतो आहे याचा मला अभिमान व आनंद आहे.'' या सर्व कला जास्तीत जास्त महिलांपर्यंत पोहोचवाव्या ही तळमळ इंदिराताईंच्या बोलण्यातून जाणवत होती.

एखादा गायक, चित्रकार, शिल्पकार यांच्या कुटुंबातील एखादेच अपत्य घरातील आई–वडिलांच्या कलेचा वारसा पुढे चालू ठेवते; पण इंदिराताईंच्या चारही कन्यांनी त्यांच्या विविध हस्तकलांचा वारसा पुढे चालू ठेवलाय हे महत्त्वाचे. एखाद्या स्त्रीच्या अंगी असणाऱ्या जन्मजात कलेची जोपासना लग्नानंतर पती व सासरच्या मंडळींनी दिलेल्या सहकार्यामुळे, प्रोत्साहनांमुळे कशी फुलते, याचे उत्तम उदाहरण म्हणजे इंदिराताई. इंदिराताईंच्या या उदाहरणावरून एक संस्कृत श्लोक आठवला–

अनर्घ्यमपि माणिक्यं, हेमाश्रयमपेक्षते
विनाश्रय न शोभन्ते, पन्डिता वनिता लता:।।

कितीही मौल्यवान रत्न असले तरी त्याला सुर्वणाश्रय मिळाला की, त्याची शोभा वाढते. विद्वानाला राजाश्रय किंवा लोकाश्रय मिळाल्यास त्याचे तेज इतरांच्या नजरेत भरते. वेल ही धडपडतच वाढते व वृक्षाच्या आधाराने ती ताठ उभी राहते व अधिक जोम धरते. तद्वतच स्त्रीला कुटुंबातील व्यक्तींची साथ मिळाल्यास ती आपल्या क्षेत्रात यशोमंदिराचा कळस लीलया गाठू शकते.

❖❖❖

रेखा कारखानीस

रेखाताईंची परदेश भरारी

भारतातून होणाऱ्या निर्यातीचा विचार करता वैयक्तिकरित्या निर्यात करणारी मंडळी विरळाच! कंपनीतर्फेच मोठ्या प्रमाणात निर्यात केली जाते. वैयक्तिकरित्या निर्यात करणाऱ्यांमध्ये सुद्धा युरोप व अमेरिका येथेच निर्यात करण्यास प्राधान्य दिले जाते; पण आफ्रिकी आणि पश्चिम अशियाई (आखाती देशात) देशात निर्यात करणाऱ्यांची संख्या आणखी कमी असते. त्याला कारण म्हणजे उष्ण हवामान, प्रखर सूर्यकिरणे व मर्यादित लोकसंख्या होय. युरोप, अमेरिकेत निर्यात करणे लोकांना प्रतिष्ठेचे वाटते; तसे आफ्रिका व आशिया येथील देशात निर्यात करणे प्रतिष्ठेचे वाटत नाही, हे ही त्यातले एक कारण. ही वस्तुस्थिती असताना १९९५ सालापासून सतत १४ वर्षे आफ्रिकी व आखाती देशात कापड, मॅक्सी, दुपट्टा, सूटींग–शर्टींग, तसेच गरजेच्या वस्तू यांची 'विजयश्री एंटरप्रायझेस' ही कंपनी स्थापून निर्यात करणाऱ्या रेखा कारखानीस या टेक्सटाईल निर्यातीतील भारतातील एकमेव महिला असाव्यात. निर्यात क्षेत्रात त्यांनी मिळवलेल्या उत्तुंगयशाची पावती म्हणजे त्यांना मिळालेला महाराष्ट्र चेंबर ऑफ कॉमर्सचा 'जमशेट शिरिन जमशेद गझदर निर्यात पुरस्कार'. येत्या वर्षभरात आखाती देशात भारतीय वस्तूचे दुकान काढण्याचा त्यांचा निर्धार आहे.

मुंबईत जन्मलेल्या व मध्यमवर्गीय मराठी वातावरणात वाढलेल्या रेखाताईंची आई शिक्षिका होती व वडील गोदरेज कंपनीत अधिकारी होते. मराठमोळा संस्कार झालेल्या रेखाताईंनी बी.एस्सी. ची पदवी प्राप्त केल्यानंतर मराठी कुटुंबाच्या रीतीनुसार दमाणी ग्रुप कंपनीत एक्सपोर्ट असिस्टंटची नोकरी घेतली व तिथेच त्यांच्यातील उद्योजिकेची

बीजे रोवली गेली. दमानी ग्रुप ऑफ कंपनीची स्वतःची सोलापूरला मिल होती. तेथे कापड बनायचे व ते कापड निर्यात करायचे. तिथे एक्स्पोर्टबाबत सर्व आवश्यक बाबी, कागदपत्रे, त्यांची कामाची पद्धती याची त्यांना जवळून ओळख झाली. मारवाडी लोकांच्यात राहून खूप शिकायला मिळाले. धंदा, व्यापार, उद्योग याबाबत विचार करण्याची दिशा मिळाली. मारवाडीवृत्ती स्वतःमध्ये रुजवावी लागते याची त्यांना प्रचिती आली. चारचौघींसारखे रेखाताईंचे लग्न झाले; पण वैवाहिक सुख नशिबात नव्हते. एक मुलगा होता; त्याच्या रेखाताई आपल्या आई-वडिलांच्या बरोबर आयुष्याची खडतर वाट चालू लागल्या. ११ ऑगस्ट १९९५ हा दिवस त्यांच्या आयुष्यात कलाटणी देणारा म्हणूनच संस्मरणीय ठरला. रेखाताई सांगतात, ''ऑगस्टचा तो दिवस मला ठळकपणे आठवतो, त्या दिवशी आमच्या ऑफिसमध्ये आफ्रिकेतील फातिमा (मुस्लिम आफ्रिकन स्त्री) व पॅट्रिशिया (ख्रिश्चन आफ्रिकन स्त्री) या दोघी आल्या होत्या. फातिमाचा भाऊ आमच्या कंपनीकडून कापड घेऊन बांगला देश, पाकिस्तान इ. देशांत धंदा करत असे; पण त्याने हा व्यवसाय बंद करून कंपनीत नोकरी धरली व फातिमाला त्या व्यवसायात लक्ष घालायला सांगितले. फातिमा व पॅट्रिशिया दोघी भारतीय वस्तू आफ्रिकी देशात निर्यात करणाऱ्या एजंटच्या शोधात होत्या; पण सगळे मार्केट फिरून आल्यावर त्यांच्या लक्षात आले होते की, इथे सगळे पुरुष आहेत व ते इमानेइतबारे व्यवसाय करतीलच असे नाही. त्यामुळे त्या निराश झाल्या.''

रेखाताई पुढे सांगू लागल्या, ''पण फातिमाने माझ्याबद्दल भावाकडून ऐकले होते. एवढी वर्षे कंपनीचा कारभार नेटाने, सचोटीने व कार्यक्षमतेने चालवणाऱ्या रेखाताईंना भेटा अशी माझ्या नावाची शिफारस त्याने करून दिली होती. मार्केटमध्ये फिरून निराश झालेल्या दोघी मला भेटायला आल्या व म्हणाल्या, ''आम्ही लहान मुलांचे कपडे, थर्मलवेअर, कुकर, हर्बल, कॉस्मेटिक, इमिटेशन ज्वेलरी इ. भारतातून आमच्या देशात निर्यात करणाऱ्या एजंटच्या शोधात आहोत. तू हे काम करू शकशील अशी खात्री आहे.'' रेखाताई गतस्मृतींना उजाळा देत म्हणाल्या मला आजही तो क्षण आठवतो, ते ऐकून मला दरदरून घाम फुटला होता. मी तर झटकन् नाही म्हणाले, ''मुलगा लहान, आई-वडील म्हातारे परत माझी नोकरी. काय शक्य होते का?'' मराठमोळ्या वातावरणात वाढलेल्या व आई शिक्षिका असल्याने मनावर संस्कार झालेल्या रेखाताईंना नोकरी चालू असताना निर्यातीचा व्यवसाय करणे ही गद्दारी वाटली; हातचे सोडून पळत्याच्या मागे लागू नकोस, घरसंसार सांभाळून नोकरी करतेस तेवढेच नीट करा असा मराठी मनोवृत्तीचा सल्ला वडिलांनी दिला. रेखाताईंच्याकडून जराही प्रतिसाद न मिळाल्याने फातिमा व पॅट्रिशिया त्याच दिवशी त्यांच्या मुख्य बॉसकडे गेल्या व त्यांनी बॉसला

पटवले, ''ती तुमचे फॅब्रिकचे काम चोख करेल व इतर वस्तू निर्यातीचे काम शनिवार व रविवार व सुट्टीच्या दिवशी करेल.'' बॉस म्हणाले भावाशी बोलून सांगतो. रेखाताईंच्या एकटीच्या खांबावर संसाराचा तंबू होता, आई–वडील म्हातारे. त्यामुळे रेखाताईंना सपोर्ट म्हणून व्यवसाय करू देण्याचा बॉसचा विचार झाला. इमानेइतबारे कंपनीचे काम करत 'सिंथेटिक अँड रेऑन एक्स्पोर्ट कौन्सिलचे' अॅवॉर्ड १९९१ सालापासून सतत ९ वर्षे कंपनीला मिळवून देणाऱ्या रेखाताई एक्स्पोर्टचा व्यवसाय सहज लीलया पेलतील याची त्यांच्या बॉसला खात्री होती. रेखाताईंचा विचार होण्याआधीच त्यांच्या टॅलेन्टची जाण असल्याने इतरांनीच त्यांच्या व्यवसायाचा निर्णय घेतला, नव्हे तर त्यांच्यावर लादलाच! तरीसुद्धा विचार करून सांगते, असे जेव्हा रेखाताई म्हणाल्या, तेव्हा दमाणींनी 'विचार करत बसाल तर कधीच व्यवसाय करू शकणार नाही.' हा अनुभवाचा सल्ला दिला. फातिमाने १००० डॉलर्स अॅडव्हान्स दिला, बॉसनी बँकेची कामे तसेच एक्स्पोर्टचे कागदपत्र तयार करण्यासाठी सुट्टी दिली. सगळ्यांनी त्यांना पाण्यात तर ढकलले, आता तरायचे का बुडून मरायचे? ते रेखाताईंना ठरवायचे होते. संधी हा कधीकधी येणारा पाहुणा असतो व त्याचे स्वागत केल्यास आपली जीवनात भरभराट होतेच या विचाराने रेखाताईंनी घरी आलेल्या सुवर्णसंधीचा फायदा घेण्याचा सुज्ञ निर्णय घेतला.

१९९५ साली त्यांनी 'विजयश्री एन्टरप्रायजेस' या नावाने कंपनीचे काम सुरू केले व मागे वळून बघितलेच नाही. आफ्रिकेतील इथिओपिया, नायजेरिया, धाना, नैरोबी, आयव्हरी कोस्ट, लागोस, जिबुटी इ. देशात त्या भारतीय माल निर्यात करू लागल्या. या क्षेत्रात पुरुषांचे वर्चस्व असतानाही रेखाताईंनी स्वतःच्या हिमतीवर जम बसवला. आफ्रिका व आखाती देशात त्यांनी एकटीने दौरे केले. बाई व्यवसायात म्हणून लोक त्यांच्याकडे कौतुकाने व आदराने बघत. 'जामसावाली मॅडम' म्हणून त्या प्रसिद्ध झाल्या, कारण दमाणी उद्योग व्यवसाय आफ्रिकेत 'जामसा' या नावाने प्रसिद्ध होता.

२००० साली मात्र चायनीज लोकांनी जगात स्वस्तातल्या वस्तू पुरवायला सुरुवात केली, व जगभरचे मार्केट काबीज केले. याचा मोठा परिणाम रेखाताईंच्या सर्व वस्तूंच्या निर्यातीवर झाला. मुलांचे कपडे, खेळणी, थर्मोवेअर, इमिटेशन ज्वेलरी इ. निर्यात करणाऱ्या वस्तूंची स्पर्धा वाढली. त्यातच त्यांच्या वडिलांचे छत्र हरपले. व्यवसायात अडचण आली आणि वडिलांचा आधार गेला. धंदा व घर दोन्ही पोरके झाले. रेखाताईंचे मनोधैर्यही खचले. व्यवसायाकडे थोडे दुर्लक्ष झाले, पण पुन्हा त्यांनी उभारी धरली.

रेखाताईंनी नव्या जोमाने व्यवसायात लक्ष घातले. व्यवसायासाठी नवीन मार्केट शोधले. आखातीदेशात उन्हापासून संरक्षण करण्यासाठी स्त्री व पुरुष संपूर्ण शरीर झाकणारे कपडे घालतात. पुरुषी वेषभूषेला ते 'मकराना' म्हणतात तर स्त्रियांच्या

अंगावरील वस्त्राला 'थोब' म्हणतात. त्यासाठी लागणारे कापड म्हणजे रेयॉन, पॉलिस्टर, कॉटन इ. कापडाची निर्यात करण्यास रेखाताईंनी सुरुवात केली. त्याशिवाय दुपट्टे, ड्रेस मटेरिअल, कफनी, बुरखा, मॅक्सी इ.चीही निर्यात आफ्रिकेतील २५-३० देशांशिवाय दुबई, शारजा, इराण, अफगणिस्तान इ. आखाती देशातही सुरू केली. 'थोब' व 'मकराना' साठी उत्तम प्रतीचे कापड शोधण्यासाठी त्यांना भारतातील कापड उत्पादन करणाऱ्या गुजरात, राजस्थान, तामिळनाडू, मध्यप्रदेश इ. राज्यातून फिरावे लागते. मागणीप्रमाणे निर्यात करण्यासाठी त्यांनी आखाती तसेच आफ्रिकी देशाचे दौरे केले. देश-विदेश एकट्याच फिरल्या. उष्ण हवामान, प्रखर सूर्यकिरण, उघडपणे रस्त्यावर फिरण्याचे वावडे असलेला समाज, शाकाहारी असल्याने मिळणारे मर्यादित अन्नपदार्थ इ. प्रतिकूल परिस्थितीतही त्या फिरत असत. तेथील लोकांचे रहाणीमान, आवडी-निवडी, रंगाबाबतची पसंती इ. चा अभ्यास त्यांना निर्यातीसाठी मार्गदर्शक ठरला. आंतरराष्ट्रीय बाजारपेठेतील मागणीनुसार दुपट्ट्याला लेस किंवा टिकल्या लावणे, कफनीवर नक्षीकाम करणे, ड्रेस मटेरियलवर एम्ब्रॉयडरी करून घेणे, तऱ्हेतऱ्हेचे कापड खरेदी करणे इ. कामे त्या करून घेतात. हे सर्व काम करणाऱ्या लोकांवर देखरेख व कंटेनर भरताना जातीने उपस्थिती, मार्केटचा अभ्यास करण्यासाठी दौरे, नोकरी, मुलाचे शिक्षण, घरसंसाराचा गाडा ओढणे इ. रेखाताईंची तारेवरची कसरतच होती. म्हणून २००४ साली त्यांनी नोकरी सोडली आणि व्यवसायाची वृद्धी करण्यास पूर्ण दिवस हाती आला.

आज त्यांचा माल आफ्रिका व आखाती देशात इतका लोकप्रिय झालाय की त्यांना तिकडे 'दुपट्टा क्वीन' म्हणूनच ओळखले जाते. आता तर रेखाताईंनी 'खदामा' म्हणजे टू पीस नाईट सूट, सूटिंग शर्टिंगसाठी कापड इ. पुरुषी कपड्यांची सुद्धा निर्यात सुरू केलीय. सौदी अरेबियातील जेहाद येथील स्थानिक दुकानदारांबरोबर पार्टनरशीप सुरू केली आहे. त्यांच्याकडे त्या भारतातून माल निर्यात करतात व तो पुढे इतर देशात पाठवतात. स्थानिक व्यापाऱ्यांना सुद्धा माहिती नसेल एवढी सखोल माहिती त्यांनी मिळवलीय व त्यामुळेच तेथे एक भारतीय वस्तूंचे दुकान काढण्याचा त्यांचा विचार आहे. जिद्द, मेहनत, मनाची उभारी, नम्रता, चिकाटी आणि कार्यक्षमता या गुणांमुळे त्यांचा हा निर्धारही पूर्ण होईल.

पुरुषी वर्चस्व असलेल्या व्यवसायात अडचणी आल्याच असतील ना? या माझ्या प्रश्नावर त्या झटकन् उत्तरल्या, ''धंदा म्हटलं की, अडचणी आल्याच पण स्त्री म्हणूनही त्रास सहन करावा लागला. सौदी अरेबियाचा व्हिसा मिळणे मुळातच अतिशय अवघड. त्यात बाई म्हणून आणखीच त्रासदायक सौदी अरेबियाचा व्हिसा मिळणे हीच एक ॲचिव्हमेंट म्हणायला हवी. या धंद्यात पुरुषच असल्याने माझ्यासारख्या सचोटीने

काम करणाऱ्या बाईला त्रास झाला. एकदा आमचा माल सौदी अरेबियात पोहचला, पण आमच्या कस्टमरने तो उचलला नाही. त्याला माझ्याकडून लाच हवी होती; पण मी लाच कोणालाच देत नसे. त्यामुळे तो अडून बसला. त्याला वाटले माल न उचलल्यास मोठे गिऱ्हाईक जाईल म्हणून लाच देतील; पण एवढ्या वर्षांच्या ओळखीमुळे मी दुसऱ्या कस्टमरला माल उचलण्यासाठी कळवले; आणि गंमत म्हणजे त्याच्या धंद्यातला दुसरा प्रतिस्पर्धी पुढे आला आणि त्याने माल उचलला. आता तोच आमचा मोठा कस्टमर आहे.''

कंपनीला सतत ९ वर्षे अॅवॉर्ड मिळाले तेव्हा दर वेळेस मेहनत त्यांची, पण अॅवार्ड घ्यायला मात्र बॉसच स्टेजवर जात असत कारण त्या होत्या नोकर. त्यामुळे स्वतःच्या व्यवसायासाठी एक दिवस अॅवॉर्ड मिळावे असे त्यांना सतत वाटे व त्यांची इच्छा पूर्ण झाली ती महाराष्ट्र चेंबर ऑफ कॉमर्सच्या निर्यात पुरस्कारामुळे; पण आपल्या या वाटचालीत महत्त्वाचा वाटा आहे तो दमाणी कंपनीचा, असे त्या नम्रपणे सांगतात. त्यांना आई–वडिलांकडून संस्कार व मार्गदर्शन मिळाले ते जीवन जगण्यासाठी उपयोगी होते; पण Business culture मात्र त्या दमाणींकडून शिकल्या. एक स्त्री म्हणून क्लायंटबरोबर डिनरला जाताना आपली वेशभूषा, केशभूषा फार उत्तान न ठेवता, मर्यादशील वावर असणे, बोलण्यातली नम्रता इ. त्यांना कंपनीत राहूनच शिकायला मिळाले.

आज रेखाताईंचा मुलगा हाताशी आलाय. त्याच्या रक्तात त्यांनी व्यवसायाची तत्त्वे भिनवली आहेत. त्याला धंद्यासाती त्यांनी तयार केलंय. त्यासाठी त्याला एम.बी.ए. करण्याची गरजच नाही. आज मुलाच्या मदतीने त्या २५ प्रकारचे कापड निर्यात करतात, त्यांचे कंटेनर वर्षभर अगदी पूर्ण भरूनच जातात. मुलावर थोडी जबाबदारी सोपवून रेखाताई उद्योगाच्या विस्ताराची नवीन स्वप्ने पाहत आहेत व ती पूर्ण करण्याची त्यांची क्षमता पण आहे.

❖❖❖

सौ. कविता ठाकूर

म्युरलची किमया

कलाकार हा जन्मावा लागतो. जन्मजात कलेचा वारसा घेऊन आलेल्या कलाकाराला फारशी प्रशिक्षणाची गरज नसते. कोणत्याही प्रकारचे शिल्पकलेचे प्रशिक्षण न घेतलेल्या मुंबईतील कांदिवली येथील सौ. कविता प्रमोद ठाकूर या अशाच जन्मजात कलाकार. दिवस–रात्र कलेचाच ध्यास असलेल्या या कलाकार तऱ्हेतऱ्हेचे कॅनव्हॉस पेंटिंग्ज, मधुबनी पेंटिंग्ज, स्टुडिओ पॉटरी, सिरॅमिक वापरून बनवलेली म्युरल्स, शाडूचे गणपती इ. बनवण्यात तरबेज आहेत. विशेष म्हणजे त्यांच्या पेंटिंगमध्ये किंवा शिल्पातही लाकूड, काच, सिरॅमिक, कॉपर, टेराकोटा इ. सर्व माध्यमांचा समावेश असतो, त्यामुळे त्यांची शिल्पे लक्षवेधी व मनमोहक बनतात.

२००४ सालापासून या कलाकृती निर्माण करायला लागल्यावर केवळ पाच वर्षांत त्यांनी दोन सोलो प्रदर्शने, पाच ग्रुप प्रदर्शने व सात इतरही प्रदर्शने किंवा फेस्टिवलमध्ये भाग घेऊन आपली कला लोकांपर्यंत पोहचवली आहे. कालाघोडा आर्ट फेस्टिव्हलमध्ये दरवर्षी त्यांचा सहभाग असतो. तेथे येणाऱ्या खास कलाप्रेमी मंडळींमध्ये परदेशी लोक व एन.आर.आय. यांचा समावेश असतो. कॅनडा व संयुक्त संस्थाने येथील अनेक परदेशी भारतीय कालाघोडा प्रदर्शनातून शिल्पे, पेंटिंग्ज घेऊन जातात. त्यामुळे कालाघोडा फेस्टिव्हलसाठी उत्तमोत्तम व वेगळ्या कलाकृती करण्याचे त्यांचे काम जवळजवळ वर्षभरच चालू असते. अगदी विद्यार्थी दशेत असतानाही त्या जे. जे. स्कूल ऑफ आर्टसच्या 'वार्षिक कला' प्रदर्शनात भाग घेत असत. त्याशिवाय नेहरू सेंटर आर्ट गॅलरी, आर्टिस्ट सेंटर आर्ट गॅलरी, आर्ट आणि कल्चर प्रदर्शन वर्ल्ड ट्रेड सेंटर,

के.जी. आर्ट फेस्टिव्हल, बिलमत आर्ट झेरामीक गॅलरी इ. मुंबईतील विविध आर्ट गॅलऱ्या त्यांच्या कलाकृतीने अनेकवेळा सजल्यात. २००६ साली झारखंडच्या कला महोत्सवातही त्यांचा सहभाग होता. आता नेहरू सेंटर येथे होम अॅण्ड डेकॉर प्रदर्शनात तसेच ओबेराय हॉटेलातील प्रदर्शनासाठी त्यांची तयारी चालू आहे.

त्यांच्या भित्तीशिल्पांना व गणपतीला प्रचंड मागणी आहे. बोरिवलीचे सनशाईन हॉटेल, तारापूरचे हॉटेल, भोईसरचे सरोवर हॉटेल, मुंबईचे लेक व्ह्यू हॉटेल, संजय हॉटेल इ. हॉटेलच्या भिंती त्यांच्या अप्रतिम, मनोहारी व भव्य म्युरलने सजल्यात. पुणे, नाशिक, बंगलोर, सुरत येथील आर्ट गॅलरीत त्यांच्या कलाकृती नियमित जातात. प्रवीण दयाळ असोसिएट्स व उत्तम जैन यांच्यासारखे नावाजलेले आर्किटेक्ट तर त्यांचे कायमस्वरूपी दर्दी कस्टमर! मुंबईतील प्रसिद्ध सद्गुरू, शॉपर्स स्टॉप, इनफिनिटी इ. डिपार्टमेंटल स्टोअरमध्ये तसेच पुण्यातील पेंटेड रिदम, इशानिया, शॉपर्स स्टॉप, राईट अॅन्गल इ. ठिकाणी त्यांची शिल्पे विक्रीस आहेत.

वॉल म्युरल बनवण्यात त्यांचा हातखंडा आहे. ८ ते १० फुटांचे गणपतीचे शिल्प, ८ फूट रुंद १६ फूट लांब राजस्थानी जीवन प्रतीत करणारे शिल्प अशी भव्य शिल्पेसुद्धा त्या साकारतात. हाताने बनवलेले गणपती, तऱ्हेतऱ्हेची डिझाईन्स असलेल्या नेमप्लेट्स, ग्रामीण जीवनशैलीचे दर्शन, जैन धर्मावर आधारित शिल्पे, पालितानाचे शिल्प, जैनांचा नवकार मंत्र, १४ स्वप्ने इ. शिल्पे त्यांच्या कलात्मक हातातून उत्तमरित्या साकारलीत. दारावर दर्शनी भागात लावण्यासाठी अष्टविनायकांची शिल्पे त्यांनी हुबेहूब बनवलीत; त्यांना डेकोरेट न करता जशीच्या तशी बनवली आहेत. त्याला खूप मागणी आहे.

निरनिराळ्या धर्मातील धार्मिक कथांची किंवा इतिहासांची थिम घेऊन त्यांनी खूप कलाकृती बनवल्यात. भारतीय संस्कृतीचा आविष्कार मोर, सूर्य, स्वस्तिक, तुळस, हातात दीप घेतलेली युवती इ. मधून प्रतीत होतो. राजस्थानी जीवनावर आधारित उंट,हत्ती, मोर, राजस्थानी वाद्य वाजवणाऱ्या गवळणी, तेथील ग्रामीण घरे, बैलगाड्या, राजस्थानी दागिने घातलेल्या बायका इ. वर आधारित त्यांची शिल्पे जिवंत वाटतात. राजस्थानी राजवाड्यात असणारा केवळ पाच फूट उंचीचा व खोली दिलेला झरोका बनवून त्यात स्त्रिया उभ्या आहेत असे म्युरल अगदी जिवंत वाटते. त्या शिल्पाचे वजन ७५ किलो होते. गौतम बुद्धाची मूर्ती व बाजूला 'नवकार' मंत्र असे शिल्प. महावीर आईच्या गर्भात असताना त्यांच्या आईने पाहिलेली चौदा स्वप्ने म्हणजे नदी, राजहंस, हत्ती, झेंडा, चक्र, कलश, आग, लक्ष्मी, रथ, सिंह, कमळ इ. सर्व काही त्या साकारतात.

पालिताना हे जैनांचे देवस्थान संगमरवरात आहे, त्याचे फोटो काढून त्यांनी हुबेहूब साकारले आहे. कॅनव्हास पेंटिंगही त्या सुंदर करतात. वेगवेगळ्या पोजमधील बायका, तसेच सुप्रसिद्ध व्यक्तिची व्यक्तिचित्रेही बनवतात. मुसलमान धर्मातील लोक माणसांचे म्युरल बनवत नाहीत. त्यांच्यासाठी त्या पशु-पक्षी फळे, भाज्या इ. चा अंतर्भाव असलेले म्युरल बनवतात. डायनिंग हॉलमध्ये लावण्यासाठी अनेक लोक अशी म्युरल्स घेतात. आपल्याला काय हवे ते आपण त्यांना सांगावे व आपल्या जे डोक्यात आहे त्याच्यापेक्षा सुंदर त्या आकारतात. कविता सांगतात, ''आमचा प्रत्येक पीस मास्टरपीसच असतो. कलाकाराचा प्रत्येक पीस वेगळाच हवा, मास प्रॉडक्शन केले तर ती आर्टिस्टची फॅक्टरी होईल; पण किंमती पण वाजवी असतात. सर्वसामान्य माणसे सुद्धा छोट्या आकारातील गणपती, म्युरल्स, पेंटिग्ज्, नेमप्लेट घेऊन हौस भागवू शकतात.''

मधुबनी पेंटिग्ज् ही बिहारची कला, तिथे शुभकार्याला घराच्या भिंती मधुबनी पेंटिगने रंगवतात. मधुबनी चित्रांत रेषांचा उपयोग करून चित्रे तयार करतात. विशेषतः पुराणकथेतील चित्रे काढलेली असतात. ही कला आता फारशी बघायला मिळत नाही. त्यामुळे कविता ठाकूर यांनी त्याला उर्जितावस्था देण्याचे मोलाचे काम केले आहे. त्यांनी स्वतःच्या नव्या शैलीत या चित्रांना म्युरलचा इफेक्ट दिल्याने ती मूळच्या मधुबनी पेंटिंगपेक्षा अधिकच उठावदार व आकर्षक बनली आहेत.

स्टुडिओ पॉटरी ही त्यांनी स्वतः विकसित केलेली कला. 'स्टुडिओ पॉटरी' त्या स्टोनवेअरमध्ये बनवतात. स्टोनवेअरमध्ये सिलिका, चायना क्ले, फेल्सपार व बॉल क्ले इ. चे मिश्रण करतात. हे मिश्रण कविता अगदी उत्तम प्रकारे बनवतात. त्यामुळे त्यांची कलाकृती इतरांपेक्षा वेगळी दिसते. त्यांची स्टुडिओ पॉटरी इतरांपेक्षा उठून दिसण्याचे आणखी एक कारण म्हणजे त्या रस्ट प्लॅस्टरचा वापर करून त्याला ॲन्टिक लूक देतात हे विशेष. स्टुडिओ पॉटरीत शिल्पे आतून पोकळ असतात व ती ४ ते ६ मि .मी. जाडीच्या क्लेपासून बनवतात पण त्यापेक्षा कमी जाडी ठेवल्यास ती तुटू शकतात; पण कविता ठाकूर मात्र कौशल्याने २ ते ३ मि.मी. जाडीच्या क्लेचा वापर करतात. त्यांनी स्टुडिओ पॉटरीत बनवलेली गाय, घरटे, मदर ॲण्ड चॉईल्ड इ. कलाकृतींचे प्रदर्शनात खूप कौतुक झाले.

झारखंडमध्ये जन्मलेल्या कविता या जन्मजात कलाकार असण्याचे कारण म्हणजे आई-वडिलांचा वारसा. वडील पेशाने आर्किटेक्ट होते, पण त्यांचा सिरॅमिक टाईल्सचा व्यवसाय होता. छतावर वापरण्यात येणारी लाल कौले, खिडक्यांना बसवायच्या जाळ्या, तऱ्हेतऱ्हेच्या कुंड्या इ. त्यांच्याकडे बनवत असत. वडील आर्किटेक्टचा व्यवसाय

करत तर आई उत्पादन बघत असे. त्यामुळे सिमेंट, सिरॅमिक, टेराकोट्टा, माती इ. मध्येच कविता बालपणी वावरल्या आणि आजही त्यांच्या कांदिवलीच्या घरातील स्टुडिओत तेच असते. त्यावेळी कविताच्या आईची झारखंडमधून लघुउद्योजक म्हणून 'ऑल इंडिया वुमेन्स कॉन्फरन्ससाठी' निवड झाली होती. कला घरात पाणी भरत होती. आई हुशार व धडाडीची. तेच गुण कविता यांच्यात न उतरले तर नवलच! त्यामुळे झारखंडहून मुंबईला एवढ्या लांब, परक्या शहरात येऊन जे.जे. स्कूल ऑफ आर्ट्सची बॅचलर ऑफ फाईन आर्ट्स पदवी मिळवली. तत्पूर्वीच त्यांनी कोलकात्याच्या मांगिया संगीत व कला महाविद्यालयात 'फाउंडेशन इन फाईन ऑर्ट्सचा' कोर्स केला होता. त्यामुळे जे जे स्कूल ऑफ आर्ट्समध्ये प्रवेश मिळवणे सुलभ झाले. कलाप्रेमी कविताने पदवी शिक्षण पूर्ण झाल्यावर आय.आय.टी., पवई येथे टेराकोट्टा ट्रेनिंग वर्कशॉपमध्ये टेराकोट्टा कलाकृतीचे प्रशिक्षण घेतले. नंतर संदीप मांचेकर यांच्याकडून स्टोनवेअर अँड ग्लेझिंगचे प्रशिक्षण घेतले. त्याचा परिपाक म्हणजे आज त्या टेराकोट्टा, सिरॅमिक, क्ले, इ. माध्यमात काम करतात. त्यांच्या शिल्पात रस्ट कलरचा वापर असल्याने वेगळाच उठाव येतो. जे.जे. स्कूलने त्यांना कलाच दिली नाही तर पतीही दिला. त्यांचे पती श्री. प्रमोद यांनीही त्यांच्याचबरोबर तेथे पदवी प्राप्त केली. ते सुद्धा कॅनव्हास पेंटिंग, म्युरल्स, क्ले वर्क बनवतात. दोघांचे ट्युनिंग जमले असल्याने एकमेकांच्या विचाराने सर्वोत्कृष्ट कलाकृती बनवण्याचा प्रयत्न करतात.

कविता व प्रमोद यांची कला त्यांच्या मुलांमध्ये सुद्धा उतरलीय. दोन्ही मुले उत्तम चित्रे काढतात. दिव्यांशु व प्रियांशु यांनी सुद्धा 'चाईल्ड आर्टिस्ट' म्हणून नेहरू सेंटरमध्ये प्रदर्शनात भाग घेतला होता. त्यांची सोलो प्रदर्शने पण झाली आहेत. दिव्यांशुला कार डिझाईन करण्यात फार इंटरेस्ट आहे, तो सुप्रसिद्ध कार डिझायनर दिलीप छाब्रिया यांचा फॅन आहे. कॅलिफोर्निया येथे दिलीप छाब्रिया यांनी जेथे प्रशिक्षण घेतले तेथे तो प्रशिक्षण घेणार आहे. प्रियांशु मात्र आई-वडिलांच्या पावलावर पाऊल टाकून जे. जे. स्कूल ऑफ आर्ट्समध्ये शिक्षण घेणार आहे.

कविता आणि प्रमोद केवळ स्वतःच्याच कलेत मग्न नसून, शाळेतील मुलांच्या कल्पनाशक्तीला सर्जनशीलतेला वाव मिळावा, त्यांचा चित्रकलेचा विकास व्हावा, त्यांच्यात आत्मविश्वास जागृत व्हावा म्हणून दरवर्षी शाळेच्या मुलांसाठी कार्यशाळा आयोजित करतात. मालवणी येथील उडानघर या चिल्ड्रेन्स् होममधील निराधार मुलांनी कलात्मक गणपती, पणत्या, कप-बश्या, गॅस-सिलेंडर इ. सर्व काही स्वतःच्या कल्पनेने बनवून त्यांच्या वर्कशॉपमध्ये आनंद लुटला. २००७ साली बोरिवली व कांदिवली येथील शाळांमध्ये

त्यांनी इकोफ्रेंडली गणपती बनवण्याचे प्रशिक्षण देण्यासाठी कार्यशाळा आयोजित केली होती. भविष्यातील कलाकारांना केवळ शाडूनेच बनवलेले व गेरूने रंगवलेले गणपती त्या शिकवतात. कविता म्हणतात, ''स्वतःची कला स्वतःजवळ ठेवली तर ती कधीच वाढत नाही, जोपर्यंत ती इतरांपर्यंत वाटली जात नाही तोपर्यंत त्यात नवीन काहीच सापडू शकत नाही. स्वतःची कला इतरांमध्ये वाटणे हे कलावंतांचे सामाजिक उत्तरदायित्व आहे, असे मानून आम्ही दरवर्षी कार्यशाळा आयोजित करतो.''

पती-पत्नी एकाच व्यवसायात असले की नकळत स्पर्धा निर्माण होते, असूया निर्माण होते. पुरुषप्रधान संस्कृतीत तर पत्नीने पतीच्या एक पाऊल मागेच असावे असे गृहीत असते; पण कविता व प्रमोद ठाकूर यांच्यात स्पर्धा तर नाहीच पण सहकार्याची भावना आहे. ते पाहून एका कवितेच्या ओळी आठवतात –

सहजीवन असतं एकमेकांना फुलवणं
एकच गाणे दोन गळ्यात उमलणं
सहजीवन म्हणजे एकमेकांना मोठे करीत जाणं

कवितेतील ओळींप्रमाणेच एकमेकांना सल्ला देत, एकमेकांच्या कल्पना फुलवत, एकमेकांच्या कल्पनाशक्तीला वाव देत व कौतुक करत त्या दोघांची कला बहरत आहे. सहजीवनाचा एक उत्तम आदर्शच त्यांनी समाजासाठी घालून दिला आहे.

सौ. श्वेता इनामदार

रेडीमेड ब्लाऊजच्या क्षेत्रातील मक्तेदारी

महिला शिक्षित झाल्या, घरोघरी नोकरी करू लागल्या. वेळेअभावी किंवा नोकरीवरून दमूनभागून घरी आल्यावर कंटाळा म्हणून रेडीमेड वस्तूंची मागणी वाढू लागली. मग ते खाद्यपदार्थ असोत, कपडे असोत वा फर्निचर असो. आमच्या रेडिमेडच्या आणि इन्स्टंटच्या जमान्यात तयार ब्लाऊजेसनाही मागणी वाढलीय आणि ती वाढतच जाणार. साड्या खरेदी करता करताच जीव मेटाकुटीला आलेल्या महिलांना परत मॅचिंग ब्लाऊजपीससाठी फिरायचे, पुन्हा ते ब्लाऊजपीस टेलरकडे नेऊन द्यायचे, त्याला कसे शिवून हवे ते बजावून सांगायचे आणि त्याने आपल्या सूचनांचा विचार न करता हाती आलेल्या ब्लाऊजमुळे होणारा मनस्ताप सहन करण्यासाठी लागणारी चिकाटी व सहनशीलता नसते. तसेच हल्ली बरीच मुले–मुली परदेशात नोकरीला असतात. त्यामुळे १०–१५ दिवसांच्या रजेत भारतात येऊन लग्न उरकून जातात. अशा 'चट मंगनी पट ब्याह'वाल्या तरुणींना तर रेडीमेड ब्लाऊज म्हणजे पर्वणीच असते. आज कार्पोरेट क्षेत्रात अनेक मुली काम करतात. तेथील पार्ट्यांना लागणारा डिझायनर ब्लाऊजही बनवून घ्यायला वेळ नसतो. सिरिअल्स व नाटकांसाठीसुद्धा त्यांची गरज असतेच. दूरदर्शनवरील सिरिअल्समध्ये तर फॅशनबाबत एकमेकांशी स्पर्धा असते. त्यामुळे डिझाइनर ब्लाऊजेसची मागणी असते. एकूण काय आजच्या बदलत्या जीवनशैलीनुसार रेडीमेड ब्लाऊज ही एक गरजेची वस्तू बनलीय. असा महिलांच्या बदलत्या गरजेनुसार येणारा रेडीमेड ब्लाऊजेस बनवण्याचा व्यवसाय सुरू केलाय ठाण्याच्या श्वेता इनामदार या महिलेने. आज ठाण्यात त्यांची रेडीमेड ब्लाऊजची शोरुम व दुकान आहे. जवळजवळ

१०–१५००० रेडीमेड ब्लाऊज दुकानात तयार असतात. मेसर्स एस. ए. इनामदार आणि कंपनी या नावाने सुरू केलेल्या व्यवसायाचा आता इतका विस्तार झालाय, की त्यांच्या या व्यवसायात २५ महिला काम करतात. ३–४ महिला फक्त कटिंग करतात, १५ महिला शिवण्याचे काम करतात, तर ५ महिला सेल काऊंटरचे काम बघतात. या सगळ्या ब्लाऊजचे डिझाईन तयार करणे, ऑर्डरच्या ब्लाऊजसाठी ग्राहकांशी मीटिंग करणे व व्यवस्थापन पाहणे इ.कामे करता करता श्वेताताईंना कुठे दिवस उगवतो व कुठे मावळतो पत्ताच लागत नाही. त्यांचे ब्लाऊज 'इनामदार्स' या ट्रेडमार्कसाठी विकले जातात. पुण्यातही त्यांचे रेडीमेड ब्लाऊजचे दुकान आहे.

श्वेता इनामदार यांच्या दुकानातील ब्लाऊजेस अगदी सामान्य महिलेपासून ते मराठी अभिनेत्री, कॉर्पोरेट क्षेत्रातल्या महिला, कॉलेज युवती, शाळेतल्या मुली इ. पर्यंत पोहोचले आहेत. अनेक वर्षांपूर्वी सोनिया गांधी पुण्यात सभेसाठी आल्या होत्या. त्यांच्या कानावर श्वेताताईंच्या पुण्यातील दुकानाची माहिती गेली आणि त्यांनी स्वतःचा मापाचा ब्लाऊज पाठवून श्वेताताईंच्या दुकानातून थ्रीफोर्थ स्लीव्हचे पांढरे ब्लाऊज मागवले होते. राणी वर्मा, वंदना गुप्ते, संपदा जोगळेकर, सीमा देशमुख, सोनाली कुलकर्णी, आशा काळे, निर्मिती सावंत, रिमा लागू, पूर्वा गोखले इ.त्यांचे कायमस्वरूपी ग्राहक आहेत. हल्लीच नवीन सुरू झालेली 'अनुबंध, कळत नकळत, या सुखांनो या, मंथन, एक झोका नियतीचा, चितोडकी राणी पद्मिनी, राजा शिवछत्रपती इ. दूरदर्शन मालिकांमधील नायिका, खलनायिका, सहनायिका, आई, आजी व इतरही पात्रांचे ब्लाऊज त्यांच्याकडेच बनलेले आहेत. श्वेताताई सांगतात, ''हे ब्लाऊज बनवणे म्हणजे एक आव्हानच असते. मालिकेत जसा रोल असेल त्याप्रमाणे बनवावे लागतात. 'या सुखांनो या'मधील संपदा जोगळेकर अगदी मध्यमवर्गीय स्त्री दाखवलीय. म्हणून तिचा साधा ब्लाऊज बनवलाय. डॉक्टरचा रोल असेल तर डिझाईनर ब्लाऊज, खलनायिकेसाठी बिनबाह्याचा, लो कट गळ्याचा जरा भडक रंगातला ब्लाऊज, राणी पद्मिनीसाठी त्या काळातले म्हणजे लांब पोटीमा ब्लाऊज बनवलेत. 'राजा शिवछत्रपती'मधील महिलांसाठी त्या काळातल्याप्रमाणे म्हणजे खणांचे ब्लाऊज बनवून दिले. दूरदर्शनवरील मालिकांतील महिला पात्रांच्या ब्लाऊजमधील फॅशन समाजात दिसते. त्यामुळे एकदा सिरिअलसाठी विशिष्ट प्रकारचे ब्लाऊज बनवले की त्याच प्रकारच्या ब्लाऊजसाठी बाजारात प्रचंड मागणी येते. 'राजा शिवछत्रपती' मालिका सुरू झाल्यापासून खणाच्या ब्लाऊजची फॅशन आली आहे. त्यामुळे मागणी वाढते.''

त्यांच्या ब्लाऊजची मागणी फक्त दूरदर्शन मालिकांपुरती मर्यादित नाही तर अगदी १० वर्षांच्या मुलीपासून ते ८० वर्षांच्या आजीपर्यंत सर्व वयोगटातील महिलांची

मागणी असते. शाळेतल्या मुलींना शाळेच्या निरोप समारंभातील साडीसाठी, गॅदरिंगमधल्या एखाद्या नाटकातल्या रोलसाठी, शिक्षकदिनी शिक्षिकेचा रोल करण्यासाठी इ. कारणांसाठी रेडिमेड ब्लाऊज लागतात. कॉर्पोरेट क्षेत्रात म्हणजे एखाद्या ऑफिसमधल्या महिलांच्या युनिफॉर्मसाठी, ज्वेलरच्या दुकानातील महिलांसाठी, विमान कंपन्यांच्या एअर होस्टेससाठी इ. करिता एकाच प्रकारचे ब्लाऊज तयार करून द्यावे लागतात. हल्ली लग्नात किंवा कॉर्पोरेट पार्टीत विशिष्ट थीम व ड्रेस कोड असतो. त्यामुळे विशिष्ट रंगाचे व विशिष्ट डिझाईनच्या ब्लाऊजचीही ऑर्डर मिळते. वकील महिलांसाठी पूर्ण बाह्यांचा काळा ब्लाऊज व पांढरी कॉलर असलेले खास ब्लाऊजेस त्यांनी बनवलेत. विशेषतः पळून जाऊन रजिस्टर लग्न करणाऱ्या मुली त्यांच्याकडून डिझाईनर ब्लाऊज घेतात व तेथेच साडी नेसून जातात. नाशिकजवळ त्र्यंबकेश्वर येथे मार्च महिन्यात पूजा करतात, त्या वेळी महिलांना नवीन कोरी वस्त्रे वापरावी लागतात व पूजा झाल्यावर ती दान करावयाची असतात. पूजा दोन किंवा तीन दिवस चालते. त्यामुळे प्रत्येक दिवसाचे ब्लाऊज अंतर्वस्त्रे व पेटिकोट असे सेट्स त्या बनवून ठेवतात. त्यावर नंबर लिहिलेले असतात, त्याप्रमाणे महिला घेऊन जातात. कधी कधी एका घरातीलच आई, मुलगी, सासू, सून, नणंद अशा पाच जणींसाठी, तीन दिवसाच्या पूजांसाठी पंधरा सेट घेऊन जातात. गौरीसाठीसुद्धा आता रेडीमेड ब्लाऊजला खूप मागणी आहे. तृतीयपंथी लोकांचे ब्लाऊजसुद्धा त्यांच्याकडे असतात.

मॅचिंग ब्लाऊजचा एक मोठा खजिनाच त्यांच्या दुकानात आहे. अगदी १०० रुपयांपासून ते २००० रुपयांपर्यंत विविध डिझाईनमधील ५०० रंगांच्या शेडमध्ये असलेले ब्लाऊज २० ते ३५, ३५–६०, ६०–८० अशा वयोगटातील महिलांची गरज भागवतात, हे विशेष नमूद करण्यासारखे आहे. होलसेल व रिटेल अशा दोन्ही स्वरूपात त्यांच्या दुकानातून विक्री होत असल्याने कोल्हापूर, सातारा, सांगली, गोवा, बेळगाव इ. शहरांतील दुकानदार त्यांचे ब्लाऊज होलसेलमध्ये घेऊन किरकोळीने विकतात. कोणीही कुठल्याही रंगाच्या शेडमधील साडी घेऊन दुकानात यावे आणि ब्लाऊज घेऊनच परत जावे, असा त्यांच्या दुकानाचा लौकिक आहे. रेशमी कापड, कृत्रिम रेशीम, सुती, खणाचे, हाकोबा, लखनवी, टु–बाय–टु, रुबीया वायल इ.सर्व मटेरिअलमध्ये ब्लाऊजेस बनवतात.

हल्ली डिझाईनर साड्या खूप प्रचलित आहेत. त्यांच्यावर उठाव आणणारे व त्याच्या तोलामोलाचे वर्क असलेले ब्लाऊज याला खूप मागणी असल्याने श्वेताताईंनी 'कंचुकी–लुक अपार्ट' हा डिझाईनर ब्लाऊजचा नवा ब्रॅन्ड आणला आहे. यात ५० प्रकारचे कलेक्शन आहेत. प्रत्येक कलेक्शनमध्ये अनेक पॅटर्नस् आहेत. या ब्लाऊजवर

हाताने जरी, एम्ब्रॉयडरी, टिकल्या, लेस, आरसे इ.ने काम केलेले आहे. त्यांच्या कंचुकी कलेक्शनमधील ब्लाऊजेसचे प्रकार पाहून थक्क व्हायला होते आणि त्यांच्या कल्पकतेला व चिकाटीला दाद द्यावीशी वाटते. पोचमपल्ली, ओरिसा बॉर्डर, पैठणी बॉर्डर, कांथा वर्क, ॲलर, स्लिव्हज् बाटिक वर्क, वारली पेंटिंग, मधुबनी पेटिंग, बादलावर्क, कुंदन वर्क, टिन्सेल वर्क, म्हैसूर सिल्क, सितारा वर्क, जामोवार, शिल्पी, पैठणी बॉर्डर, म्हैसूर खण, धारवाडी पॅटर्न इ.प्रकारांत बनवले ब्लाऊजेस् कंचुकी ब्रॅन्डखाली उपलब्ध आहेत. त्यांच्या या कलेक्शनमुळे हल्ली काही महिला त्यांच्याकडे ब्लाऊज आधी खरेदी करतात व नंतर त्याला मॅचिंग साडी खरेदी करतात. पोचमपल्ली प्रकारात पोचमपल्ली हा हैदराबाद येथील कपडा आणून त्याचे पॅचवर्क करून त्या ब्लाऊज बनवतात.

परदेशात तर श्वेताताईच्या ब्लाऊजला खूप मागणी आहे. कारण तिकडे सर्व रंगांच्या शेडस् मिळत नाहीत. ब्लाऊज शिवणे फार खर्चिक आहे आणि डिझाईनर ब्लाऊज शिवून घेणे त्याहून अधिक खर्चिक. तिकडच्या दुकानातून श्वेताताईंच्या ब्लाऊची विक्री वर्षभर होत असते. तेथील दुकानदार वर्षातून एकदाच भरपूर माल घेऊन जातात. तिकडे राहणाऱ्या भारतीय महिला साड्यांची खरेदी भारतातच करतात; पण ब्लाऊज शिवायला वेळ नसतो. त्यांची श्वेताताईंच्या दुकानामुळे चांगली सोय होते. काही मुलांनी अमेरिकन मुलीशी लग्न केलेले असल्याने अशा अमेरिकन मुली भारतात आल्यावर आवडीने साड्या व रेडिमेड ब्लाऊज घेऊन जातात. काही भारतीय मुली लग्नानंतर अमेरिकेत गेल्यात आहेत, त्यांचे आई–वडील त्यांच्यासाठी साड्या व मॅचिंग ब्लाऊजेस घेऊन जातात. श्वेताताई सांगतात, ''हल्ली तर परदेशी महिलांकडूनसुद्धा आमच्या ब्लाऊजला मागणी आहे. त्यामुळे आमचे ब्लाऊज अमेरिका, फिलिपाईन्स, नायजेरिया इ.ठिकाणी पोहोचले आहेत. गेल्या वर्षी एका सांस्कृतिक कार्यक्रमासाठी जर्मनीहून १५ महिला आल्या होत्या. त्यांना साडी नेसायची होती. त्याही आमच्या दुकानातून ब्लाऊज घेऊन गेल्या. यूथ एक्सचेंज कार्यक्रमांतर्गत परदेशी मुले, मुली आपल्याकडे भारतात येतात व भारतीय कुटुंबात महिनाभर राहतात. त्या तरुण मुली साड्या व रेडीमेड ब्लाऊज आमच्याकडून खरेदी करतात. कधी कधी त्या ज्या कुटुंबात राहतात ते यजमान तिला भेट म्हणून साडी, ब्लाऊज देतात. एकूण काय श्वेताताईंचे ब्लाऊज आता भारताच्या सीमारेषा ओलांडून परदेशात पोहोचलेत, ही बाब कौतुकास्पद आहे.

एकाच रंगाच्या ५० शेडमध्ये वेगवेगळ्या डिझाईनमधले, वेगवेगळ्या साईझचे ब्लाऊज बनवायचे म्हणजे एक कारखानाच आहे. त्यांच्याकडे ब्लाऊजच्या मापाचे डाय बनवले आहेत, त्यावरून काही मुली कटिंग करतात. त्यांच्याकडे साड्या घेऊन आलेल्या

ग्राहकांना त्यांच्या साडीशी मॅचिंग व त्यांच्या पसंतीला येणाऱ्या पॅटर्नचे ब्लाऊजेस दाखवले जातात. पॅटर्न पसंत पडल्यावर त्या महिलेचे माप घेऊन त्या मापाच्या ब्लाऊजचे ट्रायल घेतल्यावरच ग्राहक खरेदी करतात. ट्रायल घेतल्यावर फिटिंगमध्ये थोडाफार फरक असेल तर ताबडतोब अल्टर करून देतात. अनेक मापांतील विविध प्रकारच्या ब्लाऊजचा एवढा स्टॉक ठेवायचा व ग्राहकाला तो परफेक्ट द्यायचा यासाठी पाच मुली ठेवल्यात. त्या एकदम तयार आहेत. ब्लाऊजशिवाय त्यांच्या दुकानात अंडर आर्म्सपॅडही विकायला आहेत. आता महिला घराबाहेर पडत असल्याने अंडर आर्म्सपॅड हीसुद्धा एक गरजेची वस्तू आहे. त्यामुळे काखेतील घाम टिपला जाऊन ब्लाऊज लवकर फाटत नाही व काही कपड्यांमुळे त्वचेला होणारे संसर्ग टाळता येतात.

रेडीमेड ब्लाऊजची कल्पना कशी सुचली ? या प्रश्नावर श्वेताताई उत्तरल्या, ''मी या व्यवसायात केवळ नशिबामुळेच पडले. पुण्याच्या स.प. महाविद्यालयात बी.ए.ची पदवी प्राप्त केल्यानंतर मी यूपीएससीची परीक्षा देण्यासाठी दिल्लीला गेले होते. प्रशासकीय अधिकारी होण्याचे माझे ध्येय होते. माझा अभ्यासही चांगला होता. मी दिल्लीत पोहोचते नाही तोच माझे वडील सुभाष अनंत इनामदार यांचे अचानक निधन झाल्याची तार आली आणि मी परीक्षा न देताच परत पुण्यात आले. माझ्या वडिलांचे पुण्यात कापडाचे व शिवणकामाचे दुकान होते. माझ्या आजोबांचेसुद्धा चादरी व बेडशीटचे दुकान होते. त्यामुळे व्यवसायाचे वातावरण वडिलोपार्जित होते. त्यामुळे माझे वडील एअरफोर्समध्ये असतानासुद्धा त्यांनी स्वेच्छानिवृत्ती घेऊन १९८० साली आजोबांच्या दुकानांच्या मागच्या भागात ब्लाऊज शिवून विकण्याचे दुकान काढले होते. त्या वेळी रेडीगेट ब्लाऊज ही संकल्पना खूपच आगळीवेगळी होती व फॅशनेबल ब्लाऊजचा ट्रेंडही नव्हता. केवळ काळ्या व पांढऱ्या दोनच रंगांतले ब्लाऊज बायका जास्त वापरत. त्या काळात रेडीमेड ब्लाऊजचा व्यवसाय हे माझ्या वडिलांचे धाडसाचे पाऊल होते. त्या वेळी आईच्या मैत्रिणी, आत्याच्या मैत्रिणी, वाड्यातल्या बायका इ. ना दाखवत त्यांनी मार्केटिंग सुरू केले. पुढे मॅचिंगच्या ट्रेंड आला व चित्रपटातल्या नायिकांच्या वेशभूषेमुळे कॉन्ट्रास्ट मॅचिंग, मिक्स मॅचिंग अशा फॅशन्स आल्या आणि रेडीमेड ब्लाऊजला मागणी वाढली.''

वडिलांच्या अपघाती निधनानंतर श्वेताताईंचे प्रशासकीय अधिकारी बनण्याचे स्वप्न भंगले. घरात लहान बहीण होती, तिचे शिक्षण व लग्न व्हायचे होते. दुकान चालवण्याशिवाय दुसरा कोणताच पर्याय उरला नव्हता. लहानपणापासून त्या वडिलांना सुट्टीच्या दिवसांत मदत करत असत. त्यामुळे उत्पादनाची अडचण नव्हती, पण व्यवसायाबरोबर येणाऱ्या इतर जबाबदाऱ्या म्हणजे हिशेब, मार्केटिंग, बँकेचे व्यवहार इ. गोष्टी मात्र त्या हळूहळू शिकल्या. पुढे लग्नानंतर मुंबईला आल्या. मात्र, लग्नानंतरही

आपला व्यवसाय चालूच ठेवणार, हे त्यांनी सासरच्यांना सांगितल्याने पुण्याचा व्यवसाय चालूच होता व नंतर ठाण्यातही व्यवसाय सुरू केला. आता त्यांच्या पुण्याच्या दुकानाचा कारभार त्यांची बहीण पाहते पण श्वेताताईंच्या ऑर्डर घेण्यासाठी पुणे–मुंबई चकरा चालूच राहतात.

त्यांच्या या आगळ्यावेगळ्या व्यवसायातील यशाबद्दल त्यांना महाराष्ट्र चेंबर ऑफ कॉमर्स आणि इंडस्ट्रीजतर्फे प्रभाकर ढमढेरे अॅवॉर्ड देऊन, ठाण्याचे मेयर राजन विचारे यांच्या हस्ते 'विशेष गौरव पुरस्कार' देऊन, तसेच स.प. महाविद्यालयातर्फे 'सर्वोत्तम उद्योजक' म्हणून गौरवण्यात आले आहे. त्यांचे कौतुक आकाशवाणीवरून मुलाखतीतून झाले आहे.

आपला नवीनच सुरू केलेला व्यवसाय सुरू ठेवून त्यांनी एम.ए. पर्यंत शिक्षण पूर्ण केले. व्यवसायातील कौशल्ये आत्मसात करण्यासाठी त्यांनी 'एन्टरप्राइझ लॉंचिंग अॅण्ड मॅनेजमेंट' हा लघुउद्योग महामंडळातर्फे आयोजित केलेला कोर्स पूर्ण केला. त्या मराठी व्यापारी मित्रमंडळाच्या ठाणे शाखेच्या अध्यक्षा आहेत. लेडीज नेटवर्क वेल्फेअर असोसिएशनच्या कायमस्वरूपी सदस्य आहेत. आपल्या व्यवसायाचा वाढता व्याप सांभाळता सांभाळता त्या सामाजिक बांधीलकी म्हणून महिला उद्योजिकांसाठी प्रदर्शने, कार्यशाळा आयोजित करतात. अनेक ठिकाणे भाषणे देऊन महिलांना उद्योजिका बनण्यास प्रवृत्त करतात. त्यांच्या पुढाकाराने हल्लीच ठाण्यात भव्य व्यापारी पेठेचे आयोजन करण्यात आले होते. उद्योगासाठी कर्ज कुठून घ्यावे, कायदेशीर बाबींची पूर्तता कशी करावी, व्यवसायासाठी लागणाऱ्या मूलभूत सुविधा कशा उभ्या कराव्यात, उत्पादनाचे मार्केटिंग कसे करावे इ.मराठी माणसाला सतावणाऱ्या प्रश्नांची उकल करून, मराठी तरुणांमध्ये आत्मविश्वास निर्माण करण्यासाठी कार्यशाळा आयोजित करण्याचा त्यांचा मानस आहे.

रेडीमेड ब्लाऊजला आज प्रचंड प्रमाणात मागणी आहे व भारतासारखा साडी हाच प्रमुख वेष असणाऱ्या देशात तर ती वाढतच जाणार आहे. त्यामुळे महाराष्ट्राच्याच नव्हे, तर भारताच्या कानाकोपऱ्यातल्या जास्तीत जास्त महिलांनी त्यांच्याकडून रेडीमेड ब्लाऊज घेऊन जाऊन आपापली शहरात विक्री करावी व व्यापारी बनावे, असे त्यांना मनापासून वाटते. अशा प्रकारचे काम करणाऱ्या फार थोड्या महिला आहेत, ही खंत त्यांनी बोलून दाखवली.

❖❖❖

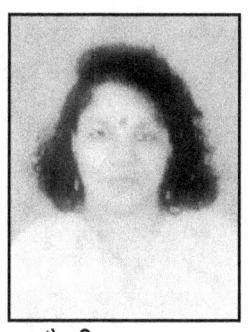

सौ. बीजल कलबाग

ॲवॉर्ड डिझाईनच्या क्षेत्रातील प्रावीण्य

हल्लीच्या स्पर्धात्मक युगात प्रसिद्धी मिळवण्याचे माध्यम म्हणून अनेक पुरस्कार सोहळे सुरू झालेत. रोज वर्तमानपत्र उघडावे तर कुठे ना कुठे तरी एखादे ॲवॉर्ड, पुरस्कार जाहीर झालेले. पूर्वी साहित्य पुरस्कार, नाट्यपुरस्कार, उत्तम लेखक पुरस्कार, फिल्मफेअर ॲवॉर्ड्स इ.पुरतेच मर्यादित होते; पण आज अनेक टी.व्ही. चॅनेल्स, अनेक सौंदर्य स्पर्धा, क्रिकेटच्या विविध कंपन्यांच्या व बँकांच्या स्पर्धा, विविध प्रकारच्या रॅलीज इ.साठी लागतात ॲवॉर्ड्स, ट्रॉफीज, रगरणचिन्ह इ. झी ॲवॉर्ड्स, सिने ॲवॉर्ड, शारजा वर्ल्ड कप इ. सारख्या ट्रॉफीज, ॲवॉर्ड्स यांचे अतिशय कल्पकतेने डिझाईन करून त्याचे उत्पादनही स्वतःच करून पुरवण्याचा व्यवसाय बिजल कलबाग या महिलेने सुमारे १० वर्षांपूर्वी सुरू केलाय. अर्थात् उत्पादन क्षेत्राची जबाबदारी तिचे पती प्रशांत कलबाग बरीचशी सांभाळतात; पण डिझाईन करण्याची बाब बिजल सांभाळते. 'क्रिएटिव्ह ॲवॉर्ड्स' या नावाने त्यांची ॲवॉर्ड्स मुंबईत प्रसिद्ध आहेत.

उत्तम फिनिशिंग, कामातील अचूकता, वेळेवर डिलीव्हरी, नवीन नवीन डिझाईन्स् यामुळे आज मुंबईतील नामांकित टी.व्ही. चॅनेल्स्, कॉर्पोरेट कंपन्या, बँका त्यांच्याकडून ॲवॉर्डस वा ट्रॉफीज घेतात. स्क्रीन ॲवॉर्ड्स, झी टि व्ही.वरील ॲवॉर्ड, ए.बी.सी.एल.ने आयोजित केलेल्या मिस वर्ल्ड ट्रॉफी, शारजा वर्ल्ड कप इ.चे डिझाईन बिजलचेच. विविध क्रीडा स्पर्धेतील ट्रॉफीज् व ॲवॉर्डसही तिने तयार केलेत. सिबा कंपनीच्या क्रिकेट मॅचच्या ट्रॉफीज, मॅन ऑफ द मॅच बेस्ट बॅटस्मन इ. ट्रॉफीज, रोबो बॅन्केचा गोल्फ टुर्नमेंटच्या ट्रॉफीज, क्रिकेट डॉट कॉमचे ॲवॉर्डस, हीरो होंडा ॲवॉर्ड्स इ.

अगदी अलीकडेच इंटरनॅशनल फिल्म वर्क्सतर्फे लंडनच्या मिलेनियम डोममध्ये झालेल्या पुरस्कार वितरण सोहळ्याचे सर्व पुरस्कार बिजलनेच डिझाईन केलेले होते.

अनेक कॉर्पोरेट कंपन्या दिवाळी भेट म्हणून स्मरणचिन्हे देतात, तर अनेक औषधांच्या कंपन्या दर तीन महिन्यांनी डॉक्टर्सना गिफ्ट देतात, शिवाय अनेक बँकांचे आंतरबँक सामने, कार्यक्रम असतात. अनेक कंपन्या प्रॉडक्ट लॉन्च करतेवेळीही भेटवस्तू वा स्मरणचिन्हे देतात. त्याचे डिझाईनही बिजल करते. ग्लॅक्सो, ल्युपीन, सिप्ला, युनिकेम, कॅस्ट्रोल, इंडियन ऑईल, हिंदुस्थान पेट्रोलियम, स्टॅन्डर्ड चार्टर्ड बँक, एच.डी.एफ.सी. बँक, व्होकार्ड, स्टारडस्ट, हीरो होंडा, रोबो, आय.सी.आय.सी.आय. बँक इ.त्यांचेच ग्राहक.

दूरदर्शनवरील अनेक चॅनेल्स्‌मध्ये स्पर्धा चालू असल्याने ते त्यांच्या नवीन कार्यक्रमाच्या उद्‌घाटन प्रसंगी, तसेच ५० वा १०० भाग पूर्ण झाल्यावर पार्टी करून सर्वांना स्मरणिका देतात. झी, सोनी, डिस्कव्हरी, सबरंग चॅनेल इ. त्यांच्याकडून स्मरणचिन्हे वा गिफ्ट्स बनवून घेतात. याशिवाय अनेक सामाजिक संस्थांच्या परिषदा, सेमिनार, लायन्स, रोटरी या सारख्या संस्थांचे पुरस्कार सोहळे इ. कडूनही मागणी येते. हल्लीच तिने हॉटेल ॲण्ड फूड इंडस्ट्रीज, व्हेजिटेरियन सोसायटी यांच्यासाठी ॲवॉर्ड्स करून दिले.

सर्व ॲवॉर्ड पुरस्कार हे ऑर्डरप्रमाणेच बनवले जातात. पण बिजलने कॉर्पोरेट कंपन्यांना भेट देण्यासाठी बाजूला प्राणी असलेली, सूर्यफुलात असलेले, पृथ्वीच्या गोलात असलेली, ढोलक्याच्या आकाराच्या काचेत बसवलेली, टॉवरमध्ये असलेली, बारा राशींच्या चिन्हाचे डिझाईन घेऊन बनवलेली इ. विविध प्रकारची घड्याळे, पेन स्टॅण्ड, कीचेन, पेपरवेट, मेणबत्ती स्टॅण्ड, अनेक धातूंचे व सोन्याचे पॉलिश असलेले गणपती, छोट्या छोट्या बास्केट्स इ. वस्तू गिफ्ट देण्यासाठी बनवल्यात. दरवर्षी गिफ्टेक्स, गिफ्ट्स, टाईम्स उत्सव, मुंबई गिफ्ट शो, इ.प्रदर्शनात तिचा स्टॉल असतो. गणपतीची अनेक रूपे प्रतीत करणारे सोन्याचा मुलामा देऊन बनवलेल्या धातूच्या गणपतींचे प्रदर्शनही तिने क्रिमोझा आर्ट गॅलरीत भरवले होते. हैदराबाद येथील रामोजी फिल्मसिटीमधील गिफ्ट शॉपमध्येही बिजलने डिझाईन केलेली गिफ्ट आर्टिकल्स बघायला मिळतात. त्यासाठी तिला मधून मधून हैदराबादला जावे लागते.

मुंबईतच जन्मलेल्या व सिडनेहॅम कॉलेजमधून बी.कॉम. झालेल्या बिजलने लग्नानंतर लगेचच या व्यवसायाची मुहूर्तमेढ केली. त्याचे कारण तिचे वडील प्रसिद्ध किशोर जव्हेरी अनेक वर्षे हाच व्यवसाय करत होते. वडिलांकडून व्यवसायाचे बाळकडू

मिळाले होते आणि 'बेटी बापसे सवाई' निघाली. बिजल सांगते, ''माझे वडील पारंपरिक कप, ढाली, ट्रॉफीज्, प्लेट्स इ. बनवत होते. बदलत्या काळानुसार त्यातही बदल करावे हा विचार मनात आला. व्यवसायाची भीड चेपलेली होती. मी त्रिमितीयुक्त (three dimentional) इफेक्ट देऊन नवीन डिझाईन बनवण्यास सुरुवात केली. आज माझी ९० टक्के डिझाईन्स् त्रिमितीयुक्त आहेत. सुरुवातीला हे अॅवॉर्ड्स, ट्रॉफीज बनवण्यासाठी मोल्ड कसे बनवायचे इ. चे शिक्षण वडिलांकडेच घेतले. आज मात्र मी वडिलांच्या कंपनीचेही डिझाईन्स बनवून देते. आम्ही फायबर ग्लास, धातू व काही प्लॅस्टिकमध्येही ट्रॉफीज्, अॅवॉर्ड्स बनवतो''.

एवढ्या नामांकित कंपनीला माल पुरवायचा म्हणजे जरा खास आणि लक्ष वेधून घेणारीच डिझाईन्स हवीत, ही सर्व डिझाईन्स तुला सुचतात कशी? या माझ्या प्रश्नावर बिजल झट्कन उत्तरली, ''नवीन कल्पना जाणून घेण्यासाठी आम्ही दोघेही व कधी कधी तर मी एकटीही चीन, अमेरिका, हाँगकाँग इ.देशांतील गिफ्ट आर्टिकल्स्ची प्रदर्शने बघायला आवर्जून जाते. दिल्लीमध्ये भरणाऱ्या आंतरराष्ट्रीय प्रदर्शनातही बरंच काही बघायला मिळते. तेथे आम्ही नवनवीन डिझाईन्स असलेल्या ट्राफीज्, अॅवॉर्ड्सचे नमुने विकत घेतो. ते लोकांना दाखवतो. त्यात थोडेफार बदल करून आणखीन चांगले बनवण्याचा प्रयत्न करतो. परदेशात गेल्याशिवाय नवीन काय चाललंय, त्यांच्याकडे कोणत्या प्रतीच्या वस्तू आहेत याची कल्पना येत नाही. बरेच वेळा आमचे ग्राहकही आम्हाला बरंच काही सुचवतात. त्यांना नेहमी नवे आणि वेगळे असे काहीतरी डिझाईन हवे असते. त्यांच्याशी चर्चा केल्यावर काय हवंय याची कल्पना येते. या सर्व बाबतीत बजेट फार महत्त्वाचे, त्यामुळे आकार, बजेट, थीम इ.गोष्टी विचारात घेता डिझाईन्स सुचतात. अगदी हल्लीच व्हेजिटेरियन सोसायटीला एक ट्रॉफी बनवून घ्यायची होती. कोणती तरी भाजी त्यावर दाखवायची होती. मी त्यावर मक्याचे कणीस जरासे तिरपे उभे करून ट्रॉफी बनवली. एच.डी.एफ.सी ला प्रॉपर्टी फेअरमध्ये भाग घेतलेल्या सगळ्यांना स्मरणचिन्ह द्यायचे होते. मी पृथ्वीचा गोल व त्यावर घरे व बिल्डिंग उभे केले व तो गोल माणसाने धरला असे दाखवले. स्टार २००० म्हणून अल्कोहोलिक व नॉनअल्कोहोलिक पेये याबद्दल एक परिषद होती, त्यांना अगदी वेगळ काहीतरी हवे होते. त्यांच्यासाठी मार्टिनी ग्लास व त्यात स्टर (हलवायचा दांडा) असलेली ट्रॉफी बनवली. दांडिया नृत्य स्पर्धेसाठी दांडिया नृत्य करणारे मुलगा व मुलगी बनवली. असंच एक एक डिझाईन सुचते.''

एवढ्या नामांकित कंपन्या तुम्हाला विश्वासाने ऑर्डर का देतात? यावर बिजल उत्तरली, ''आमच्या मालाचे फिनिशिंग एकदम चांगले असते. प्रत्येक डिझाईनचे मातीचे

मॉडेल बनते, रबरी डाय बनतो व नंतर जस्त, शिसे व अॅन्टीमनी यांच्या मिश्रणाने ट्रॉफी वा अॅवॉर्ड बनल्यावर परत त्याला फिनिशिंग करून कोना कोना गुळगुळीत करावा लागतो. नंतर सोन्याचे पॉलिश (Gold plating) केले जाते. या प्रत्येक स्टेजला माझे व माझ्या पतींचेही जातीने लक्ष असते. सकाळी ७।। ते रात्री ९।। आमचा फोन खणखणत असतो. हे कामही अगदी किचकट आहे. प्रत्येकावर नावाची पट्टी व लोगो लावायचे. मग लोक वेळेवर नाव बदलतात. आणखी नग हवे म्हणून फोन करतात इ. या सगळ्यांची दखल घेऊन व्यवस्थित माल पोहोचवण्यासाठी आम्ही सतत कार्यरत असतो. त्यामुळे त्यांना आमचा विश्वास वाटतो. सर्वात महत्त्वाचे म्हणजे आम्ही वेळेवर डिलीव्हरी देतो. दिलेला शब्द पाळणे विश्वासाच्या दृष्टीने फार महत्त्वाचे. मागे आम्ही बर्मा कॅस्ट्रोल कंपनीला १७००० गिफ्ट आर्टिकल्स दिल्या होत्या. कित्येक रात्री आम्ही झोपलो नव्हतो. रात्रंदिवस काम चालू होते. आम्ही कामगारसुद्धा हिंदू, मुसलमान, ख्रिश्चन, तमिळ, केरळचे इ. विविध धर्म, प्रांताचे ठेवले आहेत म्हणजे एकदम सगळे सुट्टीवर जात नाहीत व ते आपापसात समजून घेऊन सुट्ट्या घेतात. त्यामुळे ऑर्डर वेळेत देणे शक्य होते''.

सुरुवातीला व्यवसाय सुरू केल्यावर लोकांना नवीन डिझाईनची ओळख करून देण्यासाठी बिजल व तिचे पती विविध कंपन्यांमध्ये जाऊन डिझाईन दाखवत व पटवून देत. असे करत करत ऑर्डर्स मिळवल्या. आज त्यांच्याकडे प्रचंड कामाचा पसारा आहे. दर पाच मिनिटाला दोन दोन फोन वाजतात. मध्येच कामगार मोल्ड दाखवायला येतात, फिनिशिंग दाखवतात, तर एकीकडे नावाच्या पट्टीवरच्या लोगोचे डिझाईन चेक करायचे असते. बिजल सकाळी ८ ते संध्याकाळी ६ वाजेपर्यंत ऑफिसात असते. हल्ली कम्प्युटरवर डिझाईन बनवायला तिला सोपे जाते.

घर सांभाळून, मुलांना वेळ देऊन, घरात काय आहे-नको ते बघून व्यवसाय सांभाळायचा म्हणजे तारेवरची कसरत आहे. ही अवघड कसरत फक्त महिलांनाच करावी लागते, याची खंत तिच्या बोलण्यातून व्यक्त झाली. परदेशी दौरे हैदराबाद, दिल्ली येथे ट्रिप्स, ऑफिसमध्ये काम, एखाद्या ग्राहकाने ऑफिसमध्ये चर्चेसाठी बोलवले तर जायला लागते, बिजल लेडीज सर्कल या आंतरराष्ट्रीय संस्थेतर्फे महिलांसाठी चालणाऱ्या क्लबची प्रेसिडेंट आहे. ती सर्वच गोष्टी आत्मविश्वासाने करते, हे तिच्या बोलण्यातून जाणवते. एवढी कामाची क्षमता असणारी बिजल आधुनिक 'अष्टभुजा'च नव्हे का?

❖❖❖

केशरचनेतील कौशल्य

सौ. डोरीस गोडाम्बे

चेहेऱ्याच्या सौंदर्यातच नव्हे तर एकूणच व्यक्तीच्या बाह्य व्यक्तिमत्त्वात केसांना अनन्यसाधारण महत्त्व आहे. एखाद्या साडीला किनार जशी शोभा देते तसेच चेहेऱ्याच्या सौंदर्याला केस शोभा आणतात. सौंदर्याचे वरदान जसे प्रत्येक स्त्रीला नसते तसेच केसांचेही वरदान प्रत्येक स्त्रीला नसते. पण आपल्या लाभलेल्या केसांची निगा ठेवल्यास तेही सुंदर दिसतात. केशरचना तर स्त्रीच्या एकूण बाह्य व्यक्तिमत्त्वाचे महत्त्वाचे अंग. चेहऱ्याचे सौंदर्य खुलवणारा केस हा एक फार मोठा घटक आहे. त्यामुळेच तर टक्कल पडलेल्या व्यक्ती मनोमन दुःखी असतात. केस हा शरीराचा असा एक भाग आहे की ज्याला तुम्ही हवे तसे बदलू शकता. बाकीचे अवयव म्हणचे डोळा, नाक, हनुवटीची लांबी, कपाळाची उंची, रंग, बांधा, गालाच्या हाडाची ठेवण, त्वचेचा व ओठाचा रंग इ. मध्ये बदल करता येत नाही. प्लॅस्टिक सर्जरीने थोडेफार बदल करता येतात, पण ते सर्वांना परवडत नाही. केस मात्र लहान–मोठे करता येतात. त्यांची ठेवण सरळ संपूर्ण मागे, मानेवर रुळणारे, कुरळे इ. प्रकारे बदलता येते, त्याचा रंगही आपण बदलू शकतो. त्याचाच फायदा अनेक मंडळी घेतात. सौंदर्याचे वरदान नसतानाही केवळ आकर्षक केशरचनेमुळे बाह्य व्यक्तिमत्त्व खुलून दिसते. आजच्या छानछोकीच्या व चित्रपटातील हिरो–हिरॉइन यांची केशरचना आदर्श मानणाऱ्या जमान्यात केशरचनाकारांना (Hairstylist) महत्त्व आले आहे. पूर्वीसारखे केवळ चित्रपट व नाटके या दोनच क्षेत्रांत मर्यादित काम न राहता केशरचनाकारांना दूरदर्शन सिरियल्स, रिऑलिटी शो, लग्नसमारंभ, इतरही समारंभ इ. साठी कामे मिळतात.

केशरचनेचे कोणतेही प्रशिक्षण न घेतलेल्या पण स्वतःच्या अनुभवातून शिकून व कल्पकतेने विविध नट–नट्या व श्रीमंत लोकांच्या केशरचना करण्याचा गेली २५ वर्षे व्यवसाय आहे डोरीस भरत गोडाम्बे यांचा. जाहिरातीच्या मॉडेल्स, फेमिना मिस इंडिया सारख्या सौंदर्य स्पर्धा, फॅशन परेड/शोज, आणि चित्रपट इ. च्या केशरचनेत डोरीस यांचा हात कोणीच धरू शकत नाही. तिचे पती भरत गोडाम्बे हेही मेकअपतज्ज्ञ आहेत. एकमेकांना पूरक व्यवसाय असल्याने सर्वत्र मेकअप भरत करणार, तर हेअरस्टाईल डोरीसची असा आग्रहच असतो. तिच्या पतीबरोबरच तिचेही दोन हेअरकटिंग सलून्स, हेअर ॲक्सेसरीजचे दुकान मुंबईत आहे. त्याशिवाय डोरीस स्वतः हेअरस्टाईल शिकवतात. दुबईला जाऊनही छोटे छोटे कोर्स घेतात.

डोरीसला अगदी जया, अमिताभपासून ते आजच्या पिढीच्या 'गजनी'तील हिरॉइन असिनपर्यंत सर्वजण ओळखतात. किंबहुना, अगदी माधुरी दीक्षितपासून ते आजपर्यंतच्या सर्व हिरॉइन्सच्या चित्रपटातील पहिल्या यशस्वी पदार्पणात भरत व डोरीस यांचा सिंहाचा वाटा आहे म्हटले तर अतिशयोक्ती होणार नाही. १९८५ सालापासून जाहिरातीचे क्षेत्र व्यापक झाले व भारतात जाहिरातींचा विशेषतः दूरदर्शनवर, मासिकात, वर्तमानपत्रात वापर वाढला व डोरीसच्या केशरचनेच्या कलेस व्यावसायिक रूप मिळाले. मोठमोठ्या जाहिरातींच्या मॉडेल्सची केशरचना करता करता पुढे मॅगझिनच्या फोटोसाठीच्या मॉडेल्सचे मेकप, ब्युटी कॉन्टेस्ट, दूरदर्शन मालिका इ. करता करता चित्रपटाची कामे मिळू लागली आणि बघता बघता डोरीसचे नाव फिल्मजगतात प्रसिद्ध झाले. आता तर टाटा, बिर्ला, अंबानी या उद्योजकांचे घरगुती समारंभ, तसेच अमिताभपासून सर्व अभिनेते तसेच राजकारणी मंडळींच्या घरचे समारंभ व लग्नकार्ये भरत व डोरीस जोडीशिवाय पार पडतच नाहीत. रेखाची तर ती अत्यंत आवडीची हेअर स्टायलिस्ट. रेखा व संजय लीला भन्साळी यांनी तर तिला 'बेस्ट हेअर ड्रेसर' किताब देऊन टाकलाय. अमिताभ–जयाच्या दोन्ही मुलांच्या लग्नात म्हणजे अभिषेक व श्वेताच्या लग्नात सगळ्यांची हेअरस्टाईल डोरीसनेच केली होती. अवंती बिर्ला, सुरेंद्रनाथ, सत्या सरीन, गायत्रीदेवी, अंबानी बंधू, लक्ष्मी मित्तल, विजय शाह आदींच्या घरच्या समारंभात डोरीसला आग्रहाचे आमंत्रण असते. डोरीसला 'ओम शांती ओम' चित्रपटातील हेअरस्टाईलसाठी 'आयफा ॲवॉर्ड' मिळाले, तर 'किंगफिशर फॅशन ॲवॉर्ड फॉर हेअरस्टायलिंग' हा पुरस्कार देऊनही गौरवले गेले आहे.

या व्यवसायाकडे कशी वळले, हे स्पष्ट करताना डोरीस सांगते ''माझे केस खूप लांब होते, त्यामुळे लहानपणापासून मला माझ्या केसांच्या वेगवेगळ्या स्टाईल्स करायला आवडत असे. माझ्या बहिणीने पर्सनल हेअर ड्रेसर म्हणून अनेक हिरॉइन्सकडे काम

केलेले आहे. तिचा आदर्श डोळ्यांपुढे होताच. त्यामुळे पुढे कॉलेज शिक्षण न घेता मी त्या वेळचे नावाजलेले मेकप आर्टिस्ट पंढरीदादा जुकर यांच्याकडे थोडा वेळ जात होते. दादा मेकअप करत व मी हेअर डिझाईनिंग करत असे. मी कधी कोणत्याही सलूनमध्ये शिकले नाही किंवा हेअरस्टाईल बनवण्याचा कोणताच कोर्सही केला नाही; पण मला या कलेचे इतके जबरदस्त आकर्षण वाटे की, मी स्वप्नातही हेअरस्टाईल्सच बघत असे. माझी करिअरची खरी सुरूवात झाली ती अमृता सिंगच्या हेअर डिझाईनने त्यानंतर मी माधुरीची हेअरस्टाईल केली होती. हळूहळू माझ्या कामातील व्हरायटीमुळे व कौशल्यामुळे माझे फिल्म इंडस्ट्रीत नाव झाले व कामाचा व्याप वाढला. या व्यवसायात दंग असतानाच माझा पती भरत याच्याशी माझी ओळख झाली व दोघांच्याही कला एकमेकास पूरक असल्याने व दोघांच्यात कौशल्य असल्याने आमचा विवाह झाला. त्यानंतर लक्स, सनसिल्क, रूपम, सियाराम इ.च्या ॲडसाठी दोघांनी काम केले. गेली १५ वर्षे आम्ही फेमिना मिस इंडियाच्या स्पर्धकांसाठी काम करतोय.''

डोरीसने कोणत्याही एका हिरॉईनचे हेअरड्रेसर बनून स्वतःच्या कल्पनाशक्तीला व सृजनशीलतेला मर्यादा पडू दिल्या नाहीत. तिच्या मते एका व्यक्तीचे काम करण्यात फारसे आव्हान नसते. फॅशन शोमध्ये तर डोरीसला एकाच वेळी २०-२५ मुलींना तयार करायचे असते; पण तिचे वैशिष्ट्य म्हणजे प्रत्येक हेअरस्टाईल दुसऱ्यापेक्षा पूर्णपणे वेगळी असते. डोरीस म्हणते, ''एखादा डॉक्टर जसा पेशंटच्या तब्येतीनुसार तपासून त्याला मानवणारे औषध देतो तसेच आमचे काम आहे. एखाद्या व्यक्तीचा चेहरा, शरीराची ठेवण, उंची केसाचा प्रकार इ.चा डॉक्टरसारखा अभ्यास करून मग हेअरस्टाईल ठरवावी लागते. मला या क्षेत्राची प्रचंड आवड असल्याने अशा नवीन हेअरस्टाईल करायला मजा येते, नवनिर्मितीचा आनंद मिळतो. आपण स्वतःवरच खूष होऊन जातो. ओम शांती ओममध्ये मी जी हेअरस्टाईल केली होती ती जड्ज डोरीस लुक म्हणून प्रसिद्ध झाली''. डोरीसच्या हेअरस्टाईलमुळेच काजोल 'कुछ कुछ होता है'मध्ये छान दिसली. काजोल, रेखा, ऐश्वर्या, राणी मुखर्जी, सुष्मिता सेन, ऊर्मिला मातोंडकर, रवीना टंडन, श्रीदेवी, माधुरी दीक्षित या सगळ्यांचे पहिलेच चित्रपट गाजले त्यांचे बरेचसे श्रेय डोरीसकडे जाते. 'ओम शांती ओम'ची हिरॉईन दीपिका पदुकोण, 'सावरिया'ची सोनम कपूर व 'गजनी'ची असिन यांच्याही वरील सर्व चित्रपटातील हेअरस्टाईल्स डोरीसच्याच; म्हणून डोरीस म्हणते ''प्रत्येक हिरॉईनचे चित्रपटातील पदार्पण माझ्या हेअरस्टाईलनेच झाले याचा मला अभिमान आहे.''

डोरीसच्या अंधेरी येथील बी ॲण्ड डी प्रोफेशनल्स (बी-भरतचा व डी-डोरीसचा) या दुकानात मेकअप व केशरचना सजवण्यास लागणारी सामग्री आहे. त्यांचे

हे दुकान म्हणजे मेकअपसाठी लागणारे जगातील सर्व देशांतील ब्रँडेड कंपनीचे प्रॉडक्ट्स व केशरचना सजवण्यासाठी संपूर्ण जगात उपलब्ध असलेले सामान (Hair Accessories) यांचे कायमस्वरूपी प्रदर्शनच आहे. विगजूचे अनेक प्रकार म्हणजे पूर्ण विग, अर्धा विग, रंगीत म्हणजे सोनरी, रूपेरी, भुरा राणी, नारंगी, पोपटी, निळ्या, लाल इ. रंगांच्या केसांचे विंगज् इथे बघायला मिळतात. केस सजवण्यासाठी हेअर फ्लॉवर्स, बीड्स, सोनेरी पिना, फरचे बो, नॉयलॉनचे बो, वेगवेगळी ज्वेलरी इ. सुद्धा उपलब्ध आहे. डोरीस तर केस सुशोभित करण्यासाठी पिना, फुले, मणी, बो याव्यतिरिक्त वायर, खराट्याच्या काड्या, फर, झाडांच्या कोवळ्या डहाळ्या, ज्यूट इ. कशाचाही अगदी कलात्मक वापर करते.

हेअरस्टायलिस्ट होणे हे तसे सोपे आहे. त्यासाठी फारसे भांडवल लागत नाही. सुरुवातीला फ्री लान्सर म्हणून काम करता येते. जम बसल्यावर सलून काढता येते; पण त्यात प्रचंड मेहनत आहे. जिथे काम असेल तिथे वेळेत पोहोचावे लागते. आजच्या फॅशनच्या युगात हेअर ॲक्सेसरीजमध्ये बदलत्या फॅशनप्रमाणे सतत बदल होत राहतात, त्या बदलांचा अभ्यास करणे आवश्यक असते. तसेच नवीन नवीन स्टाईलचीसुद्धा माहिती करून घ्यावी लागते. त्यासाठी देशात तर फिरावेच लागते; पण परदेशातील नवीन नवीन स्टाईलची माहिती करून घेण्यास परदेशीही जावे लागते. ''कधी कधी फॅशन शोज्मध्ये खूप स्पर्धक असल्याने रात्रीपर्यंत कामही चालते. हेअरस्टायलिस्ट व्हायला संभाषणकला आत्मसात करावीच लागते, तरच आपल्या क्लायंटला काय हवय ते आपण जाणून घेऊ शकतो. चांगल्या हेअरस्टाईल व त्या व्यक्तीच्या व्यक्तिमत्त्वास उठाव आणते. कोणावरही कसल्याही हेअरस्टाईलचा प्रयोग करून चालत नाही.' डोरीस सांगते.

आज भारतात माझ्यासारख्या प्रोफेशनल हेअर स्टाईलिस्ट फार कमी आहेत, याची खंत डोरीसच्या बोलण्यातून व्यक्त होते. तिच्या मते ''आज जमाना बदललाय. १० ते ६० या वयोगटातील प्रत्येक व्यक्तीला आपण सुंदर दिसावे असे वाटत असते आणि त्यात केशरचनेला फार महत्त्व आहे. तसेच 'नच बलिये' सारखे रिॲलिटी शोज, दूरदर्शनवरील इतर मालिका व शोज्, जाहिरातीच्या मॉडेल्स, फॅशन शोज्, नाटके, चित्रपट, पंचतारांकित हॉटेलातील हायफाय सलून्स इ.मुळे या क्षेत्रात प्रचंड वाव आहे. फक्त मेहनत व कल्पकता यांची जोड हवी.'' केवळ १२ वीपर्यंतच शिक्षण झालेल्या डोरीसचा हेअर स्टायलिस्टच्या करिअरचा झपाट्याने वर जाणारा ग्राफ आजच्या तरुणींना करिअर म्हणून हे क्षेत्र निवडण्यास निश्चितच प्रोत्साहित करेल.

❖❖❖

जपानी भाषा व संस्कृतीच्या प्रसारक

सौ. माणिक कामत

परकीय भाषेचे आकर्षण अनेक व्यक्तींना असते. परकीय भाषा शिकल्याने त्या भाषेतील साहित्याचा आस्वाद घेता येतो. वाचनानंद मिळतो, संस्कृतीचा अभ्यास करता येतो. जीवनपद्धती, आचारविचार इ.चे ज्ञान होते. सर्वसाधारणपणे फ्रेंच व जर्मन या दोन भाषांचा अभ्यास करणाऱ्या अनेक महिला व शाळा कॉलेजातील विद्यार्थी आढळतात, परंतु मुंबईतील सौ. माणिक कामत या महिलेने जपानी भाषेचा केवळ अभ्यासच केला नाही तर त्याचा प्रसार करण्याचे व्रत घेतले आहे. त्यांनी जपानी भाषेच्या प्रसारासाठी मोलाचे योगदान दिल्यामुळे त्यांच्या या यशाची पावती म्हणून अखिल भारतीय राष्ट्रीय एकात्मता परिषदेतर्फे 'इंदिरा गांधी प्रियदर्शनी पुरस्कार' माणिक कामत यांना नवी दिल्ली येथे पंतप्रधान मनमोहनसिंग यांच्या हस्ते प्रदान करण्यात आला. कलाक्षेत्रात पदवी प्राप्त करून त्यांनी चालू ठेवलेला हा आगळावेगळा उपक्रम खरोखरीच स्तुत्य आहे.

मुंबईतच जपानी भाषेचे जुजबी ज्ञान प्राप्त झाल्यावर जपानमधील तेनरी विद्यापीठातून १९८९ साली जपानी भाषेत पदवी प्राप्त केल्यानंतर गेली ११ वर्षे त्या मुंबईत जपानी भाषेचे क्लासेस घेत आहेत. नोकरी करत करतच शनिवार, रविवार जपानी भाषेचे वर्ग घेत घेत त्यांनी १९९३ साली ''ॲकॅडमी ऑफ जॅपनीज लँग्वेज ॲण्ड कल्चर'' ही संस्था स्थापन केली. या संस्थेतर्फे त्यांनी दोन वर्षांचा जपानी भाषेचा अभ्यासक्रम सुरू केलाय. केवळ जपानी भाषेची आवड म्हणून ही ॲकॅडमी स्थापन केली असल्याने त्या वर्षातून एकच बॅच घेतात. अनेक बॅचेस सुरू करून व्यापारी तत्त्वावर क्लासेस सुरू करण्याचा त्यांचा मनोदय नाही. ज्या मुलांना वा व्यक्तींना जपानी भाषा शिकण्याची आवड आहे. अशांनाच त्या प्रवेश देतात. त्यासाठी त्या सुरुवातीला

३ महिन्यांचा बेसिक कोर्स देतात. त्यावर परीक्षा घेऊन व त्यांना खरी आवड आहे याची खात्री पटल्यावरच पुढील दोन वर्षाच्या कोर्सला प्रवेश देतात. या सर्व विद्यार्थ्यांना त्या अगदी तळमळीने शिकवतात. त्यामुळे त्यांच्या ॲकॅडमीत तयार झालेले विद्यार्थी सर्वत्र चमकताना दिसतात. दरवर्षी दिल्ली येथील MOSAI तर्फे मुंबईतील सर्व जपानी भाषा शिकणाऱ्या विद्यार्थ्यांची जपानी भाषेत भाषण देण्याची स्पर्धा असते. त्यात दरवर्षी माणिकताईंचे विद्यार्थी चमकतात. दोन वर्षांपूर्वीची गोष्ट. त्यांनी चार विद्यार्थी स्पर्धेला पाठवले. चारही जणांना बक्षिसे मिळाली. या वर्षीही त्यांच्या विद्यार्थ्यांनी प्रथम व द्वितीय पारितोषिक मिळवले. दिल्लीच्या संस्थेतर्फे मुंबईतील जपानी भाषा शिकणाऱ्या महाविद्यालयीन विद्यार्थ्यांची जपानमध्ये जपानी भाषेत शिक्षण घेण्यास शिष्यवृत्ती देण्यासाठी निवड केली जाते. त्यातही माणिकताईंच्या एका विद्यार्थिनीची निवड झाली आहे.

माणिकताई या 'इंदिरा गांधी प्रियदर्शनी पुरस्कारा'च्या मानकरी ठरण्याचे कारण म्हणजे त्या केवळ जपानी भाषेचेच शिक्षण देतात असे नाही, तर जपानी संस्कृतीच्या विविध अंगांची ओळख करून देण्यासाठी त्या दरवर्षी जपानमधील महत्त्वाच्या व्यक्तींना बोलवून जपानच्या संस्कृतीची ओळख करून देतात. विशेष म्हणजे या कार्यक्रमाच्या खर्चाचा भार त्या स्वतः उचलतात कार्यक्रम सर्वांना खुला व विनामूल्य असतो. त्यांनी या संस्कृती दर्शनाच्या कार्यक्रमाद्वारे जपानी पुष्परचना–इकेबाना, जपानी चहा समारंभ, तसेच सादो कॅलिग्राफी, ओरीगमी, कागदकटाई (Paper cutting), किमोनो (जपानी वेशभूषा) कसा नेसायचा इ. चे प्रात्यक्षिक दाखवले. माणिकताई सांगतात ''पार्ले टिळक महाविद्यालयात जपानी पती–पत्नींनी चहा समारंभ–सादो व किमानो कसा नेसायचा याचे प्रात्यक्षिक दाखवले. जपानी चहा समारंभ म्हणजे साग्रसंगीत चहा बनवणे व तो पाहुण्यांना देणे. ते हिरवा चहा (green tea) करतात. त्यात साखर व दूध नसते; पण चहा समारंभाचा चहा करणे म्हणजे एखाद्या सुगरणीने अगदी मन लावून पुरणपोळी करून पाहुण्याला खाऊ घालावी तसे असते. चहा भरण्याची, तो पाहुण्यांसमोर ठेवण्याची, एवढचं नव्हे तर पाहुण्यांनी तो विशिष्टपणे पिण्याची पद्धत आहे. पाहुण्याने ते चहाचे भांडे तीनदा विशिष्ट दिशेने फिरवूनच प्यायचे असते. ओत्सू यांनी चहा समारंभाचे प्रात्यक्षिक दाखवले, तर त्यांच्या पत्नीने किमोनोचे प्रात्यक्षिक दाखवले. हे सर्व कोर्सेस जपानमध्ये आहेत. ते सर्व कोर्सेस मी पूर्ण केलेत. त्यामुळे ते माझ्या विद्यार्थ्यांपर्यंत पोहोचावे असा माझा प्रयत्न असतो.''

जपानच्या संस्कृतिदर्शन समारंभात केवळ जपानी संस्कृतीचेच दर्शन होते, असे नाही तर माणिकताई आपल्या विद्यार्थ्यांच्या साहाय्याने भारतीय संस्कृतीचेही

दर्शन घडवतात. उदा.– इकेबानाच्या प्रात्यक्षिकाच्या वेळी गजरे, हार, फुलांची तोरणे इ.चा वापर, किमोनोच्या प्रात्यक्षिकाच्या वेळी नऊवारी साडी व भरतनाट्यम् इ.चे दर्शन, कॅलिग्राफीच्या प्रात्यक्षिकाच्या वेळी रांगोळ्या, सरस्वतीचे चित्र, आपल्याकडची चित्रे काढून लावणे इ.

माणिकताई केवळ वैयक्तिक पातळीवर संस्था चालवत असल्याने त्यांचे सारे लक्ष विद्यार्थ्यांना जास्तीत जास्त काय देता येईल याकडे असते. कोणत्याही भांडवलाचे पाठबळ नसताना जरूर पडली तेव्हा त्यांनी घरातील टी.व्ही., व्हिडीओ, क्लासमध्ये नेऊन ठेवला. त्या दरवर्षी जपानला जाऊन एक खोके भरून नवी नवी पुस्तके आणतात. त्यामुळे त्यांची लायब्ररी समृद्ध आहे.

या पुरस्काराबाबतची गंमत सांगताना त्या म्हणाल्या, ''माझे नाव पुरस्कारासाठी सुचवले गेल्याचे व त्यासाठी माझ्या संस्थेची संपूर्ण माहिती मागवली असल्याचे पत्र माझ्या घरी पाच–सहा दिवस पडून होते. ते उघडले नव्हते. पत्र उघडून बघितल्यावरही मला पुरस्कार मिळेल, असं कधी वाटलच नाही. कशाला बायोडेटा पाठवायचा असा विचार करत होते; पण माझ्या विद्यार्थ्यांनी मात्र खूप मनावर घेतले, स्वतःच बायोडेटा बनवून ते दिल्लीला जाऊन देऊनही आले. विद्यार्थ्यांचा माझ्याबद्दलचा आदर पाहून मी मनोमन धन्य झाले.''

एखाद्या स्त्रीला एखाद्या क्षेत्रात करिअर करण्यासाठी सासर व माहेर दोन्हींकडून प्रोत्साहन व सहकार्याची जोड मिळाल्यास ती त्या क्षेत्रात यशोमंदिराचा कळस गाठू शकते, याचे उत्तम उदाहरण म्हणजे माणिकताई. नागपूरला जन्मलेल्या माणिकताईंनी शालेय शिक्षण पूर्ण करून कॉलेजमध्ये बी.ए.ला ॲडमिशन घेतली खरी; पण प्रथम वर्ष कसेबसे पूर्ण झाले. त्यांचे लाघवी बोलणे, सुंदर रूप, आकर्षक डोळे, भुरळ पाडणारे व्यक्तिमत्त्व यामुळे त्यांचा प्रेमविवाह बी.ए.च्या दुसऱ्या वर्षाला असतानाच झाला. लग्नानंतर त्या मुंबईत आल्या. पतीची फ्लाईट पर्सरची नोकरी असल्याने लहान मुलांची संपूर्ण जबाबदारी माणिकताईंवर होती. त्यातच त्यांचा मुलगा सतत आजारी असे व त्याला रात्र रात्र मांडीवर घेऊन बसावे लागे. नुसतेच बसून राहण्यापेक्षा काहीतरी शिकावे, असे त्यांनी ठरवले. बाहेरूनच (correspondence course) त्यांनी बी.ए.चे शिक्षण पूर्ण केले. ''पण हे शिक्षण पूर्ण होण्यात माझ्या आईचे खूप प्रोत्साहन मिळाले. ती स्वतः लग्नानंतर बी.ए. व एम.ए. झाली. तिला शिक्षणाचे खूप महत्त्व. माझा भाऊ सी.ए., बहीण डॉक्टर झालेली, मी एकटीच कमी शिकलेली, त्यामुळे मी शिक्षणाचा विचार मांडताच तिने प्रोत्साहन दिले व मदतही केली'' माणिकताई सांगतात.

शिक्षण पूर्ण झाले व मुले जराशी मोठी झाल्यावर माणिकताईंनी अगदी टायपिंग, शिवणकाम, हस्तकला असे अनेक छोटे छोटे कोर्सेस केले; पण कुठेच मन रमेना. जर्मन भाषेचा बेसिक कोर्स केला; पण ती भाषा आवडली नाही. मग जपानी भाषेचा डिप्लोमा कोर्स केला. आणि त्यांना आपले क्षेत्र सापडले. जपानी भाषेबद्दल आवड निर्माण झाल्यामुळेच त्यांनी प्रयत्न करून जपानच्या तेन्री विद्यापीठाची जपानी भाषा शिकण्यासाठी शिष्यवृत्ती मिळवली. पती फ्लाईट पर्सर असल्याने तिकिटाचा खर्च नव्हता. त्यामुळे आर्थिक अडचण नव्हती; पण लहान मुले मुंबईत ठेवून दोन वर्षे जपानला जायचे त्यांच्या जिवावर आले. त्यांच्या सासूबाईंनी खूपच पाठिंबा दिला. माणिकताई अभिमानाने सांगतात, ''माझ्या सासूबाईंना शिक्षणाची व वाङ्मयाची खूप आवड; पण त्यांना शिकायला मिळाले नाही. मला शिकायची संधी मिळाली हे समजताच त्यांनी मुलांची जबाबदारी घेतली. पतीचाही पूर्ण पाठिंबा होताच, आज मी जी काय आहे. ती आई, सासू व पती यांच्या सहकार्यामुळेच.''

हा कोर्स पूर्ण केल्यानंतर त्यांनी जपानी कॉन्सुलेटमध्ये कल्चरल ऑफिसर म्हणून नोकरी केली. व्हिसा ऑफिसर म्हणून नोकरी केली. नोकरी करता करताच त्यांनी जपानी भाषेचे क्लासेस बिल्डिंगमध्ये तळमजल्यावर सुरू केले. मित्सुई कंपनीत आठ महिने नोकरी केली, पण मना रमेना. सध्या त्यांना एका पोर्ट कंपनीत जपानशी मार्केटिंग करण्यास मदत म्हणून उपाध्यक्ष या पदावर काम करण्याची ऑफर आली आहे.

पुढील योजनांबाबत सांगताना माणिकताई म्हणतात, ''एखाद्या विद्यार्थ्याची जपानला अभ्यास करण्यास निवड झाली व त्या विद्यार्थ्याला शिष्यवृत्ती मिळाली तर जाण्या येण्याचे विमानाचे तिकिटाचे भाडे स्पॉन्सर करण्याचा माझा मनोदय आहे. माझे पती फ्लॉईट पर्सर असल्याने जाण्या-येण्याचा खर्च मला करावा लागला नाही. तेव्हा तेच पैसे दुसऱ्या गरजू विद्यार्थ्याला द्यावे असे वाटते. तसेच जपानी भाषा हिन्दीतून लोकांना कशी शिकवता येईल, थोडक्यात हिंदी व जापनीज भाषेची कशी सांगड घालता येईल यासाठी माझा प्रयत्न चालू आहे. त्यासाठी एखादे पुस्तक लिहिण्याचा विचार आहे.''

आपल्या रोजीरोटीसाठी नोकरी करून आपल्या आवडीनिवडी व छंद जोपासत, कोणताही व्यावसायिक दृष्टिकोन न ठेवता स्वतःची आवड जोपासण्याचे मोठे समाधान म्हणून घरच्या घरीच एखादा छोटासा व्यवसाय करणे महिलांना शक्य आहे. हे माणिकताईंच्या उदाहरणावरून शिकायला हवे.

डॉ. सुजाता पवार

आरामदायी गाद्यांची निर्मिती

इंजिनिअर किंवा डॉक्टर मंडळी स्वतःच्या शिक्षणाशी निगडित नोकरी किंवा व्यवसाय करतात. त्यातही नोकरी करणाऱ्यांची संख्याच जास्त. डॉक्टरांच्या बाबतीत तर एखाद्या हॉस्पिटलमध्ये नोकरी करणे किंवा स्वतःचे क्लिनिक सुरू करणे हेच त्यांचे ध्येय असते. डॉ. श्रीराम लागू, डॉ.काशिनाथ घाणेकर, डॉ. गिरीश ओक या सारखी डॉक्टरमंडळी हाडाचे कलाकार असल्याने नाट्यक्षेत्राकडे वळली व तिथेच स्थिरावली. पण अशी उदाहरणे अगदी गोजकीच आहेत. डॉक्टरनी एखाद्या वस्तूचे उत्पादन करण्यासाठी कारखाना काढल्याचे क्वचितच आढळते ; पण ठाण्याच्या डॉ. सुजाता सुनील पवार या अल्टरनेटिव्ह मेडिसीन शाखेच्या पदवीधर व निसर्गोपचाराचा कोर्सही पूर्ण केलेल्या महिलेने आपले वैद्यकशास्त्रातले ज्ञान वापरून, आपल्या ज्ञानाची लोकांच्या गरजेशी सांगड घालून लोकांना आरामदायी वाटणाऱ्या अशा सुजलाम् गाद्यांची निर्मिती 'निद्रा क्रिएशन्स' या नावाने कंपनी सुरू केली आहे. 'सुजलाम्' ही पूर्णतः नैसर्गिक व आयुर्वेदिक तत्त्वांपासून बांधण्यात येणारी पारंपरिक वारसा असलेली व अनेक शारीरिक व्याधींवर परिणामकारक अशी गादी आहे.

घरच्या घरीच सुरू केलेल्या या व्यवसायाने केवळ पाच वर्षांतच व्यापक रूप धारण केले. त्यांच्या व्यवसायाची माहिती सर्वत्र झाल्याने व लोकांना सुखदायी सुफलाम् मॅट्रेसची प्रचिती आल्याने त्यांना अनेक पुरस्कार मिळालेत. विशेष उल्लेखनीय म्हणजे नावीन्यपूर्ण उत्पादनासाठी देण्यात येणारा लोकमान्य सेवा संघ, पार्ले यांचा 'नावीन्यपूर्वक प्रॉडक्ट पुरस्कार, २००७ साली प्राप्त झाला. २००८ साली महाराष्ट्र चेंबर ऑफ कॉमर्स

ॲण्ड इंडस्ट्रीज्‌तर्फे दरवर्षी देण्यात येणाऱ्या नवउद्योजिकेसाठी असलेल्या 'दादासाहेब रावळ' पुरस्काराने त्यांना गौरवण्यात आले. त्याशिवाय चांगल्या कामाची हल्लीच मिळालेली पावती म्हणजे त्यांना सुजाता मेट्रेसेसचे पेटंट मिळाले आहे. उत्पादनाला मिळालेले पेटंट हे उत्पादकाला मिळालेले लाखमोलाचे बक्षीसच असते.

पेशाने डॉक्टर असलेल्या सुजाताताईंनी इतर डॉक्टरांप्रमाणे प्रॅक्टिस सुरू केली होती व जमही बसला होता. इकडे–तिकडे पाहण्याची गरज नव्हती व वेळही नव्हता; पण त्यांच्या नशिबात व्यावसायिक होणेच असावे. त्यांच्या पतीला अचानक उद्‌भवलेला पाठदुखीचा त्रास सुजाताताईंच्या व्यवसायास कारणीभूत ठरला. त्यांचे पती सुनील पवार यांचा कागदी प्लेट्‌स, ग्लासेस बनवण्याचा व्यवसाय. त्यांचा कारखाना मुंब्र्याला व सप्लाय मात्र ठाण्याच्या दुकानामध्ये. त्यामुळे त्यांना बाईकवरून सतत फिरावे लागे. त्याचा परिपाक म्हणजे पाठदुखीचा त्रास सुरू झाला. डॉक्टरांनी गादीवर झोपण्यास मनाई केली. त्यामुळे त्यांनी घोंगडीवर झोपायला सुरुवात केली. मग त्यांनी ग्रामीण भागातून एक लोकर वापरलेली गादी आणली; पण त्या गादीला खूप घाण वास येऊ लागला. सुजाताताईंच्या लक्षात आले की, धनगराने जे बाईंडिंग मटेरियल वापरले त्याचाच वास आहे. परंतु घोंगडीचा उपयोग पाठदुखी कमी करण्यात होत आहे. हे सुज्ञ सुजाताताईंनी जाणले व लोकर वापरून गादी बनवायची कल्पना त्यांना सुचली.

मेंढीची लोकर वापरून गादी बनवल्यास पाठदुखी, मानदुखी, सांधेदुखी असणाऱ्यांना त्याचा उपयोग होईल, हे जाणून त्यांनी त्यावर अभ्यास सुरू केला. खूप वाचन करून, संशोधन करून वेगवेगळ्या प्रदेशांतील तीन प्रकारची मेंढ्यांची लोकर वापरून एक गादी तयार केली. त्या गादीचा प्रयोगही पतीवरच केला. सुनील पवार यांना त्या गादीमुळे खूप आराम मिळाला, पाठदुखी पळून गेली. त्यांनी त्यांच्या मित्राला पण एक गादी भेट दिली व मित्रानेसुद्धा गादीमुळे पाठदुखी कमी झाल्याचे सांगितले.

अनेक वर्षे व्यवसायात असलेल्या सुनील पवार यांना जाणवले, की आजच्या घड्याळाच्या काट्याबरोबर पळण्याच्या युगात पाठदुखी, कंबरदुखी, मानदुखी, सांधेदुखी या तक्रारी केवळ स्त्रियांनाच नव्हे, तर पुरुषांमध्येही मोठ्या प्रमाणात ऐकायला येतात. त्यामुळे अशाप्रकारे आराम देणारी गादी निर्माण केली तर तिला बाजारात भरपूर मागणी असेल. थोडक्यात काय, लोकांच्या गरजेनुसार असलेला हा व्यवसाय सुरू करावा, असे त्यांनी पत्नीला सुचवले व त्याच्या यशाबाबत आत्मविश्वासाची बीजेही त्यांच्या मनात पेरली. पतीने पत्नीला व्यवसायासाठी प्रोत्साहित करण्याची उदाहरणे भारतात

तरी खूप विरळच; पण त्याबाबतीत सुजाताताई खूप नशीबवान ठरल्या. या विषयाबाबत सांगता सांगता सुजाताताई भूतकाळात गेल्या. ''मी अवघी नऊ वर्षांची असताना माझ्या आईचे छत्र हरपले. आम्ही चार भावंडे, मोठा अकरा वर्षांचा, पण मुलीत मीच मोठी, धाकटी बहीण सात वर्षाची व लहान भाऊ तीन वर्षांचा, बालपणाची मजा तर सोडाच, पण लहानपणापासूनच संघर्ष सुरू झाला. वडिलांनी आईची उणीव भासू नये म्हणून प्रयत्नांची शर्थ केली. तरीसुद्धा आईविना पोरं म्हणून एक प्रकारची उणीव सतत मनात असे व त्यातूनच न्यूनगंडही निर्माण झाला; पण लग्नानंतर माझ्या पतीने माझ्यातील हा न्यूनगंड प्रथम दूर केला. आम्ही दोघे समदुःखी होतो. त्यांचे वडील त्यांच्या लहानपणीच स्वर्गवासी झाले होते. माझ्या न्यूनगंडाची कल्पना त्यांना होती; पण त्यांनी तो समूळ काढून माझ्यात नवा आत्मविश्वास रुजवला, त्याला खतपाणी घातले आणि त्याचाच परिपाक म्हणजे 'निद्रा क्रिएशन्स'. लग्नानंतर मी शिक्षण पूर्ण केले. घर, शिक्षण, मुले अशी तारेवरची कसरत, पण प्रत्येक वेळी पतीचा आधार होता, मदत होती, पाठिंबा होता. बरीच मुले स्वतःच्या यशाचे श्रेय आई–वडिलांना देतात, मी मात्र संपूर्ण श्रेय माझ्या पतीला देते.'' सुजाताताई अभिमानाने सांगत होत्या.

तुमच्या गाद्या एवढ्या गुणकारी कशामुळे? या माझ्या प्रश्नावर सुजाताताई उत्तरल्या, ''आमची सुजलाम् गादी निरनिराळ्या प्रदेशांत मिळणाऱ्या मेंढीच्या लोकरीपासून बनवतात. मेंढीच्या लोकरीचे महत्त्व अगदी प्राचीन काळापासून जाणलेले आहे. संत, महात्मे, ऋषी, मुनी हे ध्यानधारणेसाठी किंवा तपश्चर्येसाठी लोकरीची घोंगडी किंवा लोकरीपासून बनवलेले आसनच वापरत. उन्हाळा, हिवाळा आणि पावसाळा तिन्ही ऋतूंत ते याचा वापर करत असत, म्हणून मी सखोल अभ्यास केला तेव्हा लक्षात आले की, मेरीनो मेंढी (रशियाची) बर्फाळ हवामानात राहणारी, राजस्थानी मेंढी उष्ण प्रदेशात राहणारी व ऑस्ट्रेलियन मेंढी थंड हवामानात राहणारी. अशा तीन वेगवेगळ्या प्रदेशांत राहणाऱ्या मेंढ्या उष्ण व थंड हवामानातही राहतात. म्हणून मी या तीन जातीच्या मेंढ्यांच्या लोकरीपासून गाद्या बनवल्या. म्हणजे त्या गाद्या उन्हाळ्यात थंडावा देतात व हिवाळ्यात ऊबही देतात. आपल्या शरीरातील ऊर्जा जमिनीत जाऊ न देता, ती शरीरातच टिकवून ठेवण्यासाठी ही गादी माध्यम म्हणून काम करते. या गाद्यांवर झोपल्याने रक्ताभिसरणाची प्रक्रिया झोपल्यावरही उत्तम राहते; तसेच ही गादी विद्युतशक्तीविरोधक असल्याने कंबरदुखी, पाठदुखी, मानदुखी, उच्च रक्तदाब, मायग्रेन इ. व्याधींपासून आराम मिळतो, त्यामुळे झोप शांत लागते. विशेषतः ज्येष्ठ नागरिकांमध्ये या व्याधींमुळे निद्रानाशाच्या तक्रारी असतात, त्यापासून मुक्तता होते. सुजलाम्ची

नैसर्गिक व संतुलित उष्णता पाठदुखीच्या सर्व तक्रारींचे निवारण करते. सुजलाम् गादी वापरून अजिबात उपयोग झाला नाही, अशी एकही तक्रार आमच्याकडे आलेली नाही. सुदैवाने अद्याप, आमच्याकडे ग्राहक परत आले आहेत ते फक्त दुसरी गादी घेण्याकरिताच. यावरूनच सुजलामच्या परिणामकारकतेची कल्पना आलीच असेल. ही गादी वजनालाही हलकी असते, अगदी छोटी वळकटी करून नेता येते व घरीच धुता येते. बेडच्या आकारानुसार ऑर्डरप्रमाणे गाद्या बनवून दिल्या जातात.''

सुजलाम् गाद्या कशा बनवतात, हे स्पष्ट करताना सुजाताताईंनी सांगितले की, या संपूर्णपणे घोंगड्यासारख्या लोकरीने विणलेल्या नसतात; तर गाद्यांसाठी लागणारी लोकर मागवली जाते, तिच्यावर प्रक्रिया करून ती स्वच्छ केली जाते. तिला ठराविक आकारात बांधण्यासाठी बाइंडर म्हणून पेस्टचा वापर केला जातो. ती पेस्टही नैसर्गिक घटकांपासून बनवली जाते. चंदन, नीम, हळद, केशर, कडुनिंबाचे बार्क्स, शेंगदाण्याची ढेप इ. ३०-३५ आयुर्वेदिक घटक वापरून पेस्ट बनवली जाते. अशा प्रकारे सर्व नैसर्गिक घटक असलेली गादी बांधण्यासाठी त्यांनी बारीकबारीक गोष्टींचा विचार केलाय. जेणेकरून ग्राहकाला ती गादी सोईस्कर व आरामदायी वाटावी.

एखादी उद्योजिका जेव्हा एखाद्या नवीन वस्तूचे उत्पादन करते तेव्हा घराजवळच्या दुकानात ठेवून मार्केटिंग सुरू करते. फार महागामोलाची वस्तू नसेल तर लोक घेऊन बघतात. रोजच्या वापरातील वस्तू असल्याने नाही आवडली तर पुन्हा घ्यायची नाही असे ठरवता येते. पण, गादी ही वस्तू दरमहा खरेदी करण्याची वस्तू नाही व आजूबाजूच्या दुकानात सॅम्पल म्हणून ठेवण्याइतकी छोटी नाही. तरीसुद्धा तुम्ही तुमच्या या सुजलाम गादीचे मार्केटिंग कसे केले याबाबत सुजाताताई सांगतात, ''आमच्या सुजलाम् गाद्यांची माऊथ टू माऊथ पब्लिसिटी झाली. त्यासाठी आम्ही जाहिरात केली नाही. १९८३ साली प्रदर्शनापासून विक्रीस सुरुवात झाली. पहिल्या प्रदर्शनात केवळ तीन गाद्या ठेवल्या होत्या, कोणी घेणार नाही, ही मनाची तयारी करून प्रदर्शनात भाग घेतला होता; मात्र, लोकांना या नव्या उत्पादनाची माहिती करून द्यायची हा मुख्य हेतू होता, पण पहिल्याच प्रदर्शनात दोन गाद्या विकल्या गेल्या आणि मग कधी मागे वळून पाहायलाही फुरसत मिळाली नाही. प्रत्येक गादी खरेदी करणारे व वापरणारे आमचे ॲम्बेसडर आहेत. त्यांना आराम मिळाला की तेच लोकांना सांगतात. खरं म्हणजे वरील व्याधीवर बाजारात अनेक तंत्रज्ञानावर आधारित म्हणजे इलेक्ट्रॉनिक, मॅग्नेटिक किंवा इतरही प्रकारच्या मॅट्रेसेस आहेत, पण त्या खूप महाग आहेत व त्यांचा प्रत्यक्षात गुण किती येतो, हा संशोधनाचा विषय आहे. आमच्या सुजलाम् मॅट्रेसेस मात्र मध्यमवर्गीयांना

परवडणाऱ्या व उपयुक्त असल्याने त्याला चांगली मागणी आहे. कुठल्याही प्रकारची अवास्तव जाहिरातबाजी न करता किमान किमतीत सुजलाम् जास्तीत जास्त लोकांना उपलब्ध व्हावी यासाठी आम्ही प्रयत्नशील असतो.'' एका कंपनीने तर दिवाळीत कामगारांना सुजलाम मॅट्रेस भेट दिली, तर कोणी आपल्या मित्राला भेटवस्तू म्हणून ही गादी देतात. आता त्यांच्या सुजलाम् मॅट्रेसेस दुबई, लंडन, अमेरिका इ. देशांतही वापरल्या जात आहेत हे विशेष. सुजलामच्या उपयुक्ततेमुळे आता त्यांना गाडीचे सीट कव्हर, उशा, बसण्याची आसने इ.उत्पादनाबाबत लोक चौकशी करू लागल्याने त्यांनी ही इतरही उत्पादने सुरू केली आहेत.

सुजलाम् मॅट्रेस म्हणजे काही कारखान्यांत मशिनने तयार होणारा माल नाही. सर्व काम कुशल कामगार करतात. लोकर मिळवणे हे तर फार जिकिरीचे काम आहे. एकएक गादी कामगार स्वतःच्या हाताने बनवत असल्याने उत्पादन जलद गतीने करता येत नाही. दर प्रदर्शनात त्यांना खूप ऑर्डर मिळतात, लोकांना लगेच प्रॉडक्ट हवे असते, अगदी उतावळेपणा करतात. त्यामुळे सुजाताताईंची ऑर्डर पुरवता पुरवता दमणूक होते. कधी लोकरच बाजारात उपलब्ध नसते. लोकरीशी निगडित काम असल्याने पावसाळ्यात फारसे उत्पादन करता येत नाही. उत्तम सूर्यप्रकाश असेल तेव्हा जास्तीत जास्त काम करावे लागते. व्यवसाय म्हटलं की, या सगळ्या अडचणी येतातच.

अभ्यासवृत्ती असणाऱ्या सुजाताताईंना जरी त्यांच्या वैद्यकीय क्षेत्रातल्या अभ्यासाचा व्यवसायात उपयोग झाला, तरीसुद्धा मार्केटिंग, अकाउंटिंग, लोकांना सांभाळायची कला, सेल्स टॅक्स, इन्कम टॅक्स् इ. व्यवसायाशी निगडित बाबींची माहिती करून घेण्यासाठी त्यांनी एम.बी.ए.चा शॉर्ट कोर्स केला, हे विशेष नमूद करावेसे वाटते. त्यांच्या यशाच्या वाटचालीत त्यांचे पती सुनील याचा सिंहाचा वाटा आहेच ; आणि अतिशय शहाणी व समजूतदार अजित व सुजित ही दोन मुले यांचे सहकार्य व सासूबाई यांचा पाठिंबाही मोलाचा आहे.

संशोधन करण्यासाठी लागणारी जिद्द, लग्नानंतर शिक्षण पूर्ण करण्यासाठी लागणारी चिकाटी, नवनिर्मितीचा ध्यास, व्यवसायात येणाऱ्या अडचणींना सामोरे जाण्याचे धैर्य या गुणांच्या जोरावरच त्या आज एक यशस्वी उद्योजिका झाल्या आहेत.

सौ. राजेश्वरी कुलकर्णी

राजेश्वरीचा कल्पनाविष्कार

महिलांमध्ये सौंदर्यदृष्टी, कलात्मकता, कल्पनाशक्ती हे गुण जन्मजात असतातच. त्यामुळेच त्यांच्या अस्तित्वामुळेच घर सजते आणि घराला घरपण येते. आपल्या कलात्मकतेचा उपयोग करून अनेक महिलांनी सामाजिक बदलत्या गरजेनुसार व्यवसाय सुरू केलेत. बाजारात एखाद्या वस्तूला खूप मागणी आहे. म्हणून त्या वस्तूच्या उत्पादनाचा व्यवसाय सुरू करणे आणि एखादी वस्तू तुम्हाला अशा प्रकारे वापरता येईल अशी जाणीव ग्राहकाला करून देऊन, नवीन वस्तूचे उत्पादन करणे यात खूप फरक आहे. पहिल्या प्रकाराला मागणीनुसार उत्पादन म्हणता येईल; पण दुसऱ्या प्रकारात उत्पादकाच्या कल्पकतेनुसार मागणी निर्माण करणे असे म्हणता येईल. अशा दुसऱ्या प्रकारात मोडणाऱ्या, स्वतःच्या सौंदर्यदृष्टीचा व कलेचा उपयोग करून घेऊन, एक आगळावेगळा व्यवसाय सुरू करणाऱ्या व अल्पावधीतच अवघ्या महाराष्ट्रात प्रसिद्ध पावलेल्या व ज्यांची उत्पादने सातासमुद्राकडे पोहचलीत अशा उद्योजिका म्हणजे सातारा येथील सौ. राजेश्वरी मंदार कुलकर्णी.

सौ. राजेश्वरी मंदार कुलकर्णी यांनी साताऱ्यासारख्या छोट्या शहरात सुरू केलेला आगळावेगळा व्यवसाय म्हणजे महाराष्ट्रातील विविध देवस्थानांसाठी शाली, उपरणे बनवणे, विविध सांस्कृतिक कार्यक्रमांसाठी प्रमुख पाहुणे व मान्यवरांना बांधण्यासाठी लागणारे फेटे बनवणे व झेंडे बनवणे इ.आज महाराष्ट्रातील सर्व मानाच्या व प्रसिद्ध देवस्थानांत त्यांची शाल पोहोचली आहे. अनेक देवस्थानांतर्फे भक्तांना, देणगीदारांना व प्रतिष्ठित व्यक्तींना देवाचा प्रसाद म्हणून महावस्त्र दिले जाते, ते महावस्त्र म्हणजे शाल.

श्री साईबाबा प्रतिष्ठान, शिर्डी, रांजणगाव, थेऊर, मोरगाव व सिद्धटेक ही अष्टविनायक गणपतीची मंदिरे, मुंबईचे सिद्धिविनायक गणपती मंदीर ट्रस्ट, महालक्ष्मी मुंबई, चिंचवडचा मोरया गोसावी, श्री स्वामी समर्थ अब्जछत्र मंडळ, अक्कलकोट, श्री दत्तसंस्थान मोर्वे, साताऱ्यातील नटराज मंदिर व सज्जनगड देवस्थान, शेगावचे गजाननमहाराजांचे देवस्थान इ. देवस्थानातून जी शाल भक्तांना दिली जाते, ती बनवली आहे राजेश्वरी यांनी. मंत्री, अभिनेते, खेळाडू, प्रतिष्ठित मंडळी इ. जेव्हा या देवस्थानाच्या दर्शनाला जातात, तेव्हा त्यांचा देवस्थानाच्या ट्रस्टतर्फे सत्कार केला जातो. त्यांना देवस्थानांचे नाव असलेली शाल प्रसाद म्हणून दिली जाते. आज अनेक भक्तांकडे व राष्ट्रपती, पंतप्रधान, सुप्रसिद्ध तबलावादक झाकीर हुसेन, लता मंगेशकर आदींच्या घरी राजेश्वरी यांनी बनवलेली शाल पोहोचलीय याचा त्यांना खूप अभिमान व समाधानही आहे. आता त्यांची शाल श्री तिरुपती बालाजीच्या देवस्थानातच पोहोचायची बाकी आहे. तो सुदिनही लवकरच येईल.

गेली अकरा वर्षे नेटाने हा व्यवसाय चालवणाऱ्या राजेश्वरी गेली नऊ वर्षे पुणे फेस्टिव्हलसाठी फेटे, उपरणी व झेंडे पुरवतात. पुणे फेस्टिव्हलची जाहिरात करणारे अनेक झेंडे पुण्यात ऐटीत फडकतात. त्यामुळे खूप कलात्मकतेने ते त्या तयार करतात. गेल्या वर्षी पुण्यात संपन्न झालेल्या युवा राष्ट्रकुल स्पर्धेचे झेंड्याचे कामही त्यांनाच मिळाले होते. त्यासाठी त्यांनी ५००० झेंडे पुरवले. या स्पर्धेत निमंत्रित केलेल्या पाहुण्यांचे स्वागतही त्यांच्या खास सातारी पारंपरिक फेट्यांनीच झाले. त्यांच्या फेट्यांचे पाहुण्यांनी कौतुक केले. राष्ट्रकुल स्पर्धेतील भारतीय संघाच्या दीडशे खेळाडूंसाठी खास जरीचे सातारा फेटे बनवले आणि कार्यक्रमाची शोभा वाढवली. ते फेटेसुद्धा सातारी पद्धतीनेच साताऱ्याच्या माणसानेच बांधले. राजेश्वरी म्हणतात ''सुमारे ७० बचतगटांतील महिलांच्या मदतीने अवघ्या चार दिवसांत ५००० झेंडे बनवण्याचे शिवधनुष्य मी पेलले कसे? झेंडे व फेटे बनवले कसे ते आमचे आम्हालाच माहीत ; पण जेव्हा आपली भारतीय टीम आम्ही तयार केलेले फेटे बांधून संचलनासाठी आली, तेव्हा डोळ्यात आनंदाश्रू तरळले व श्रमपरिहार झाला. आपल्या देशासाठी काहीतरी करायला मिळाले याचा अभिमान वाटला.''

गेल्या वर्षी पुण्यात गाजलेल्या बहुभाषिक ब्राह्मण अधिवेशनासाठी २०,००० झेंडे त्यांनीच पुरवले. बीड येथे संपन्न झालेल्या नाट्य संमेलनासाठी त्यांच्या झेंड्यांनी हजेरी लावली. तेथील शोभायात्रेसाठीही झेंडे व गळ्यात घालायची पट्टी बनवली होती. मुंबईतील सिद्धिविनायक मंदिरातर्फे सप्रेम भेट देण्यासाठी 'मूषक ध्वज' तयार केले होते. गणपती विसर्जनाच्या वेळी समुद्रातील बोटींवर ते मोठ्या डौलाने फडकत होते. दरवर्षी ऋषीपंचमीला श्रीमंत दगडूशेठ गणपती हलवाई ट्रस्टतर्फे १५००० महिलांचा

गणपती अर्थवशीर्ष पठणाचा कार्यक्रम असतो. या कार्यक्रमात महिलांना अंगावर पांघरण्यासाठी उपरण्यासारखे वस्त्रही राजेश्वरी यांनी बनवले होते. पुणे येथे दरवर्षी होणाऱ्या मॅरेथॉन स्पर्धेचे झेंडेही त्यांचेच असतात.

आता या सर्वावर कडी म्हणजे त्यांच्या शाली परदेशात पोहोचल्यात. या वर्षी त्यांनी केनिया येथील मोंबासा शहरातील श्री सिद्धिविनायक गणपती मंदिरासाठी धोतर व प्रिंटेड शाली पुरवल्या व या शुभकार्याने त्यांची निर्यातीपर्यंत मजल गेली, ही बाब कौतुकास्पद आहे. आता लंडन व अमेरिका येथेही शाली पाठवण्याची त्यांची तयारी सुरू आहे.

महाराष्ट्र कर्नाटक सीमेवरील बेळगावात जन्मलेल्या या मुलीने मारलेली व्यवसायातील मजल अनेकींना स्फूर्तिदायी ठरावी. राजेश्वरी ही तम्माजी कुलकर्णी व मंदाताई कुलकर्णी यांची सुकन्या. त्यांचे वडील हाडाचे शिक्षक होते, तरीसुद्धा त्या काळात त्यांनी स्वतःची टाईप फाऊंड्री सुरू केली होती. ती उत्तमरित्या चालवत असल्याने बेळगाव व धारवाड येथे ती प्रसिद्ध झाली होती. हा व्यवसाय चालू असतानाच त्यांची कोणत्याही अनुभवाची शिदोरी नसताना बांधकामक्षेत्रात प्रवेश केला. स्वतःचे व नातेवाइकांचे असे १४–१५ बंगले बांधले. वयाची ८० वर्षे पार केल्यानंतरही तरुणाला लाजवील अशा उमेदीने १।। कोटीचा वास्तुप्रकल्प पूर्ण केला. अशा हरहुन्नरी वडिलांची मुलगी होण्याचे भाग्य लाभलेली राजेश्वरी लहानपणापासूनच वडिलांप्रमाणेच सर्व क्षेत्रांत चमकत होती. शाळा महाविद्यालयात रांगोळी, पुष्परचना, ड्रॉईंग, मेहेंदी, पाककृती, मेकअपकला इ.स्पर्धांमधून स्वतःची कलात्मकता व सौंदर्यदृष्टी दाखवण्याची संधी तिन्ही घेतली. व्यवसायाचे बाळकडू तर वडिलांकडून मिळालेच होते.

लग्नानंतर बेळगावहून साताऱ्याला आलेल्या राजेश्वरी यांना कै. गोपाळराव कुलकर्णी या हरहुन्नरी व्यक्तिमत्त्वाच्या, अत्यंत बुद्धिमान व माणसांची पारख असणाऱ्या सासऱ्यांची सून व मुंबईच्या व्हीजीटीआय मधून बी.ई.टेक्सटाईल व नंतर एम.बी.ए. केलेल्या व कॉटन फॅब्रिक्सचे उत्पादन करणाऱ्या मंदार कुलकर्णी यांची पत्नी होण्याचे भाग्य लाभले. व्यवसायाच्या वातावरणात माहेरी वाढलेल्या राजेश्वरीला सासरही लाभले ते उद्योगाचा वारसा असलेलेच. तिच्या सासऱ्यांचा सुपर ड्रायक्लिनर्स हा व्यवसाय तिचे पती बघत होते. राजेश्वरीसुद्धा पतीच्या कामात हातभार लावत असे. अतिशय उत्साही, विविध कलागुण असलेल्या हुशार सुनेचे गुण हेरून तिच्या सासऱ्यांनी तिला स्क्रीन प्रिंटिंगचे शिक्षण घ्यायला लावले, त्यातही तिने विशेष प्रावीण्य मिळवलेच.

आपल्या या शिक्षणाचा काहीतरी उपयोग करून राजेश्वरीने स्वतःचा व्यवसाय

सुरू करावा म्हणून तिच्या सासऱ्यांनी तिला उद्युक्त केले. अर्थातच् तिच्यातील उद्योजकाच्या गुणांमुळे पती व सासूबाई यांचाही सक्रिय पाठिंबा होताच. स्क्रीन प्रिंटिंगच्या प्रशिक्षणासाठी तयार करून तिच्या सासऱ्यांनी जणू उद्योगाचे बी पेरलेच होते. कुटुंबातील अतिशय उत्तम व पोषक अशा वातावरणामुळे या बिजातून रोपटे उगवले होते. त्या रोपट्याची अतिशय मेहनतीने व काळजीपूर्वक देखभाल केल्यानेच आज त्यांचा फळाफुलांनी बहरलेला उद्योगरूपी वृक्ष झालाय.

घरात उद्योगाचे वातावरण होते पण उद्योग काय करायचा, हा निर्णय राजेश्वरीचा होता; उद्योगाची चक्रे डोक्यात असतानाच एका नवीन उद्योगाची कल्पना सुचली. कांचीकामकोटीचे पीठाचे शंकराचार्य साताऱ्यात नटराज मंदिराच्या भेटीसाठी आले होते. मूळच्या बेळगावच्या, बडबड्या व लाघवी राजेश्वरी त्यांना जाऊन भेटल्या. त्यांच्या भाषेत गप्पा झाल्या आणि त्यांना घरी येण्याचे आमंत्रण देऊनच परतल्या. खुद्द शंकराचार्य त्यांच्या घरी आले आणि त्यांना परत जाताना प्रसाद म्हणून त्यांनी एक महावस्त्र दिले. कोणीतरी म्हटलंय 'संधी नेहमीच आपल्या आजूबाजूलाच असते. ती कधी अकस्मातपणे आकाशातून आपल्यावर टपकत नाही. दैनंदिन जीवनातच ती कुठे ना कुठेतरी असते. ती शोधून काढून तिचा फायदा घेणे आवश्यक असते.' ते महावस्त्र बघून त्यांना देवस्थानांना महावस्त्र पुरवण्याची कल्पना सुचली व ती संधी त्यांनी हेरली हे महत्त्वाचे. महाराष्ट्रात अनेक देवस्थाने आहेत व त्यांना वर्षभर लाखो भक्त भेट देतात. ते देवाला देणग्या देतात, नवस पूर्ण झाल्यावर सोने, चांदी अर्पण करतात. कधी अन्नदान करतात, अशा भक्तांना देवस्थानातर्फे नारळ व प्रसाद दिला जातो. पण या भक्तांना कायमस्वरूपी असे देवदेवतांच्या मंत्रांनी युक्त असे महावस्त्र म्हणजेच शाल. पण ही नवी कल्पना सर्व देवस्थानांतील ट्रस्टच्या लोकांना पटवून द्यायची व तीसुद्धा एका महिलेने, हे धाडसाचेच काम होते. त्यांनी स्वतःच्या देवस्थानाच्या ट्रस्टींना भेटायचे ठरवले, घरून पाठिंबा मिळाला, पतीची साथ मिळाली.

त्या श्रीमंत दगडूशेठ गणपती हलवाई ट्रस्टच्या लोकांना जाऊन भेटल्या. त्यांना कल्पना आवडली, लगेच ऑर्डर मिळाली. त्यांचे पती अमोल टेक्सटाईल इंजिनिअर. त्यांचे इचलकरंजीत हातमाग आहेत. ते कापड तयार करतात त्यामुळे कापड घरचेच होते. पण शालींचा रंग, डिझाईन, त्यावरील देवतांचे चित्र हे सगळं राजेश्वरी यांनी बनवले. शाली बनवून दिल्या, लोकांना खूप आवडल्या. आज त्यांनी बनवलेल्या विविध देवस्थानांतील शाली अनेक लोकांच्या देव्हाऱ्यात आहेत. हळूहळू ही कल्पना अनेक देवस्थानांपर्यंत पोहोचली आणि एकामागून एक येणाऱ्या ऑर्डरमुळे त्यांना मागे वळून

बघायला वेळच मिळाला नाही. शाली करता करताच सिद्धीविनायक मंदिरासाठी 'मूषक ध्वज' राष्ट्रकुल स्पर्धेचे झेंडे, पुणे फेस्टिव्हलचे झेंडे, सांस्कृतिक कार्यक्रमांसाठी फेटे इ.कामाचे स्वरूप वाढतच गेले.

प्रत्येक शालीचे झेंड्याचे डिझाईन बनवणे म्हणजे एक आव्हान असते. कल्पनाशक्तीचा आविष्कार असतो. राजेश्वरी सांगतात, ''बीडच्या संमेलनाच्या झेंड्यावर कंकाळेश्वर मंदिराची प्रतिकृती छापली होती. गुलाबी, पिवळा, हिरवा, जांभळा व आकाशी रंगात, सॅटीन व पॉलिस्टर कापडात बनवलेले झेंडे खूपच उठून दिसत होते. ऋषीपंचमीच्या अर्थवशीर्ष पठणाच्या कार्यक्रमातील महिलांच्या अंगावरील महावस्त्रावर गणपतीची मूर्ती छापली होती ; पण ती प्रत्येक स्त्रीच्या पाठीच्या भागावर येईल अशी वस्त्राच्या मध्यभागी छापली, त्यामुळे मागे बसलेल्या स्त्रीच्या डोळ्यापुढे सतत गणपतीची मूर्ती असे. रांजणगावच्या गणेशदर्शनासाठी येणाऱ्या भाविकांना ब्रेसलेट पासची कल्पना राबवली. त्यासाठी २५००० ब्रेसलेट पास बनवून दिले. प्रत्येक शाल, झेंडा, फेटा, उपरणे इ.बनवताना संयोजकांशी चर्चा करून, वेगळी कल्पना मांडून, डिझाईन बनवून मागणीनुसार उत्पादन करून घ्यायचे व त्याची डिलिव्हरी करणे इ.सर्व कामे राजेश्वरी करतात. त्यासाठी त्यांच्याकडे १६५ महिला काम करतात.

राजेश्वरीची केवळ उद्योजिका एवढीच ओळख नाही, तर त्यांचे व्यक्तिमत्त्व अष्टपैलू आहे. पाककला, पुष्परचना यातही त्या पारंगत आहेत. त्यात त्यांना बक्षिसे मिळालीत. सोलापूरच्या संस्कृती प्रतिष्ठानातर्फे 'श्रीमती महाराष्ट्र २००५'तसेच साताऱ्यातील 'श्रीमती सातारा' व कोल्हापूरचा 'श्रीमती कोल्हापूर' इ. राज्यस्तरीय पुरस्काराने त्यांचे सर्वगुणसंपन्न व्यक्तिमत्त्व समाजापुढे आले आहे. समाजकार्याची त्यांना खूप आवड आहे. गेली ६ वर्षे सातारा येथे गणेशजयंतीचे औचित्य साधून महिलांचे सामुदायिक गणपती अथर्वशीर्ष पठणाचा कार्यक्रम घेतात. साताराची भूमी वेदवती स्त्रियांची भूमी उदयास यावी म्हणून 'गार्गी मैत्रेयी' पुरस्काराचे वितरण केले जाते. संस्कृत श्लोकपठणामध्ये विद्यादानाचे काम करणाऱ्या स्त्री गुरुजनांना हा पुरस्कार प्रदान करण्यात येतो. दरवर्षी हा कार्यक्रम झी. टी.व्ही, ई टी.व्ही, साम टीव्ही इ.वर दाखवला जातो. शाली, फेटे, झेंडे यांचा व्यवसाय करतानासुद्धा नफा मिळवणे हा मूळ हेतू न ठेवता बचत गटाच्या किंवा गरजू महिलांना काम देणे हा उद्देश असतो.

प्रेमळ गृहिणी, सखी, सचिव, अध्यक्षा, यशस्वी उद्योजिका अशा सर्वांगाने फुलणारे राजेश्वरीचे व्यक्तिमत्त्व आणखी उत्तुंग होवो व तिच्या उद्योगात तिची भरपूर प्रगती होऊन तिचे नांव आंतरराष्ट्रीय स्तरावर चमको, हीच सदिच्छा!

सौ. स्वाती चांदगडकर

कलेची जोपासना

स्टेन ग्लास वर्क ही अनेक वर्षांपासून ब्रिटिशांनी विकसित केलेली कला. जर्मनी येथील ऑगसबर्गच्या चर्चमध्ये ११०० साली स्टेनग्लासचे जगातील पहिले काम झाल्याचा उल्लेख आढळतो. खरं म्हणजे ब्रिटिशांनी दीडशे वर्षे भारतावर राज्य करूनही या कलेचा विकास आणि प्रचार भारतात मात्र त्या मानाने खूपच मर्यादित स्वरूपाचा झालाय. ब्रिटिशांनीच विकसित केलेल्या मुंबई, चेन्नई व गोव्यातील शहरांमध्ये स्टेन ग्लास पेंटिंगचा वापर केलेला आढळतो. या जुन्या स्टेनग्लास पेंटिंगचे जतन व संवर्धन करण्याचे आगळेवेगळे काम करण्यात हातखंडा आहे. त्या विषयातील तज्ज्ञ श्रीमती स्वाती चांदगडकर यांचा हातखंडा आहे. मुंबई विद्यापीठाच्या अतिशय भव्य व पुरातन राजाभाई टॉवरवरील स्टेन ग्लास पेंटिंगचे जतन करण्याच्या टीममध्ये स्वातीचा सहभाग होता. त्यांचे जतन करण्याचे काम इतके चांगले झाले की उत्तम कामाची पावती युनेस्कोतर्फे 'आशिया पॅसिफिक हेरिटेज' ॲवार्डच्या स्वरूपात मिळाली व त्यानंतर स्वातीने कधीच मागे वळून पाहिले नाही.

मुंबईतील जे.एन. पेटीट लायब्ररी आणि जे.एन.पेटीट हॉल, कुलाबा येथील वेल्सली चर्च, हर्निमन सर्कल येथील सेंट थॉमस कथेड्रल, भायखळाचे सेंट इग्नेश चर्च, गोव्यातील अनेक चर्चेस तसेच विशाखापट्टणम् येथील भीमुनीपट्टणम् इ. ठिकाणी स्वातीच्या कलेची साक्ष पटते. आज तिला स्टेन ग्लासच्या कामाबरोबर त्याचे जतन करण्याच्या कामासाठी बोलावले जाते. आता ती हॉटेल्स्, मोठमोठ्या बिल्डिंगज् येथेही स्टेन ग्लास पेंटिंगची

कामे घेते. मुंबई विद्यापीठाची १५० वर्षे पूर्ण होत असल्याने 'कॉन्व्होकेशन हॉल' (Convocation Hall) जतन करण्याचे काम हाती घेण्यात आले होते. त्यासाठी स्वातीची 'स्टेन ग्लास एक्स्पर्ट' म्हणून नेमणूक झाली होती. तिच्या मार्गदर्शनाचा लाभ त्या कामासाठी होत आहे. हल्लीच तिने विरारच्या जीवदानी देवळाच्या घुमटात स्टेन ग्लासच्या आठ देवतांची पेंटिंग्ज् बसवली आहेत.

मुंबईच्या नाविक दलाच्या (नेव्हीच्या) ऑफिसमध्ये लावण्यासाठी जहाज, सूर्यास्त, समुद्र असा देखावा ती तयार करीत आहे. मुंबईच्या महाविद्यालयात पदव्युत्तर शिक्षण घेऊन इंग्रजी या विषयात एम.ए. झालेली स्वाती चारचौघींप्रमाणेच रुइया महाविद्यालयात इंग्रजीची लेक्चरर म्हणून काम करीत होती. सतत १२ वर्षे लेक्चररची नोकरी केल्यावर तिच्या आयुष्याला वेगळेच वळण मिळाले. १९९४ मध्ये तिच्या पतीला पुढील शिक्षणासाठी अमेरिकन शिष्यवृत्ती मिळाल्याने तिला नोकरी सोडून पतीबरोबर अमेरिकेला जाण्याशिवाय गत्यंतरच नव्हते. तिथे तिच्या नवीन करिअरची सुरुवात होणार हे तिला कधी स्वप्नातही वाटले नव्हते. अमेरिकेत तिने विद्यापीठात स्टेन ग्लास विभागात स्टेन ग्लास पेंटिंगचा अभ्यास केला. तिथे तिला शिसे वापरून स्टेन ग्लास कसे बनवायचे ते शिकायला मिळाले. नवीन पद्धती बघायला मिळाल्या. विशेष म्हणजे स्टेन ग्लास वर्क जतन कसे करायचे त्याचे शिक्षण मिळाले, प्रात्यक्षिकही बघायला मिळाले. दोनच वर्षांत स्वाती त्यात निपुण झाली. १९९६ ला मुंबईत परत आल्यावर तिला स्टेन कामातच अधिक रुची वाटू लागली आणि तिच्या या कामातील कौशल्यामुळे तिची राजाभाई टॉवरच्या स्टेन ग्लासचे जतन करण्याच्या टीममध्ये निवड झाली. या टीममध्ये ब्रिटिश कलाकार होते, त्यामुळे खूप काही शिकायची सुवर्णसंधीच तिला प्राप्त झाली, नवीन तंत्रज्ञान अवगत झाले, आणि स्टेन ग्लास जतन करण्याचा एक अनुभव मिळाला.

स्वातीच्या कामाची ख्याती परदेशात पण पोहचली आहे, म्हणूनच सिंगापूर येथील प्रिझर्वेशन ऑफ मॉन्युमेंट्स (PMB) बोर्डाच्या नॅशनल हेरिटेज बोर्ड या शाखेने, स्वातीला तेथील स्टेन ग्लासचे जतन कसे करायचे याचे मार्गदर्शन करण्यासाठी तज्ज्ञ म्हणून आमंत्रित केले होते. सिंगापूरमध्ये नॅशनल म्युझियम, कॅथेलिक चर्च, सिंगापूर आर्ट म्युझियम इ. १२ राष्ट्रीय स्मारके आहेत व त्यात स्टेन ग्लासचा वापर केलेला आहे. या स्मारकातील स्टेन ग्लासच्या कामाच्या सद्यस्थितीचा अहवाल सादर करून, त्याचे जतन करण्यासाठी मार्गदर्शक सूचना तयार करण्यासाठी स्वाती दोन महिने सिंगापूरला गेली होती. तेथील स्टेन ग्लासचा पूर्ण अभ्यास करून सखोल असा रिपोर्ट तिने सिंगापूर सरकारला सादर केलाय व तिच्या सूचनानुसार तेथील राष्ट्रीय स्मारकातील स्टेन ग्लासचे जतन होणार ही बाब प्रत्येक भारतीयासाठी भूषणावह आहे.

स्टेन ग्लासचे काम म्हणजे काचांचे वेगवेगळे तुकडे जोडून एखादे डिझाईन, देखावा किंवा चित्र तयार करणे. हे तुकडे शिशाच्या पट्ट्या वापरून एकमेकांना जोडतात. सर्वप्रथम जे डिझाईन किंवा देखावा किंवा चित्र तयार करायचे असेल, त्याचे स्केच बनवले जाते. त्या स्केचच्या साहाय्याने चित्र काढले जाते. चित्रात रंग भरले जातात व त्या रंगात चित्राच्या साहाय्याने स्टेन ग्लासचे पेंटिंगचे काम केले जाते. त्या चित्राला काचेवर ठेवून, काचेवर आऊटलाईन मार्क केली जाते व काच कापली जाते. फुलाचे डिझाईन असेल तर फुलाच्या पाकळीच्या आकाराचे कागद काचेवर ठेवून, त्याच्या आकाराचे मार्किंग करून मग ती काच कापली जाते. त्या कापलेल्या काचेच्या तुकड्यावर रंग भरले जातात, काही डिझाईन असेल तर ते पेंट केले जाते, त्यासाठी एनमेल पेंटचा वापर करतात. ती काच भट्टीत भाजून घेतात. त्यानंतर ते काचांचे तुकडे शिशाच्या पट्टीने जोडायला तयार होतात. स्टेन ग्लास प्रकाशाच्या पार्श्वभूमीवर लावल्यास ते अधिक उठून दिसते. त्यामुळे त्याचा वापर विशेषकरून खिडक्या किंवा चर्चचा वरचा भाग इ. ठिकाणी होतो.

मध्ययुगात पश्चिम युरोपीय देशात विकसित झालेल्या या कलेचा वापर सुरुवातीपासूनच चर्चच्या इमारतीसाठीच प्रामुख्याने झाला. त्यावर बायबलमधील कथाप्रसंग पुराणातील कथा याचे पेंटिंग केले जाई. सुमारे १००० सालापासून स्टेन ग्लासचा वापर चर्चच्या सुशोभिकरणासाठी केला गेला. पॅरिसमधील सिस्टर चॅपेल चर्च, चार्ट्रेस कॅथेड्रल यांच्या जवळजवळ संपूर्ण भिंतीच स्टेन ग्लासच्या आहेत. मध्ययुगात बांधल्या गेलेल्या या चर्चमध्ये पुराणातील, बायबलमधील अनेक प्रसंगांचे देखावे स्टेन ग्लासमध्ये बनवून लोकशिक्षण दिले जाई. पुराणातील अनेक कथांचे देखावे बनवून त्यातून लोकांना संदेश दिले जात व त्या हेतूनेच स्टेनग्लासचा वापर सुरू झाला. चर्चचे सौंदर्य वाढवण्यापेक्षा लोकांना नीतिमत्तेचे धडे देण्याचा एक महत्त्वाचा हेतू यात होता. धर्माचा प्रसार व शिकवण यासाठीच याचा फार मोठ्या प्रमाणावर वापर झाला. सुरुवातीच्या १०० वर्षांत छोटे छोटे स्टेन ग्लास पेंटिंग्ज् बनवले गेले, कारण खिडक्यांचा आकार लहान होता व स्टेन ग्लासचे वजन पेलण्यासाठी भिंतीचा आधार घेतला जाई पण पुढे इ.स. ११०० पासून वास्तुविशारदांनी छत (roof) खूप भक्कम बनवून त्याच्या आधाराने स्टेन ग्लासच्या उभारायला सुरुवात केली. गोथिक शैलीमध्ये बांधलेले मोठे स्टेन ग्लास वापरलेले सेंट डेनिस चर्च हे या पद्धतीचे पहिले चर्च.

ब्रिटिशांकडून भारतात लोकांना या कलेची ओळख झाली पण त्याचा विकास मात्र फारसा झाला नाही. स्वातीच्या मते ''आता स्टेन ग्लासचे काम बरेच सोपे झाले

आहे. वेगवेगळ्या रंगातल्या, वेगवेगळी डिझाईन्स असलेल्या काचा आता रेडीमेड मिळतात. आता मी नेव्हीच्या ऑफिससाठी जे स्टेन ग्लास पेंटिंग बनवलेत, त्यात समुद्राचा देखावा आहे. समुद्राच्या लाटांचे डिझाईन असणाऱ्या काचा आता रेडीमेड मिळतात, पण पूर्वी मात्र समुद्राच्या लाटांचे डिझाईन काचेवर रंगाचा वापर करून तयार करावे लागे. आज तर काचेच्या रंगातही विविध शेड्स मिळतात, त्यामुळे त्याचा वापर करून अधिक चांगला इफेक्ट देता येतो. आता तांब्याच्या पट्ट्यांऐवजी शिशाच्या पट्ट्या वापरल्या जातात. कारण शिसे काम करायला तांब्यापेक्षा मऊ असते. काचेच्या आकारानुसार त्या पट्ट्या वळवता येतात व काम करणे सोपे जाते. अगदी पूर्वी तर लोखंडाच्या चार सळ्यांमध्ये स्टेनग्लास पेंटिंग बसवले जाई, पण नंतर गोलाकार खिडक्याही स्टेनग्लासचा वापर करून बनू लागल्या''.

स्वाती पुढे सांगते, ''खरं म्हणजे स्टेन ग्लासचा वापर एखाद्या वास्तूत करायचा असेल तर त्याच्या बिल्डिंगचा प्लॅन बनवतानाच ठरवायला हवे. त्या इमारतीचा आराखडा, खिडक्यांच्या चौकटी, आकार इ. चा अभ्यास करून ठरवावे लागते. काचा जाड असतात, त्यांचे वजन जास्त असते, त्यामुळे उभी काच खिडकीवर लावताना त्याच्या वजनाचा विचार करावा लागतो. वास्तूकला, त्यासाठी वापरलेले सामान जेथे स्टेन ग्लास वापरायची त्या जागेची लांबी, रुंदी, उंची, आजूबाजूची रंगसंगती, उजेडाची दिशा इ. गोष्टींचा अभ्यास करून ठरवावे लागते; पण आपल्याकडे लोक बिल्डिंग बनवताना स्टेन ग्लासचा विचार करत नाहीत तर डेकोरेशन म्हणून बिल्डिंग तयार झाल्यावर विचार करतात. खरं म्हणजे स्टेन ग्लासचा वापर हा वास्तूकलेचाच एक भाग असायला हवा. तरच त्याचा योग्य वापर होतो. एखाद्या चित्रकाराने काढलेल्या सुंदर चित्रात एखादे वेगळे रंगीबेरंगी चित्र घुसडले तर ते मूळ चित्राशी मिळते-जुळते होत नाही, तसेच इमारतीबाबत होते. खरं म्हणजे स्टेन ग्लासचे काम अजिबात महाग नाही लोकांचा तो गैरसमज आहे. डेकोरेशनसाठी त्याचा वापर केल्यास गेटअप खूप चांगला येतो, त्यामुळे हॉटेल्स, कॉर्पोरेट ऑफिसेस, मोठमोठ्या इमारती, मंदिरे, एवढेच नव्हे तर आपली घरे, बंगले यासाठी स्टेन ग्लासचा वापर म्हणावा तसा होत नाही. लोकांना या कलेबद्दल माहिती व्हावी म्हणून मी स्टेन ग्लासचे वर्कशॉप घेते, त्यामुळे लोकांना त्याबद्दल ज्ञान मिळून आवड निर्माण होईल व भारतात या कलेचा विकास होईल, अशी मला आशा आहे.''

पूर्वी केवळ लॅम्पशेड्स, खिडकीची तावदाने, टेबलटॉप, वॉलहँगिंग, एवढ्यापुरतेच मर्यादित काम करणाऱ्या स्वातीच्या कामाचा विस्तार आता भारतभर झालाय; तो तिच्यातील सृजनशीलता, नवे प्रयोग करण्याची धडाडी, प्रचंड कल्पकता, मेहनती वृत्ती, विनम्रता

इ. गुणांमुळेच. आज तिच्याकडे चारपाच कसलेले कलाकार काम करीत आहेत. तरीसुद्धा वेळ पडेल तेव्हा काम करायची तिची तयारी असते. तिच्याकडे काम करणारी सुमन सांगते ''मी स्टेनग्लास प्रशिक्षण पूर्ण केल्यावर मला त्यातले काहीच माहीत नव्हते, पण स्वाती मॅडमकडे केवळ २–४ महिन्यातच मला बेसिक शिकायला मिळाले व स्टेन ग्लासमधील कौशल्य प्राप्त करण्याची संधी प्राप्त झाली.'' सदैव काहीतरी नवीन शिकून लोकांपर्यंत पोहचवण्याची तयारी असणाऱ्या स्वातीला भारतासारख्या देशात पूर्वापार वास्तू जतन करण्यासाठी भरपूर वाव आहे.

फायनान्स कन्सल्टंट

सौ. मेधा भानगावकर

'महिला' आणि 'फायनान्स' हे शब्द जरा परस्परविरोधीच वाटतात. या क्षेत्रात 'आवड' व 'रुची' असणाऱ्या महिला पण विरळाच. पती उद्योग व्यवसायात असला तरीसुद्धा त्याच्या व्यवसायातील फायनान्स सोडून इतर क्षेत्राबाबत विचारपूस करणाऱ्या महिला दिसतात; पण एखादा उद्योग व्यवसाय पत्नीच्या नावावर सुरू करणाऱ्या पतीला फक्त कोठे सही करायची ते सांगा एवढेच फक्त पत्नी विचारते; पण त्यासाठी लागणारे भांडवल, खर्चाचे अंदाजपत्रक, घेतलेले कर्ज यांच्याशी तिला फारसे कर्तव्य नसते. कौटुंबिक खर्चाचा हिशोब अगदी चोखपणे सांभाळणाऱ्या महिला त्या व्यतिरिक्त दुसऱ्या कोठल्याच फायनान्समध्ये लक्ष घालत नाहीत. ही वस्तुस्थिती असताना डोंबिवलीच्या सौ. मेधा भानगावकर या महिलेने 'इंद्रायणी मॅनेजमेंट कन्सल्टंन्स प्रा. लि.' ही कंपनी ठाणे येथे काढून, फायनान्सच्या आगळ्यावेगळ्या व्यवसायात नाव कमावले आहे. नवीन उद्योगात प्रवेश करणाऱ्यांना आर्थिक साहाय्य मिळवून देणे, उद्योग सुरू करण्यासाठी मार्गदर्शन करणे असे त्यांच्या कामाचे स्वरूप आहे. थोडक्यात काय, तर त्या फायनान्स कन्सल्टंट म्हणून काम करतात. मोदी ग्रुप, बजाज, साठे, युनायटेड इंक, पॅराडाईज, प्रथमवुड प्रॉडक्ट्स इ. नावाजलेल्या कंपन्यांना मेधाने मार्गदर्शन व आर्थिक साहाय्य मिळवून दिले आहे.

कोठलाही नवीन प्रकल्प, मग तो 'कारखाना' असो किंवा एखादा 'लघुउद्योग' असो; तो वेळेत पूर्ण होणे व त्याचे आर्थिक गणित बरोबर मांडता येणे; यावर त्याचे भविष्यातील यश अवलंबून असते, पण तेथेच गफलत होते. एखादे युनिट वा लघुउद्योग वा कारखाना उभारायचा असल्यास अनेक घटकांचा सर्वांगीण विचार

करावा लागतो. मेधा सांगते ''एखादा उद्योग, व्यवसाय वा कारखाना सुरू करताना २३ प्रकारची लायसन्स लागतात. लोक अंदाजपत्रक बनवताना सर्व बाबींचा विचार करत नाहीत. वकिलाची फी, रजिस्ट्रेशन फी, लायसन्स फी, प्रोसेसिंग फी, यांचे गणित मांडत नाहीत. केवळ ७० टक्के कर्जाऊ भांडवल व ३० टक्के स्वतःचे भांडवल असा त्यांचा ढोबळ हिशोब असतो. पण सर्व बाबींचा हिशोब मांडता स्वतःचे भांडवल ४० टक्के लागते याची जाणीव उशिरा होते. अपुऱ्या भांडवलावर व्यवसाय सुरू करता येत नाही. केवळ कागदावर आर्थिक साहाय्य मिळून उपयोग नाही, प्रत्यक्षात पैसे मिळणे महत्त्वाचे. त्यामुळे भांडवलाअभावी उत्पादन उशिरा सुरू होते, पण कर्जाची परतफेड मात्र सरू होत नाही. व्याज चढत जाते व कंपनी तोट्यात जाते. बऱ्याच कंपन्या नवीन युनिटचा विस्तार करण्याचा निर्णय घेतात, पण अंदाजपत्रक नीट बनवत नाहीत. मी त्यांना अंदाजपत्रक मांडून पटवून देते की, नवीन उत्पादन करण्यापेक्षा बाहेरून माल घ्या, स्वस्तात पडेल! सुरुवातीला मशिनरी घेतल्यावर पुढे त्याला जोडून अधिक मशिन लावून उत्पादन वाढवता येते याची पण मी कल्पना देते''. सुरुवातीपासून ते कंपनीच्या विस्तारापर्यंत नियोजन कसे करायचे, अंदाजपत्रक कसे बनवायचे, त्यासाठी लागणाऱ्या कागदपत्रांची पूर्तता कशी करायची, बँकेचे कर्ज कसे काढायचे, प्रॉजेक्ट रिपोर्ट कसा बनवायचा, फॉलोअप कसा करायचा इ. सर्व बाबतीत तिची कंपनी मार्गदर्शन करते. लघुउद्योग कसा सुरू करायचा, त्यासाठी असणाऱ्या शासनाच्या सवलती व योजना इ. ची माहितीही ती देते.

लोकांना उद्योगासाठी वा व्यवसायासाठी जागा कोठे घ्यायची, हेही समजत नाही. कारखाना वा उद्योग उभारणीबाबत शासनाचे काही नियम आहेत. उदा. – समुद्राकाठी ५००मीटर अंतरावर उद्योगव्यवसायाला परवानगी नाही, नदीच्या किनाऱ्यावर कारखाना उभारायला परवानगी नाही. त्याशिवाय काही जागा राखीव (reservation) मध्ये असतात, त्या जागांवर बांधकामाला परवानगी नसते. अगदी कारखानदारीचा विकास झालेल्या विभागातही असे राखीव प्लॉट असतात. त्यामुळे जागा घेण्यापासून किंवा जागा कोठे घेतली आहे इ. सर्व बाबींबाबत मार्गदर्शन आवश्यक असते. त्यामुळे लोक येताना तिच्याकडे स्वतः तयार केलेला नियोजनाचा आराखडा, त्याचे अंदाजपत्रक, प्रकल्पाचे वेळापत्रक, भांडवल उभारणीचे मार्ग इ. सर्व घेऊन येतात, पण त्याचा अभ्यास केल्यावर, मेधाने चुका समजावून दिल्यावर, जाताना वेगळाच आराखडा व रिपोर्ट घेऊन जातात. कारखाना वा उद्योग उभारणीत येणाऱ्या सर्व अडचणींवर उपायांबाबत मेधाचे मार्गदर्शन त्यांना मोलाचे वाटते. त्यामुळे मेधाच्या मार्गदर्शनाखाली आज जवळजवळ ४०० च्या वर उद्योग अगदी समर्थपणे उभे राहिलेत, हीच तिच्या व्यवसायाच्या यशाची पावती.

अगदी वेगळ्याच क्षेत्रात दमदारपणे यशस्वी पावले टाकणाऱ्या मेधाला ठाणे स्मॉल स्केल इंडस्ट्रीज असोसिएशन तर्फे ज्युवेल ऑफ टी.एस.एस.आय.ए. (TSSIA) हा पुरस्कार माननीय श्री. मनोहर जोशी यांच्या हस्ते देण्यात आला होता. महाराष्ट्र चेंबर ऑफ कॉमर्स इंडस्ट्रीतर्फे दिल्या जाणाऱ्या 'सेवा उद्योग पारितोषिका'चीही ती मानकरी ठरली आहे. ठाणे लेडीज नेटवर्कतर्फे 'एक्सलन्स इन सर्व्हिस इंडस्ट्री' हे पारितोषिक देऊन व रोटरी क्लबतर्फेही त्यांना गौरवण्यात आले.

अतिशय बुद्धिमान व स्वतंत्र विचारांची बैठक असणाऱ्या व धाडसी वृत्तीच्या मेधाचे फायनान्सच्या क्षेत्रात वाटचाल करण्याचे स्वप्न साकार होण्यात तिच्या बालपणापासूनच्या जडणघडणीचा म्हणूनच आई-वडिलांचा महत्त्वाचा वाटा आहे. मेधा सांगते, ''सगळ्यात महत्त्वाचे म्हणजे आम्हाला आमच्या आई-वडिलांनी स्वतंत्रपणे विचार करण्याची सवय लावली. मुली म्हणून आम्हाला पांघरूणाखाली झाकले नाही. आईवडील दोघेही त्यांच्या व्यापात मग्न असल्याने आम्ही स्वतःची कामे स्वतःच करायचो. त्यामुळे कष्टाची सवय लागली. जबाबदारीची जाणीव झाली. त्यामुळे पुढील आयुष्यात त्याचा खूप उपयोग झाला. वडिलांची सतत बदली होत असल्याने अनेक गावे फिरलो, त्यामुळे संकुचित वृत्ती न रहाता जीवनाकडे बघण्याचा व्यापक दृष्टिकोन आपोआपच तयार झाला. 'मुलींनी स्वतःच्या पायावर उभे रहायला हवे' हा वडिलांचा विचारच पुढे मला उद्योजिका बनण्यास उपयोगी पडला''.

वडील फायनान्स क्षेत्रात असल्यामुळे मेधाला फायनान्स क्षेत्राबद्दल अगदी शालेय जीवनापासूनच आवड निर्माण झाली व त्याच क्षेत्रात करीअर करण्याचे पक्के झाले. त्यामुळेच दहावीत उत्तम मार्क्स मिळूनही, त्यावेळच्या ट्रेंडप्रमाणे डॉक्टर वा इंजिनिअर होण्याचा विचारही तिच्या मनाला शिवला नाही. वडील सिकॉममध्ये असल्याने कारखान्याबद्दल आकर्षण होतेच. या क्षेत्रात काहीतरी क्रॉंकीट करून दाखवावे असे सारखेच वाटे, त्यामुळे तिने एम.बी.ए. व इंडस्ट्रियल फायनान्स हे क्षेत्र निवडले. तिचे वडील सीकॉम कंपनीला आर्थिक मदत मिळवून देण्याचे काम करीत. ती वडिलांबरोबर फॅक्टरीत जात असे, त्यामुळे या क्षेत्राची गोडी निर्माण झाली. लहानपणी मेधाला वडील वेगवेगळ्या कारखान्यात घेऊन जायचे त्यामुळे कारखाना हे क्षेत्र नवे नव्हते. त्यामुळेच मेधाने कारखानदार पती निवडला.

इंडस्ट्रियल फायनान्समध्ये एम.बी.ए. केल्यानंतर सुरवातीला मेधाने मोरारजी ग्रुप व नंतर इंडियन एक्सप्रेसमध्ये १४ वर्षे नोकरी केली. मोरारजी ग्रुपचे तेव्हा नवीन युनिट येणार होते. त्यासाठी मेधाने जागेचे रजिस्ट्रेशन, बांधकामाची मंजुरी, पायाची मंजुरी इ. सर्व कामे केली, त्यामुळे तिच्या ज्ञानात भर पडली. इंडियन एक्सप्रेस ग्रुपमध्ये गेल्यावर तिने प्रथमच अंदाजपत्रक विभाग सुरू केला. तेथील १९ प्रकाशन विभागांना

तिने वेगवेगळ्या योजना दिल्या. दोन्ही नावाजलेल्या कंपन्यांत काम करून मेधा तावून सुलाखून निघाली. इथे काम करता करता आणखी एक गोष्ट जाणवली व ती म्हणजे प्रत्येक व्यवसाय वा उद्योग वा कारखाना यशस्वी होण्यात सुरुवातीचे नियोजन, अंदाजपत्रक व सर्व बाबींची पूर्तता इ. गोष्टी अचूक असणे महत्त्वाचे असते, पण प्रत्येकाला ते जमतेच असे नाही, त्यामुळे कन्सल्टन्सी सुरू करायचे विचार आले. तिचे वडील कन्सल्टन्सी सर्व्हिसमध्येच होते; पण वयोमानानुसार त्यांनी ते काम जवळजवळ बंदच केले होते. मेधाला भाऊ नसल्याने स्वतःच हा व्यवसाय पुढे चालू ठेवावा असे ठरले व १९९३ साली प्रदीर्घ अनुभव व नवे काहीतरी करण्याची दुर्दम्य इच्छा यांच्या जोरावर तिने स्वतःची 'इंद्रायणी मॅनेजमेंट कन्सल्टंट प्रा. लि'. कंपनी स्थापून स्वतःच्या अनुभवाचा लाभ अनेकांना देण्यास सुरुवात केली. वडील त्याच क्षेत्रात असल्याने त्यांची खूप मदत व मार्गदर्शन मिळाले, त्यामुळेच कंपनीचा जम झटकन् बसला.

या व्यवसायात, सर्व पुरुष स्पर्धक असताना एक स्त्री म्हणून काही अडचणी आल्या का? या माझ्या प्रश्नावर मेधा झटकन् उत्तरली ''स्पर्धा तर प्रत्येक व्यवसायात असतेच आणि 'स्त्री उद्योजक' व 'पुरुष उद्योजक' हा भेदभाव करणेच मला वाटते चुकीचे आहे. उद्योजक हा उद्योजकच असतो, मग तो स्त्री असो वा पुरुष. एक स्त्री म्हणून मला कधीच त्रास झाला नाही. स्पर्धेच्या बाबतीत म्हणाल तर दर्जेदार सेवा देणाऱ्याला, स्पर्धकांची कधीच भीती वाटत नाही. मी तर त्याबाबतीत फार दक्ष असते. माझ्या कस्टमरना मी दर्जेदार सेवा तर देतेच पण त्यांनी जे मागितले आहे त्यापेक्षा जास्त म्हणजे आऊट ऑफ द वे जाऊन अधिक सेवा देण्यावर माझा भर असतो. त्यामुळे कस्टमरला जास्त सेवा तर मिळतेच पण एक विश्वासाचे नाते निर्माण होते व व्यवसायात ते नाते निर्माण होणे महत्त्वाचे असते. अनेकदा तरुण मुले खूप मोठी स्वप्ने घेऊन येतात. फक्त आर्थिक बाबी किंवा लायसन्सची पूर्तता एवढ्याच सेवांची मागणी करतात, परंतु त्यांच्या प्रोजेक्टचा सखोल अभ्यास करून मी त्यातील चुका, भविष्यातले धोके दाखवते, त्यामुळे ते खूष होतात.

वडिलांच्या मार्गदर्शनामुळे मेधा या व्यवसायात पारंगत झाली; हे जरी खरे असले तरी पण नोकरी सोडून हा वेगळा व्यवसाय सुरू करण्यात तिचे सासू– सासरे व पती यांचा मोलाचा सहभाग आहे. कौतुकाने सुनेला व्यवसायासाठी प्रोत्साहन देणारे सासरे व घराची जबाबदारी पार पाडण्याची हमी घेणारी सासू मिळण्याचे भाग्य फारच थोड्यांना लाभते. संधी दारावर टकटक करत असताना दार उघडून तिचे स्वागत करणारेच जीवनात यशस्वी होतात, तद्वतच घरच्या अनुकूल परिस्थितीचा फायदा घेऊन मेधाने व्यवसाय सुरू करण्याचा योग्य निर्णय घेतलाय हेही महत्त्वाचे.

❖❖❖

स्टॉल डिझायनर

सौ. क्षमा दलाल

सजावटीचे कौशल्य स्त्रियांमध्ये उपजतच असते. कोठेही सजावटीचा वाव न मिळणारी अगदी मध्यमवर्गीय गृहिणीसुद्धा आपली सजावटीची हौस गृहसजावटीत वा स्वयंपाकघरात भागवते. सॅलड डेकोरेशन, जेवणाच्या टेबलावरची सजावट, भाज्यांवर कोथिंबीर घालून केलेली सजावट, दारात रांगोळी काढून केलेली सजावट इ.प्रकारे. स्त्रीच्या उपजत कलेला प्रशिक्षणाची जोड मिळाली तर ती कला अधिक वृद्धिंगत होते, फुलते, त्याची अभिव्यक्ती अधिक सुंदररित्या होते. असेच काहीसे घडले क्षमा दलालच्या बाबतीत. ज्वेलरीच्या प्रदर्शनातील स्टॉलचे डेकोरेशन करणे, ज्वेलरी दुकानांच्या ब्रोशरचे डिझाईन बनवणे, जाहिरातींचे डिझाईन बनवणे, लोगोचे डिझाईन बनवणे, ज्वेलरीच्या पुस्तकाचे डिझाईन, लेआऊट, मांडणी ठरवणे इ.क्षेत्रात नाव कमावलेली, स्टॉल डिझाईनसाठी तीन वर्षे सतत युरोपला जाणारी, वर्ल्ड गोल्ड कौन्सिलतर्फे उत्तम स्टॉल डिझाईनसाठी दिले जाणारे पारितोषिक सलग तीन वर्षे पटकवणारी क्षमा दलाल केवळ भारतातच नव्हे, तर परदेशातही परिचित आहे. प्रचंड कल्पनाशक्ती, सृजनशीलता, कलात्मक दृष्टिकोन इ.मुळे आज सर्व मोठमोठे ज्वेलर्स, ज्वेलरी डिझाईनची पुस्तके काढणारे प्रकाशक यांच्यामध्ये तिचे नाव झाले आहे. कारण गेली १५ वर्षे क्षमा हा व्यवसाय करत आहे.

स्वित्झर्लंड येथील बसेल या शहरात दरवर्षी आयोजित करण्यात येणाऱ्या 'वर्ल्ड वॉच ॲण्ड ज्वेलरी शो' या जागतिक प्रदर्शनात भाग घेणाऱ्या भारतीय ज्वेलर्सच्या स्टॉलची मांडणी व डेकोरेशन करण्यासाठी क्षमा स्वित्झर्लंडला गेली तीन वर्षे सतत जात

आहे. गोल्ड स्टार, गीतांजली, फेंब्री जेम्स, एच.एम.टी., टायटन, युनी डिझाईन, रॉयल चेन्स् इ.दागिने निर्यात करणाऱ्या दर्जेदार कंपन्यांच्या स्टॉलचे डिझाईन व मांडणी यांची जबाबदारी ती स्वीकारते. जागतिक स्पर्धेत टिकायचे म्हणजे दर्जा तर हवाच, पण नावीन्य हवे तरच स्टॉल लक्षवेधी ठरतो. त्यामुळे दरवर्षी नावीन्यपूर्ण सजावटीचे आव्हान स्वीकारणे म्हणजे एक धाडसाचे पाऊलच असते. त्यात भारतीय लोकांना पैसा फार खर्चायचा नसतो; पण आकर्षक मांडणीही हवी असते. 'आखूड शिंगी बहुदुधी' गाईप्रमाणे त्यांची अपेक्षा असते. ज्वेलरीमध्ये दर महिन्याला ट्रेंड्स, फॅशन्स, स्टाईल्स् बदलत असतात. त्याचाही विचार करावा लागतो, ज्वेलरीशी मिळतीजुळती सजावट महत्त्वाची. त्यामुळे क्षमाच्या कौशल्याची कसोटीच असते.

क्षमाच्या स्टॉल सजावटीचे वैशिष्ट्य म्हणजे सजावट नावीन्यपूर्ण असली तरी फारशी खर्चिक नसते. सजावटीसाठी वापरलेले सामान इतरांपेक्षा वेगळे पण स्वस्तही असते. स्टॉलचे डिझाईन बनवण्यापूर्वी क्षमा कंपनीच्या लोकांशी चर्चा करते. त्यांना काय अभिप्रेत आहे ते समजावून घेते व पेपरवर डिझाईन बनवते. त्यावर चर्चा करून डिझाईन ठरवते. स्वित्झर्लंडमधील एका स्टॉलच्या मांडणीबाबत क्षमा सांगते, ''स्वराशिष या हिऱ्याचे दागिने निर्यात करण्यात अग्रगण्य असणाऱ्या कंपनीच्या स्टॉल डिझाईनचे काम मला मिळाले होते. त्यांना स्टॉल अगदी प्रसन्न वाटावा असे अभिप्रेत होते. म्हणून डोळ्यांना सुखद व आल्हाददायी वाटणाऱ्या फिक्या निळ्या रंगाचा वापर केला होता. लाकडाच्या कमी उंचीच्या खांबावर खोलगट तवा ठेवून, त्याला सजवून त्यात दागिने मांडले होते व त्या तव्याला ॲक्रेलिकने झाकले होते. त्या स्टॉलचे डिझाईन अगदी आगळेवेगळे असल्याने अनेकांनी पावले तेथे थबकत. 'युनी डिझाईन' कंपनीला सहा स्टॉल लावायचे होते, पण ते सगळे वेगवेगळे हवे होते. त्यांना फ्युचरिस्टिक (भविष्यात उत्कर्ष करणारे) इम्प्रेशन देणारी स्टॉलची मांडणी हवी होती. वास्तुशास्त्राप्रमाणे बसायची जागा उत्तरेकडे तोंड करून हवी होती. दरवाजा दक्षिणमुखी नको होता. बजेटही अगदी कमी होते. मी ॲल्युमिनियमचे रॉड बनवून रंगवून घेतले व त्यावर काचेचे त्रिकोणावृत्ती पिरॅमिड उभे केले व त्यात ज्वेलरी मांडली. वास्तुशास्त्रात पिरॅमिडला महत्त्व असते, तसेच पिरॅमिड भविष्यात उत्कर्ष होणार हे सूचित करत होते 'संगम चेन' कंपनीच्या लोकांशी बोलताना लक्षात आलं, की ते फक्त चेन्स् बनवतात. मग मी काळ्या रंगाचे खांब उभे केले व त्यावर चेन्स् लावल्या. त्यामुळे काळे व पिवळे ही रंगसंगती उठावदार झाली.'' गेली पाच वर्षे ती 'इंडिया इंटरनॅशनल ज्वेलरी शो' साठी स्टॉल डिझाईन्स बनवते आहे. युनी डिझाईन, रॉयल चेन्स, आराधना, संगम चेन्स् इ.साठी तिने स्टॉल

डिझाईन केले. १९९७ साली 'इंडिया इंटरनॅशनल ज्वेलरी शो'मध्ये अनेक स्टॉलच्या मांडणीचे काम तिला मिळाले. उत्तम स्टॉल डिझाईनसाठी तीन बक्षिसे होती, पण तिन्ही बक्षिसांसाठी क्षमाच्या स्टॉलची निवड झाली. ही तिच्या कलात्मक स्टॉलमांडणीची पावतीच होती.

क्षमाचे स्टॉलचे वेगळेपण, नावीन्य आणि लक्षवेधी मांडणी यामुळे सप्टेंबर २००३ मध्ये जेम्स अॅण्ड ज्वेलरी एक्स्पोर्ट प्रमोशनतर्फे आयोजित 'इंडिया इंटरनॅशनल ज्वेलरी शो २००३' या प्रदर्शनात क्षमाला सोळा ज्वेलरी कंपन्यांनी स्टॉलचे डिझाईन बनवण्याची ऑर्डर दिली आणि ती ऑर्डर पुरी करता करता तिची त्रेधातिरपिट झाली. क्षमा सांगते, ''सोळा स्टॉलचे सुतारकाम, फायबर ग्लासचे कटिंग, पेंटिंग, काचकाम, नावाचे लेटरिंग, लाईट फिटिंग, केबिनचे दरवाजे, खिडक्यांचे काम इ. कामांसाठी मी एन.एस.सी. ग्राउंडजवळच (जेथे प्रदर्शन भरले होते तेथेच बाजूला) ४००० स्वेअर फूट जागा एक महिन्यासाठी भाड्याने घेतली होती. त्यात ४० ते ५० लोक रोज रात्रंदिवस काम करत होते. हे सगळे स्टॉल्स प्रदर्शनात मांडायच्या आदल्या दिवशी उभे करून कसे दिसतात, ते बघावे लागते. त्यात त्यांचा आऊटलूक बघावा लागतो, त्यात फेरफार करावे लागतात. त्यानंतर त्याचे सुटे भाग करून ते प्रदर्शनाच्या ठिकाणी न्यावे लागतात. नियोजित जागेवर स्टॉलची मांडणी होईपर्यंत खूप टेन्शन असते. कधी ऐन वेळेस एखादी काच तुटली तर, बल्ब फुटले तर कुठे स्क्रू निघाला तर अशा शंकांनी झोप उडून जाते. स्टॉल जरी तात्पुरत्या स्वरूपाचे असले तरीसुद्धा प्रत्येक स्टॉल उभारणे म्हणजे ज्वेलरी शॉपची शोरूम बनवण्यासारखेच असते. कारण प्रत्येक स्टॉलच्या आत एक केबिन बनवावी लागते. जेथे ट्रेडरबरोबर मीटिंग्ज् होतात. ही केबिनही आकर्षक हवी असते व केबिनच्या बाहेरच्या भिंतीवर वा बाहेरच्या जागेत ज्वेलरी मांडण्यासाठी सजावट करावी लागते.''

नुसते स्टॉल लावून संपत नाही तर स्टॉलचे भाग सुटे करून पुन्हा क्लायंटना पोहोचते करावे लागतात. तेही व्यवस्थितपणे व तोडफोड न करता त्यामुळे स्टॉलचे सुटे भाग करून ते एका खोक्यात भरून पाठवता येतात. हे सर्व करण्यासाठी सुतार, लाईटवाला, हमाल यांची जरुरी असतेच. सर्व माणसांना जमा करणे, त्यांच्याकडून कामे करवून घेणे, त्यांच्यावर देखरेख करणे, अॅडव्हान्स घेणे, उरलेल्या पैशाची वसुली करणे, क्लाएंटच्या सूचना ऐकून घेणे इ. कामांचा पसारा आज क्षमा सांभाळू शकते, ते केवळ तिचे पती अजित कुमार यांच्या संपूर्ण सहकार्यामुळेच. गेली ४–५ वर्षे अजित तिला तिच्या कामात संपूर्णपणे मदत करत आहेत. त्यामुळे क्षमाची शारीरिक धावपळ

कमी होते. समाजात क्वचितच आढळणारे पती–पत्नीचे सुंदर टीमवर्क मला क्षमा व अजित यांच्यात बघायला मिळाले.

सोळा स्टॉलचे डिझाईन बनवणे तेही पूर्णपणे नावीन्यपूर्ण व प्रत्येक डिझाईन पूर्णपणे वेगळे, परंतु बजेटची लक्ष्मणरेषा आलीच. ती ओलांडायची नाही, रंगसंगती सांभाळायची, विशिष्ट सूचना लक्षात घ्यायच्या. ही सगळी तारेवरची कसरतच. ही कसरत क्षमा यशस्वीरित्या करतेय, ते तिच्यातील प्रचंड सृजनशीलतेमुळेच.

इंडिया इंटरनॅशनल ज्वेलरी शो २००३ या ज्वेलरीच्या प्रदर्शनात सृष्टी, अनमोल, संगम, चेन्स्, एमरॉल्ड, रॉयल चेन्स्, युनी डिझाईन, कांतिलाल, छोटालाल, स्वर्णशिल्प, जेमस्टार, के. जी. के. ज्वेलर्स, बेरुमल शामलदास, क्राऊन, चिराग इ. ज्वेलर्सच्या स्टॉलचे डिझाईन व मांडणीही क्षमाचीच होती. या सर्व स्टॉलमध्ये सर्व लोकांची पावले जेथे थबकत होती, तो स्टॉल होता रॉयल चेन्स्. यात मध्यभागी गोलाकार शोकेस बनवली होती, पण ती अधांतरी होती. त्याला खालून सपोर्ट नव्हता, वरून लटकणाऱ्या रॉडवरही गोलाकार शोकेस काच व लाकूड यांच्या साहाय्याने बनवली होती. त्यात अॅक्रेलीकच्या रंगीबेरंगी स्टॅण्डवर चेनस् लावल्या होत्या. गुलाबी, फिक्का हिरवा, आकाशी इ.रंगांचे अॅक्रेलीक वापरले होते. प्रत्येक स्टॅण्डचे डिझाईन वेगळे. काहींना पानांचे डिझाईन, तर काही घसरगुंडीच्या आकाराचे, काही अर्धगोलाकार, काही स्त्रीच्या चेहेऱ्याच्या आकाराचे, शिवाय अॅक्रेलीकचे छोटे छोटे पिरॅमिड केले होते व त्यांच्या वरच्या टोकात जणू बोटात घालावी तशी अंगठी घातलेली शोकेसमध्ये पिंपळाची सुकलेली व जाळीदार पानेही सजावटीसाठी ठेवली होती. या गोलाकार शोकेसच्या बाजूला अर्धगोलाकार शोकेसही होती.

स्वर्णशिल्प चेन्स्चे डिझाईन अगदीच आगळेवेगळे होते. 'मेरी गो राउंड'सारखे झोपाळे असलेला गोल सतत फिरत होता व त्यातील झोपाळ्यात एक एक चेन ठेवली होती; पण हा मेरी गो राऊंड ओपन ठेवणे शक्य नव्हते. म्हणून त्याला लाकडाच्या केसमध्ये आतून फीट केला होता. मेरी गो राऊंडमधील दागिने दिसावेत म्हणून ते फिरणाऱ्या भागात काचा बनवल्या होत्या. त्या काचेतून दागिने दिसत.

'चिराग' ज्वेलर्सचा स्टॉलही मोठा आकर्षक होता. चिराग ज्वेलर्स प्लॅटिनममध्ये दागिने बनवतात. त्यासाठी सिल्व्हर कलरचा प्लॅटिनमच्या रंगाशी शोभणारा स्टॉल बनवला. स्टॉलसाठी लाकडी फळ्या बनवून त्यांना सिल्व्हर रंग देऊन त्या सिल्व्हर रंगाच्या फळ्या एकमेकांना बिजागिरीने जोडल्या होत्या. त्यामुळे त्या फळ्यांची सरळ भिंत किंवा अगदी सापासारखी नागमोडी वळणे वा अर्धगोलाकार असे काहीही करणे

शक्य होते. त्यामुळे पुढच्या वेळेस स्टॉल बनवताना त्याचा वेगळ्या स्वरूपात उपयोग होईल. प्लॅटिनमचे दागिनेही काचेच्या शिंपल्यामध्ये ठेवले होते. त्यामुळे तेथे पांढऱ्या वा सिल्व्हर रंगांशिवाय दुसरे काहीच नव्हते. 'संगम' चेन्स्‌चा स्टॉल केवळ चार भिंतींचा चौकोनी होता. त्यात आतल्या भागात केबिन होती व भिंतीच्या चारी बाजूने बाहेरून Window display दिला होता; पण ही चौकोनी केबिन थोडी तिरपी करून उभी केली होती. त्यामुळे चांगला शो आला होता. 'जेम स्टार' कंपनीच्या स्टॉलला बाहेरून विटांचे डिझाईन होते. 'युनी' डिझाईनच्या स्टॉलवर लोखंडाच्या तीन पायांचा उलटा पिरॅमिड करून त्यावर गोल टेबल लावून, त्यावर काचेच्या पिरॅमिडमध्ये दागिने ठेवले होते.

स्टॉल डेकोरेशनची तिची कला बघून तिला ज्वेलरी डिझाईनची पुस्तके प्रकाशित करणाऱ्या भारतीय व परदेशी प्रकाशकांनी पुस्तकातील ज्वेलरीची मांडणी, लेआऊट, रंगसंगती, कव्हर डिझाईन इ.ची संपूर्ण जबाबदारी सोपवली आणि क्षमाला कलेच्या आविष्कारासाठी एक नवे आव्हानात्मक दालन खुले झाले. दुबई, पाकिस्तान, अमेरिका येथे अनेक ज्वेलर्स आपल्या ज्वेलरीची जाहिरात करण्यासाठी मासिके काढतात. त्यांची कामे क्षमाकडे असतात. ज्वेलरी डिझाईनच्या मासिकात वा पुस्तकात ज्वेलरीची आकर्षक मांडणी करून फोटो काढून ते छापले जातात, ही मांडणीच फार महत्त्वाची असते. सी.ए. प्रकाशनतर्फे प्रकाशित ३-४ पुस्तकांची मांडणी सजावट क्षमानेच केली होती.

कमीत कमी बजेटमध्ये व भारतीय संस्कृती प्रतीत करणाऱ्या पारंपरिक गोष्टींचा वापर करून सजावट करण्याकडे क्षमाचा कल असतो. बांगड्यांच्या डिझाईनच्या पुस्तकात तिने बांगड्यांसाठी बांबूचा वापर केलाय. एकदा माहिम नेचर पार्कमध्ये फिरायला गेली असताना ती बांबू घेऊन आली. त्यांना रंगवून त्यावर बांगड्या चढवून काढलेल्या फोटोतील रंगवलेले बांबू मात्र अजिबात ओळखू येत नाहीत. 'ट्रेंड' या ज्वेलरीच्या पुस्तकात हिऱ्याच्या दागिन्यांची जाहिरात होती व पुस्तक अगदी दिवाळीच्या सुमारास प्रकाशित होणार होते म्हणून क्षमाने पणत्यांचा वापर करून त्यावर डायमंड रिंग्ज् ठेवून मांडणी केली होती. हिऱ्याच्या दागिन्यांना परदेशात मागणी असल्याने तिने पाश्चात्त्यांना आवडणारे इंग्लिश कलर वापरून व स्ट्रॉ (सॉफ्ट ड्रिंकचा स्ट्रा) वापरून सजावट केली होती. सोन्याचे दागिने मांडण्यासाठी तिने सागरगोट्यांचा ढीग करून वापर केला. सागरगोटे गुळगुळीत व चकचकीत असल्याने त्याचा छोटा ढीग करून, फोटो काढून, तो फोटो मोठा करून घेतल्यावर ते संगमरवरी दगड वाटतात. निरनिराळ्या आकारांतील पॉट्स, मडकी, मातीची भांडी वापरून त्यात चेन ठेवून, त्याच्या गळ्याला नेकलेस मांडून,

प्लेटमध्ये काचेचे तुकडे ठेवून त्यावर कर्णभूषणे, अंगठ्या मांडून इ. प्रकारे नावीन्यपूर्ण सजावट करणे हेच तिच्या यशाचे गमक.

'ही वेगवेगळी डिझाईन्स तुला सुचतात कशी?' या माझ्या प्रश्नावर क्षमा चट्कन उत्तरली, ''निरीक्षणाची सवय केली तर बरंच काही शिकता येते. नवीन कल्पना सुचत जातात. मी नॅचरल हिस्ट्री सोसायटीची सदस्य असल्याने त्यांच्याबरोबर सहलीला जाते. जंगलात, डोंगरात, फिरायला मला आवडते. खेड्यापाड्यात, वाड्या-वस्त्यांमध्ये फिरून लोकांशी संवाद साधता साधता त्यांची सजवलेली घरे बघून मलाही काही कल्पना सुचतात. मी जंगलातल्या अनेक गोष्टी म्हणजे अगदी गवत, काड्या, वाळलेल्या शेंगा, बिया, रानटी फळे, विविध आकारांतील झाडाची वाळलेली खोडे, विविध प्रकारचे दगड इ.अगदी काहीही गोळा करून घेऊन येते व त्यालाच रंगरंगोटी करून सजावटीसाठी वापरते. बाहेरून विविध प्रकारचे गवत आणते व माझ्या बागेत वाढवते व त्याचा वापर करते. विविध ठिकाणच्या हस्तकलेच्या छोट्या छोट्या वस्तू आणते, त्यामुळे माझे स्टॉल वेगळे व उठून दिसतात. एकदा तर मी स्टॉल डेकोरेशनसाठी लाल मिरच्या, कांद्याची पात व विटा यांचा वापर केला होता.''

मध्यमवर्गीय घरात जन्मलेली क्षमा 'बॉर्न आर्टिस्ट' आहे. तिची आई उत्तम चित्रकार व चित्रकला शिक्षिका, तर वडील चित्रकार व फोटोग्राफर आहेत. लहानपणीच चित्रकलेचे बाळकडू मिळालेल्या क्षमाने जे.जे. स्कूल ऑफ आर्ट्समधून कमर्शियल आर्ट्सचे शिक्षण घेतल्याने तिची कला वृद्धिंगत झाली. एकत्र कुटुंबात अंगच्या कलागुणांचा विकास न झाल्याची खंत मनी असणाऱ्या क्षमाच्या आईने क्षमाला मात्र तिची कला फुलावी म्हणून खूप प्रोत्साहन दिले, त्याचा परिपाक म्हणजे आज क्षमाला ऑर्डर्स पुऱ्या करता करता दिवस पुरत नाही. तिच्या कामाचा वाढता व्याप पाहून तिचे पती अजितकुमार मार्केटिंग, सामानाची खरेदी, पैसेवसुली इ. कामात तिला सतत मदत करतात. तिचा भाऊ उत्तम फोटोग्राफर असल्याने त्याचीही तिला मदत होते. आई-वडिलांचे प्रोत्साहन, पतीचे सहकार्य व क्षमाची सृजनशीलता यांचा सुंदर मिलाप झाल्याने दिवसेंदिवस ती नवनवीन क्षेत्रात प्रवेश करतेय. हल्लीच तिने इंटिरिअर डिझाईनिंगच्या क्षेत्रातही पदार्पण केले आहे. क्षमाच्या अंगच्या कलेचा उत्तरोत्तर विकास होवो व त्याचा लाभ अनेकांना होवो, हीच शुभेच्छा!

❖❖❖

हस्तकलेचे व्यासपीठ

सौ. अनुप्रिता एंजल

महिला आणि कला यांचा अगदी जवळचा संबंध. मग ती चित्रकला असो किंवा हस्तकला. त्यामुळे सर्व प्रकारच्या सजावटीत महिलांचाच सहभाग असतो. मग ती गौरीची सजावट असो किंवा गणपतीची आरास, दिवाळीची रांगोळी असो किंवा पानाभोवती घातलेली रांगोळी, सणासुदीची सजावट असो लग्नाचा रुखवत, ही सर्व महिलांची क्षेत्रे. दुसऱ्याकडून कला शिकून तसे करून बघण्याची चिकाटी, नीटनेटकेपणा व टापटीप याची आवड, उद्यमशीलता व सतत काहीतरी शिकण्याचा ध्यास या महिलांमधील उपजत गुणांमुळे असेल कदाचित, दुपारच्या वेळी अनेक महिला घरच्या घरीच हस्तकलेवर आधारित काहीतरी बनवत असतात. काही महिला एखादी वस्तू बनवण्यात पारंगत झाल्यावर इतरांना शिकवण्याचे क्लासेसही सुरू करतात; परंतु कोणतेही हस्तकलेचे शिक्षण न घेता केवळ बघून किंवा माहिती विचारून २०० प्रकारच्या वस्तू हस्तकलेने बनवणाऱ्या व इतर महिलांना शिकवून त्यांच्या रोजगाराचे साधन उपलब्ध करून देणाऱ्या अनुप्रिता शिवाजी एंजल मात्र एकमेवच असाव्यात. ज्ञान दुसऱ्याला दिल्याने वाढते, या विचाराने त्यांनी हस्तकलेचे ज्ञान इतर महिलांना देण्यास सुरुवात केली आणि बघता बघता त्यांची 'सखी महिला सहकारी संस्था' उभी राहिली. केवळ अकरावीपर्यंत कसेबसे शिकायला मिळालेल्या अनुप्रिता यांनी उभारलेला हा व्यवसाय पाहून थक्क व्हायला होते.

लोकरीच्या वस्तू बनवण्यापासून सुरुवात केल्याने त्या लोकरीच्या २१ प्रकारच्या बाहुल्या, २१ प्रकारचे गणपती, याशिवाय इतर अनेक लोकरीच्या वस्तू म्हणजे गालिचा, तोरण, बेडशीट, चादर, लोडकव्हर, उशी कव्हर, फ्रीज कव्हर, टी.व्ही. कव्हर,

गाडीतील सीट कव्हर, त्याशिवाय गाडीत लावण्यासाठी बाहुली, माकड, बेडूक, हत्ती, वाघ, चित्ता, सिंह, जिराफ, कुत्रा, शिवलिंग, चिमणी, पोपट, कबूतर, देवाला घालण्यासाठी कंठी, हार, माळा, गजरे ८० प्रकारचे बुके, पर्स, परडी, मोबाईल कव्हर इ. एखादा बघणारा आणि ऐकणाराही थकून जाईल, एवढ्या लोकरीच्या वस्तू त्यांच्या कलात्मक हातातून साकारतात. त्याशिवाय ग्रीटिंग कार्ड बनवणे, पेंटिंग, ज्वेलरी मेकिंग, सोलावूड वर्क, फ्लॉवर मेकिंग, फर टाईज, वॉल हँगिंग, बॅगा बनवणे, विविध आकारांतल्या मेणबत्त्या, पेपर क्युरींग, बेक क्राफ्ट इ. वस्तू बनवण्यात त्यांचा हातखंडा आहे. लग्नाच्या रुखवतासाठी वॉलपीस, गौरीहार, सजवलेला नारळ, खण, मंगळसूत्र, साडी, वृन्दावन, सप्तपदी, बांगड्या, भटजी, केळीचे पान, जेवणाचे ताट, फराळाचे ताट, तोरण, शाल, काचेचा बंगला, डिनर सेट, पेंटिंग फ्रेम्स्, होड्या इ. अनेक वस्तू त्यांना तयार करता येतात. वर उल्लेखिलेल्या लोकरीच्या व इतरही वस्तूंचे तसेच फिनेल बनवणे, परफ्यूम स्प्रे बनवणे, साबण व अगरबत्त्या एम्ब्रॉयडरी, जरदोसी बनवणे इ. चे प्रशिक्षण त्या देतात व ज्या महिलांना जागा नसेल त्या महिला त्यांच्याकडेच या वस्तू बनवतात व अनुप्रिता त्यांच्या वस्तूंना मार्केट मिळवून देतात. त्या विकून त्यांना नफा मिळवून देतात. विशेष म्हणजे त्या वस्तू बनवण्यासाठी त्या चिंध्या, दोरी, सुतळी, कागद, रेती, प्लॅस्टिकच्या पिशव्या इ.चा वापर करतात. प्लॅस्टिकच्या पिशव्यांपासून बारीक पट्ट्या कापून विणलेल्या चटया व बसकण यांना तर प्रचंड मागणी आहे. अनुप्रिता यांचा हात केवळ कलात्मकच नाही तर त्यांच्या हातच्या पदार्थांनाही चव असल्याने त्या दहा हजार पुरणपोळ्या, भाजी, पोळ्या इ. ची सुद्धा ऑर्डर घेतात. एक व्यक्ती दोन हातातून हजारो कामे करू शकते, याचे त्यांनी उदाहरण घालून दिले आहे.

कुटुंबातली बाई शिकलेली असली की, संपूर्ण कुटुंबच शिक्षित होते, असे म्हणतात; पण अनुप्रिता एंजल यांच्याबाबतीत एका उद्योजिकेने अनेक उद्योजिका निर्माण केल्या असेच म्हणावे लागेल. लोकरीपासून वेगवेगळ्या वस्तू बनवण्याची कल्पना कशी सुचली? या माझ्या प्रश्नावर त्या उत्तरल्या, ''लग्न होऊन मुंबईत रहायला आले आणि मुंबईतील उद्योगी लोक बघून आपणही काहीतरी करून संसाराला हातभार लावावा असे वाटे, पण जेमतेम मॅट्रिक पास मुलीला कोण काम देणार?' एक दिवस भाजी आणायला बाहेर पडताना शेजारच्या घरात एक बाई तोरण विणताना दिसली. तिला धाडस करून विचारले, 'मला हे शिकवशील का?' दररोज एक तास शिकवीन; पण ८० रु. घेईन म्हणाली. माझ्याकडे तेव्हा कुठले आले एवढे पैसे हो! मग दोन महिने शेजारच्या घरी दूध आणून दिले, त्याचे १०० रु. मिळाले, त्यातली ८० रु. फी दिली

आणि २० रु. ची लोकर आणून तिच्या क्लासला जाऊ लागले. एक महिनाभरात तोरण व रुमाल बनवायला शिकले, पुन्हा वस्तू बनवण्यासाठी लोकर खरेदीला पैसे कुठे होते? पण त्या दिवशी धुवायला टाकलेल्या कपड्यात मला ३० रु. मिळाले. त्याची लोकर आणून तोरण व रुमाल बनवले ते शेजारच्याच बाईने खरेदी केले व माझी पहिली १२० रु. ची कमाई झाली. कपड्यात पैसे मिळूनही मिळाले नाही, असे मी माझ्या पतीशी चक्क खोटे बोलले होते, पण पहिले १२० रु. मिळाल्यावर खोटे बोलल्याची प्रांजळ कबुली देऊन टाकली तेव्हा बरे वाटले. त्यानंतर एकदा लोकलमधून प्रवास करताना मांडीवरच्या बाळाला सावरत स्वेटर विणणारी बाई बघून मला लोकरीच्या इतर वस्तू बनवण्याची प्रेरणा मिळाली. चुकत चुकत शिकत गेले. लहान मुले खेळणी तोंडात घालतात, त्याची घाण पोटात जाते म्हणून धुऊन स्वच्छ करता येणारी खेळणी म्हणजे सॉफ्ट टॉईज तसेच वाघ, पोपट, माकड, हत्ती इ. प्राणी बनवत गेले. दूरदर्शनवरील महिलांच्या कार्यक्रमात हस्तकलेचे प्रात्यक्षिक दाखवत ते बघून मी एवढ्या वस्तू बनवायला शिकले! वस्तू तर खूप बनवल्या; पण विकायच्या कुठे आणि कोणाला? प्रत्येक महिला उद्योजिकेला पडणारा प्रश्न 'आ' वासून उभा राहिला. दादरमध्ये एक-दोन दुकानांत विचारले कुठेच घेईनात, मग हळूहळू स्वतःच्या घराजवळच विकायला सुरुवात केली आणि माल खपला. त्याच काळात अनुप्रिता यांना सह्याद्री दूरदर्शन वाहिनीवर मुलाखतीसाठी बोलावले होते. 'सखी मंच' या कार्यक्रमात त्यांनी त्यांच्या लोकरीच्या वस्तूंचे प्रात्यक्षिक दाखवले. त्या घरी पोहोचण्यापूर्वीच फोन खणाणू लागले आणि अनेक बायकांनी ती कला शिकवा म्हणून फोन केले. त्या महिलांना शिकवल्यावर त्यांना लोकर देऊन त्या वस्तू बनवून घेऊ लागल्या व दुकानदारांना विकू लागल्या. त्या महिलांना मात्र मजुरी मिळू लागली. कालांतराने घरूनच माल विकला जाऊ लागला.

बऱ्याच महिलांना त्यांच्याकडेच शिकून व नंतर काम करणे सोईस्कर वाटले. भरपूर महिला वस्तू बनवू लागल्या. त्यांचे घर म्हणजे हस्तकलेचा कारखानाच झाला. त्यामुळे माल शिल्लक राहू लागला. पैसा अडकून राहू लागला. मग त्यांनी या बनवलेल्या वस्तूंचे प्रदर्शनच भरवले. त्यातून झालेल्या विक्रीतून आलेला नफा त्या महिलांना वाटू लागल्या. त्या महिला शंभर रुपये महिना गोळा करून भांडवल म्हणून देऊ लागल्या व विक्री झाल्यावर भरपूर नफा कमवू लागल्या. भांडवलाच्या आधारे अनुप्रिता कच्चा माल खरेदी करत व काम देत. करता करता काम करणाऱ्या महिलांची संख्या ७०० ते ८०० पर्यंत गेली. म्हणूनच २००३ साली त्यांनी 'सखी महिला मंडळ' या नावाने संस्था स्थापण्याची शासनाकडे मागणी केली व शासनाने पण ती लगेचच मान्य केली. २००३

साली त्यांना 'मराठा चेंबर ऑफ कॉमर्स फाउंडेशन' या संस्थेने गौरवले. तसेच २००४ साली 'उद्योगश्री' पुरस्काराच्या त्या मानकरी ठरल्या.

आईची उद्यमशीलता अनुप्रिता यांच्यात उतरली असली तरीसुद्धा त्यांचे बालपण अतिशय दुःखात गेले. 'बालपणाचा काळ सुखाचा' असं म्हणतात पण अनुप्रिता यांचा बालपणाचा काळ अतिदुःखाचाच म्हणावा लागेल. त्यांची आई त्यांच्यासारखीच कष्टाळू. घरची शेती सांभाळून ती शिवणकाम करी. त्या वेळी एखादाच टेलर असल्याने तिला खूप काम मिळे; परंतु पतीची साथ तिला मिळाली नाही व अनुप्रितासुद्धा वडिलांच्या प्रेमास मुकल्या. पुढे त्यांच्या मामाने आईचे दुसरे लग्न लावून दिले आणि सावत्रभावंडांचा नवीनच त्रास अनुप्रिता यांना भोगावा लागला. कधी वडिलांकडे राहायचे, तर कधी आईकडे अशी ससेहोलपट चालू होती. एका ठिकाणी न राहता आल्याने त्यांच्या शिक्षणाचा बोजवारा उडाला. वडिलांच्या घरी खायची भ्रांत, तर आईच्या घरी सुबत्ता; पण सावत्र भावांचा छळ. बालमनावर झालेले हे आघात त्यांच्या हृदयावर कायमचे कोरले गेलेत. नंतर वडिलांनी लग्न केले. अनुप्रिता म्हणतात, 'दोन वडील, दोन आई असूनही मी आयुष्यभर पोरकीच होते. माझ्यावर प्रेम–माया दाखवणारी एकतरी व्यक्ती मला त्या काळात भेटली असती तरी मी देवाचे आभार मानले असते''.

सगळ्यांनाच जड झालेल्या अनुप्रिताचे लग्न करून देऊन एकदाचे मोकळे व्हावे, असे मामासकट सगळ्यांना वाटत होते. तिची जबाबदारी सगळ्यांना ओझे वाटत होती. चांगले स्थळ आल्यास लग्न जमू न देण्याचा सावत्र भाऊ घाट घालत, तर वडील बिजवराला देऊन स्वतःच पैसे कमवण्याचा डाव रचत. या सगळ्या प्रकाराला कंटाळून अनुप्रिताने विहिरीत जीव देण्याचा प्रयत्न केला; पण अयशस्वी ठरला आणि पुन्हा येरे माझ्या मागल्या! त्यांना जीवन संपवायचे होते, पण भविष्यात त्यांच्या हातून संस्थेचे कार्य व्हायचे होते म्हणून विधात्याने त्यांना जीवन संपवू दिले नाही, असे म्हणतात, सुखाचे मोल माणसाला समजायचे असेल, मिळणारे सुख चिरंतन टिकवायचे असेल तर, आयुष्यातल्या दुःखांना भेटणे अपरिहार्य आहे. त्याची प्रचिती अनुप्रिता यांना आलीच. अनेक अडथळे पार करून अखेर त्यांचे लग्न शिवाजी एंजल यांच्याशी ठरले. प्रकाशाची एक तिरीप दिसली. अख्खी रात्र काळ्याकुट्ट अंधारात व्यतीत केलेल्या माणसाला प्रकाशाची एक छोटीशी तिरीपसुद्धा खूप आशा देते. तशीच आशा त्यांच्या मनात उमटली. माहेरी एवढा त्रास तर सासरी काय वाढून ठेवलंय, ही धाकधूकही अंतर्मनात होतीच.

अनुप्रिता यांच्या मनातली ही धाकधूक फार टिकली नाही. सत्याची प्रचिती आली. नव्या नवरीची स्वप्ने खरी झाली. सासरच माहेर झाले. अनुप्रिता सांगतात, ''जेव्हा मी खऱ्या अर्थाने माझ्या संसाराला सुरुवात केली, तेव्हा माझ्या पतीची विचारसरणी, मनमिळाऊ स्वभाव, समाजात असलेली त्यांची पत, मित्रांशी असलेले घनिष्ठ संबंध याचा प्रत्यक्ष अनुभव घेतला असता लक्षात आले की, त्यांचे व्यक्तिमत्त्व अष्टपैलू आहे व ते पाहून मला जो आनंद झाला त्याचे वर्णन करणे शक्य नव्हते. आंधळा मागतो एक डोळा व देव देतो दोन डोळे अशी माझी स्थिती झाली''.

बदली झाल्याने पतीबरोबर मुंबईत राहायला आलेल्या अनुप्रिता यांना रोजचे भाजी–पोळीचे जेवणही बनवता येत नव्हते. कोणी शिकवलेच नव्हते. माहेरी कोणाच्या स्वयंपाकघरात शिरकावच नव्हता. शेजाऱ्यांकडून हळूहळू जेवण बनवायला शिकल्या, पण पतीने तक्रार केली नाही. मुंबईसारख्या शहरात घरात एकटे राहायचे म्हणजेसुद्धा अवघड होते. घराबाहेर लोकलचा प्रवास. हे सगळंच त्यावेळी अनुप्रिता यांच्या आवाक्यातले नव्हते. पण पतीची साथ मात्र भक्कम होती. घरी एकटे राहताना काय काळजी घ्यायची, लोकलचा प्रवास कसा करायचा, कुठे चढायचे, कुठे उतरायचे, प्रसंगी स्टेशनांची नावेही लिहून देत. सगळे नीट समजावून देत. चुकलीस तरी चालेल पण शिकत राहा, हा पतीचा मंत्रच पुढे आयुष्यात एवढ्या वस्तू बनवण्यास उपयोगी पडला. सरकारी नोकरीत असलेल्या पतीच्या एकट्याच्या पगारावर मुंबईच्या महागाईत राहण्यापेक्षा आपणही थोडे कमवावे, या विचाराने त्यांनी लोकरीच्या वस्तू बनवण्यास प्रारंभ केला व त्याची पुढे संस्थाच झाली.

'सुखस्यानंतर दुःख, दुःखस्यानंतर सुख' हे जीवनाचे चक्र चालूच असते, त्याची प्रचिती अनुप्रिता यांना आली. २००३ साली संस्थेची स्थापना केली व २००५ साली १५ लाख रुपयांच्या वस्तू बनवून त्याचे प्रदर्शन बनवण्याचा भव्य प्लॅन बनला. बघता बघता १५–१६ लाखांचा माल तयार झाला. तो विकून ४–५ लाख नफा मिळणार, या विचाराने सर्वजणी जोमाने कामाला लागल्या होत्या. त्यांचे राहते घर पुनर्विकासाकरिता पाडणार असल्याने नवीन घरात सगळा माल हलवला आणि रात्री त्यांनी त्या घरात प्रवेश करताच त्याचा मेंदू बधिर झाला. समोर पाहतो ते स्वप्न की सत्य, काहीच कळेना झाले, घरातील नळ उघडे राहिल्याने संपूर्ण घरात पाणी साचून संपूर्ण १५ लाखांचा माल भिजला होता. लोकर, सुती कापड असल्याने त्यानी पाणी शोषले होते. एकमेकांचा रंग एकमेकांना लागला होता. माल साबणाने धुऊन, स्वच्छ करून, सुकवून आणि भट्टीला देऊनही पाहिला पण व्यर्थ! रंग निघेना. भिजल्यामुळे

त्यांचे आकारही बदलले. १५ लाखांचे नुकसान झाले होते आणि ते पैसे संस्थेच्या सभासदांचे होते. मिळेल त्या दराने कर्ज घेऊन त्यांनी हळूहळू देणी द्यायला सुरुवात केली, त्यातही पतीची मोलाची साथ मिळाली; पण कर्जाचा डोंगर झाला. मुली लग्नाला आलेल्या, लग्नासाठी पैसा नव्हता, रोजची खायची पंचाईत, घरातले स्वास्थ्य हरपले; पण पती-पत्नीनी झुंज चालू ठेवली. काही माथेफिरूंनी लवकर पैसे देत नाही म्हणून जिवे मारण्याचा प्रयत्न केला. पुन्हा एकदा आत्महत्येचा विचार आला; पण पती व मुलांमुळे हिंमत झाली नाही.

पुन्हा नव्या जोमाने अनुप्रिता कामाला लागल्या. त्यांनी स्वतःच ५-६ लाखांचा माल तयार केला. विक्रीसाठी त्यांना सरकारी अधिकारी व पितातुल्य भीमाशंकर कठारे यांची मोलाची मदत झाली. नव्या उमेदीने पुन्हा माल तयार करून तो विकून कर्जाचा बोजा कमी करून पुन्हा संस्था सुरू करायची, याचा त्यांनी ध्यास घेतलाय व त्या दिशेने त्या दिवस-रात्र प्रयत्न करीत आहेत. काही मैत्रिणी संस्थेत येतच आहेत. तसेच शासनाकडील नव नवीन योजनांचा अभ्यास करून जनसामान्यांपर्यंत योजना पोहोचवण्यास हातभार लावण्याचा त्यांचा पक्का इरादा आहे. आता त्यांची संस्था पुन्हा सुरू झालीय.

''जीवन ही लढाई आहे व ती लढलीच पाहिजे, हा विचार मनात ठेवून, आयुष्यभर विद्यार्थी बनून जे जे शिकता आले ते शिकून व प्रत्येकाच्या अंगी कला असते, ती बाहेर पडण्यासाठी एक व्यासपीठ असावे लागते.'' असे नम्रपणे म्हणून अनेकींना उद्योजिका बनवणाऱ्या अनुप्रिता यांचे उर्वरित आयुष्य खूप समाधानाचे व सुखाचे जावो, अशी देवाजवळ प्रार्थना.

भरतकामातील गणपती

सौ. वंदना ठाकूर

गणपतीची अनेक रूपे मनोहारी, लक्षवेधक असतात, त्यामुळेच निरनिराळ्या पोजेसमध्ये निरनिराळ्या माध्यमात गणपती बनवण्याचा मोह कलाकारांना होत असतो. झोपाळ्यावर पहुडलेला, नटेश्वराच्या पोजमध्ये, तबला, पेटी, मृदंग वाजवणारा, फेटा धारण केलेला, बसलेला, उभा, एक ना अनेक स्वरूपात गणपतीची मूर्ती तयार करण्यात कलाकारांना आगळाच आनंद मिळतो. गणपतीच्या मूर्ती शाडू, प्लॅस्टर ऑफ पॅरिस, काच दगड, संगमरवर, लाकूड, प्लॅस्टीक इ. वापरून बनवता येतात. गणपती हे आराध्य दैवत असल्याने बहुतेक हॉटेल उद्योजकांची ऑफिसे, कारखान्यांची ऑफिसे इ. ठिकाणी लोक निदान गणपतीचा फोटो लावून शुभारंभ करतात.

भरतकामातील पॅचवर्क या पद्धतीचा वापर करून गणपती व इतर देवतांच्या फ्रेम्स् बनवून देण्याचा व्यवसाय सुरु केलाय मुंबईतील दादरच्या सौ. वंदना ठाकूर यांनी. गणपतीच्या फ्रेमशिवाय, शिर्डीचे साईबाबा, श्रीनाथजी, शेगावचे गजानन महाराज, तिरूपतीचा बालाजी, कोल्हापूरची अंबाबाई, तुळजापूरची भवानी, रेणुका देवी, राधाकृष्ण, स्वामी समर्थ महाराज इ. च्या फ्रेम्स् त्यांनी बनवल्या आहेत. काळ्या व्हेलवेटच्या कपड्यावर मागच्या बाजूने त्या गणपतीचे चित्र ट्रेस करून, त्यानंतर त्या आऊटलाईनच्या आधारे सुलट्या बाजूने पॅचवर्क करून त्या गणपती बनवतात. पॅचवर्कसाठी त्या प्युअर सिल्कच्या विविध रंगातल्या कपड्यांचा वापर करतात. चेहरा, हात, पाय इ. शरीराचा भाग दाखवण्यासाठी फिक्या गव्हाळी रंगाचे, तर गणपतीचे उपरणे, धोतर, देवतांच्या साड्या इ. साठी विविध रंगाचे रेशमी कापड वापरतात. स्टेन ग्लास पेंटिंग बनवताना जसे

विविध रंगातील काचेचे तुकडे जोडून फ्रेम बनवली जाते, तसेच विविध रंगातील कपड्यांचे तुकडे जोडून त्याच्या जोडावर मशिनने भरतकाम करून त्या जोडतात. हे पॅचवर्क करताना कपड्यांच्या आत पातळ स्पंजचा वापर करतात, त्यामुळे त्याला उठाव येतो व थ्रीडायमेन्शनचा लूक मिळतो. रेशमी कापड व पातळ स्पंजचा वापर यामुळे त्यांच्या फ्रेम्स् फार आकर्षक वाटतात. कपड्यांचे पॅचवर्क पूर्ण झाल्यावर गळ्यातील हार, मंगळसूत्र, कर्णभूषणे, पायातील पैंजण, साडीवरच्या बुट्ट्या, कापडावरची जरी बॉर्डर इ.साठी त्या बेन्टेक्स कंपनीचे सोन्याचे मणी, टिकल्या, तारा, कंबरपट्टा, खडे, मोती इ. मटेरियल वापरतात, त्यामुळे ते काळे पडत नाही. दगडूशेठ हलवाईच्या गणपतीची फ्रेम बनवताना, गणपतीच्या गळ्यातील मोठा व चमकणारा हार त्या सामानाने हुबेहूब बनवतात. राधा–कृष्णाची फ्रेम बनवताना राधेची नथ, बांगड्या, मंगळसूत्र, पायातले पैंजण, गळ्यातील सोन्याची माळ, साडीवरच्या बुट्ट्या, कृष्णाच्या मुकुटाची सजावट इ. योग्य ते सामान वापरून बनवण्यात त्यांचा हातखंडा आहे. अशाप्रकारे गणपती किंवा देवदेवतांचे चित्र पॅचवर्कने व सजावट करून पूर्ण झाल्यावर त्याला पिवळ्या रंगाची बॉर्डर असलेली चौकट देऊन फ्रेम बनवून घेतात. पार्श्वभूमीला काळे व्हेल्वेट, कडेला पिवळी बॉर्डर व मध्यभागी विविधरंगी सिल्क व खडे, मणी इ.ची सजावट यामुळे त्यांच्या फ्रेम्स उठून दिसतात.

त्यांच्या गणपतीच्या फ्रेम्स् मुंबईच्या सिद्धीविनायक मंदिरात गणपतीच्या स्टॉलमध्ये कायम विकायला असतात. पुण्याच्या दगडूशेट हलवाई, सिध्दी विनायक, आणि अष्टविनायक गणपती यांना फार मागणी आहे, त्यामुळे त्यांना सतत या फ्रेमस् तयार करून मुंबईला पाठवाव्या लागतात. गणपतीशिवाय शिळावरचे साईबाबा, सिंहासनावरचे साईबाबा, चावडीवरचे साईबाबा इ. विविध रूपातील शिर्डीच्या साईबाबांच्या फ्रेम्स् शिर्डी येथील, श्रद्धापार्क इन या पंचतारांकित हॉटेलातील स्टॉलवर वर्षभर विकायला असतात.

त्यांच्या फ्रेम्स्ना वर्षभर मागणी असण्याचे कारण म्हणजे हुबेहूब दागिन्यांची सजावट, फॅब्रिक पेंटिंगचा वापर करून कोरलेले डोळे किंवा इतर बारकावे, रेशमी कापडाची चमक वगैरे वंदना ठाकूर सांगतात, ''एक फ्रेम बनवायला चार–पाच दिवस लागतात, मटेरिअल शोधण्यात बराच वेळ जातो, रंगसंगतीचा विचार करावा लागतो, खूप भडक रंग असून चालत नाहीत, पण उठावदार व डोळ्यांना सुखदायी फ्रेम व्हायला हवी. पाटावर विराजमान, कमळावर बसलेला, लोडाला टेकून पहुडलेला, बासरी वाजवणारा, उभा असलेला, मंदिराच्या गाभाऱ्यात बसलेला, झोपाळ्यावर बसलेला इ. विविध रूपातील गणपती विविध प्रकारचे मटेरिअल वापरून सजवताना खूप मजा येते. प्रत्येक फ्रेममध्ये

वेगवेगळी रंगसंगती व सजावट करताना निर्मितीचा खूप आनंद मिळतो. गणपतीचे विविध डिझाईनचे मुकुट, हातातील चांदीचा मोदक, कमळ, शंख, बासरी, त्रिशूळ वगैरे सजावटीत सृजनशीलतेला वाव मिळतो. वेगवेगळ्या देवतांच्या मूर्ती बनवताना तर खूप सजवायला मिळते. राधेच्या वेणीचा शेपटा, गळ्यातील पुतळ्याची माळ, मोहनमाळ, बांगड्या, ओढणीवरचे जरीकाम, मोत्याचे काम, साडीवरचे भरतकाम हे सगळं पूर्ण झाल्यावर फ्रेम सुंदर दिसते. एखादा चित्रकार जसा चित्रात रंग भरत जातो, तसतसा चित्राला उठाव येतो व तसतसे वेगवेगळ्या मटेरिअलनी सजावट पूर्ण झाली की, उठाव यायला लागतो, व ती फ्रेम पूर्ण झाल्यावर जिवंतपणाचा प्रत्यय येतो; पण वाटते तेवढे हे काम सोपे नाही, हाताची बोटे, गुडघ्यावर दुमडलेला हात, साईबाबाच्या चेहऱ्यावरचे हावभाव, डोळ्यातले भाव, समाधीला बसले असतानाचे चेहऱ्यावरचे शांत भाव हे सर्व फ्रॅब्रिक पेंटिंगने दाखवणे अवघड असते, पण आता सरावाने ते जमते.''

मुंबईत जन्मलेल्या आणि वाढलेल्या व केवळ कलेच्या आवडीने जे.जे.स्कूल ऑफ आर्ट्समधून कमर्शिअल डिप्लोमा घेतलेल्या वंदनाला, घरात कोणीही कलाप्रेमी व कलाकार नसल्याने तसे प्रोत्साहन व मार्गदर्शनही फार लाभले नाही. लहानपणी शाळेत ड्रॉईंग चांगले असल्याने तिने ड्राईंगच्या परिक्षा दिल्या होत्या. कमर्शिअल डिप्लोमा पूर्ण केल्यावर दयाभाई पटेल यांच्याकडे ती चित्रपटाचे टायटल्स बनवत असे; व सर्व काम सुरेख हस्ताक्षरात करत असे. तिने बऱ्याच मराठी चित्रपटांच्या टायटलचे लेटरिंग केले. एका चित्रपटात निर्मात्याला टायटल दाखवण्यापूर्वी हनुमानाचे चित्र दाखवायचे असल्याने त्याची ऑर्डर मिळाली. त्यातूनच कल्पनाच्या कल्पकवृत्तीला व सृजनशीलतेला खतपाणी मिळाले. निरनिराळे प्रयोग करून वेगळ्याच प्रकारच्या देवांच्या फ्रेम्स् बनवण्याचे ठरवले व त्यातूनच तिच्या 'मुद्रा क्रिएशन्स' या व्यवसायाची सुरवात झाली. लग्नानंतर कॅलिग्राफीत विशेष प्रावीण्य संपादन करून ओम व स्वस्तिकच्या वैविध्यपूर्ण फ्रेम्स् बनविणारे कलाकार पती श्री.कृष्णकान्त ठाकूर यांची साथ व मार्गदर्शन लाभले व त्यामुळे कलेची प्रगती अधिक जोमाने झाली.

मार्केटिंगला कशी सुरूवात केलीस? या माझ्या प्रश्नावर वंदना झटकन् उत्तरली ''सुरुवातीला मी चार–पाच फ्रेम्स् पिशवीत घेऊन फिरत असे. खादी ग्रामोद्योग, सद्‌गुरू (फोटो फ्रेमचे मुंबईतील प्रसिद्ध दुकान) व फोटोफ्रेमच्या इतरही दुकानात जाऊन प्रयत्न केले, पण फारसे यश मिळाले नाही. शेवटी सिद्धीविनायक मंदिराच्या स्टॉलवर व शिर्डीच्या हॉटेलच्या स्टॉलवर कायमस्वरूपी ऑर्डर मिळाली. आता नातेवाईक मित्र–

मैत्रिणी यांच्याकडून माझ्या फ्रेम्स्ना प्रसिद्धी मिळाल्याने हॉटेल्स, कंपन्यांची ऑफिसे, बिल्डर व इतर धंदेवाईक लोकांच्याही ऑर्डर्स मिळतात.

वंदनाच्या स्टुडिओमधील एक-एक फ्रेम बारकाईने बघता बघता दिवस पुरा पडणार नाही. सोनेरी चौकटीतील सोनेरी तिरूपती बालाजीची मूर्ती, त्यांच्या गळ्यातील सोनेरी हार, सोनेरी सिंहासन, पुतळ्याची माळ, पाच फण्यांचा नाग, मोत्याचे शंख आणि चक्र, गुलाबाचा हार, लालबागचा भव्यदिव्य राजासारखाच भासणारा गणपती, नाकात नथ व वेणीचा शेपटा असलेल्या पार्वतीच्या कडेवर लडिवाळपणे विराजमान गणपती, गळ्यात अनेक माळा असलेली तेजस्वी अंबाबाई, अगदी हुबेहूब रूप असलेला श्रीनाथजी, शेंदरी रंगातील अष्टविनायक, राधेच्या गळ्यात प्रेमाने हात घालून उभे असलेले राधेकृष्ण, विविध पोजेसमध्ये असलेली साईबाबांची विविध रूपे इ. बघितल्यावर एका चांगल्या प्रदर्शनाला भेट दिल्याच्या आनंदात, उत्तम व वेगळ्या कलाकृतींची ओळख झाल्याच्या समाधानाने मी वंदनाचा निरोप घेतला.

उद्योजिका घडविणाऱ्या अलकाताई

सौ. अलका बांदेकर

उद्योग मग तो लघुउद्योग असो किंवा कारखाना असो वा सेवा व्यवसाय असो, त्याचे यश उत्तम व्यवस्थापनात असते. मॅनेजमेंट गुरू पीटर यांनी अमेरिकेतील एका भाषणात 'आदर्श व्यवस्थापक कोणाला मानावे? तर भारतीय गृहिणीला' असा उल्लेख करून भारतीय गृहिणीला एक प्रकारे गौरवले आहे. त्यांनी भारतीय कुटुंब व्यवस्था, त्यामधील स्त्रीचे स्थान, तिचे कामाचे स्वरूप, अशिक्षितपणा, मेहनती वृत्ती, लहरी पती, हट्टी मुले, दारिद्र्य, काटकसरीपणा इ.सर्वांचा बारकाईने अभ्यास केला होता आणि त्यावरूनच हा निष्कर्ष काढला होता. मला वाटते भारतीय स्त्रीला व्यवस्थापनाचे धडे घरात लहानपणापासूनच मिळत असतात. त्यामुळे रेशीमबंधासारखी नाजूक नाती सांभाळणे, पतीचा डबा, मुलांना सकाळचे शाळेसाठी तयार करणे यातील वेळेचे व्यवस्थापन, मेहनती वृत्ती, लोकांना ऐकण्याची व समजून घेण्याची कला, आली वेळ निभावून नेण्याची तयारी इ.मुळे उद्योग किंवा सेवाव्यवसाय करणे स्त्रीला फार अवघड नसते. उपजत उद्यमशीलता असूनही केवळ आत्मविश्वासाच्या अभावी अनेक महिला कोणत्याही उद्योगाच्या फंदात न पडता गृहिणी बनणेच पत्करतात. कारण यशाच्या आत्मविश्वासापेक्षा त्यांच्या अपयशाचाच आत्मविश्वासच दांडगा असतो. जवळजवळ सर्वच महिलांना घरातील कामाव्यतिरिक्त वेगळे काहीतरी करावे, निर्मितीचा आनंद घ्यावा, स्वतःची दुसऱ्यांना ओळख करून द्यावी असे मनोमन वाटत असते. पण काय करायचे, कसे करायचे इ.प्रश्न मनात घोंघावत असल्याने त्या उद्योग व्यवसायाकडे वळत नाहीत, अशा महिलांच्या आत्मविश्वासाचे बीज रुजवण्यासाठी ठाण्याच्या अलका बांदेकर यांच्या पुढाकाराने

ठाण्यात दहा वर्षांपूर्वी लेडीज नेटवर्क वेल्फेअर असोसिएशन स्थापन झाली. ज्या महिलांना स्वतःचा व्यवसाय करायची इच्छा आहे पण मार्गदर्शनाची गरज आहे, अशा महिलांना मार्गदर्शन करण्याचे व उद्योजिका घडवण्याचे मोलाचे कार्य अलका बांदेकर लेडीज नेटवर्कतर्फे करीत आहेत. गेल्या दहा वर्षांत उद्योजिका होण्याचे स्वप्न पाहणाऱ्या अनेक महिलांची स्वप्ने साकार झालीत ती या संस्थेमुळेच. मोठमोठ्या संस्था मोठमोठी प्रदर्शने भरवतात. आणि दरवर्षी उद्योजिकांना पारितोषिके देतात. त्याचा उपयोग यशस्वी उद्योजिकांनाच होतो; पण लेडीज नेटवर्कतर्फे एखाद्या शिल्पकाराने ओबडधोबड दगडातून शिल्प घडवावे तशा उद्योजिका घडवल्या जातात.

कांचन तांबे, मनीषा जोशी, सुनीती पाटील व मेघना टकले या समविचारी व महिलांमध्ये उद्योजकता वाढावी यासाठी तळमळ असणाऱ्या महिलांच्या मदतीने अलकाताई लेडीज नेटवर्क वेल्फेअर असोसिएशनची स्थापना करून त्या योगे सर्वात महत्त्वाचे व मोलाचे काम केले जाते, ते म्हणजे महिलांना त्यांच्या स्वत्वाची जाणीव करून देणे, त्यांच्यातील क्षमतांची जाणीव करून देणे व आत्मविश्वास जागृत करून स्वयंप्रेरित करणे. ''स्वयंप्रेरणा हा आत्मविश्वासाचा पाया आहे व त्याच्या पायावरच यशाची भक्कम इमारत उभी आहते'' या वचनाप्रमाणे यशस्वी उद्योजिका निर्माण करण्यासाठी नामवंत व्यक्तींची भाषणे ठेवून महिलांना स्वयंप्रेरित करून, त्यांच्या व्यक्तिमत्त्वाचा विकासही घडवून आणतात. इंग्रजी संभाषण, व्यक्तिमत्त्वविकास, मार्केटिंगचे तंत्र, निर्णयक्षमता, वेळेचे व्यवस्थापन इ.बाबत प्रशिक्षण दिले जाते. कार्यशाळा व चर्चासत्रे आयोजित केली जातात. अलकाताई सांगतात, ''आमच्याकडे कनिष्ठ मध्यम किंवा मध्यमवर्गातल्या स्त्रिया येतात त्यांच्याकडे शिक्षण व भांडवल दोन्हीचा अभाव असतो. त्यामुळे त्या नोकरी करू शकत नाहीत व व्यवसाय सुरू करण्याचे धाडसही करत नाहीत, पण त्यांना कुटुंबाला आर्थिक भार लावावा म्हणून काहीतरी करायची इच्छा असते. आम्ही त्यांना कुठला व्यवसाय सुरू करायचा, कोणत्या वस्तूचे उत्पादन करायचे ते सांगतो. त्याशिवाय बाजारपेठेचा अभ्यास कसा करायचा, उत्पादनखर्चाचा हिशेब कसा ठेवायचा, आपल्या उत्पादनाची जाहिरात कशी करायची ? व उत्पादित वस्तूची किंमत कशी ठरवायची याबाबत संपूर्ण मार्गदर्शन करतो. एवढेच नव्हे तर त्यांनी उत्पादनाला सुरुवात केल्यावर त्यांच्या मालाची जाहिरात करण्यासाठी आमच्याच सदस्यांची सभा बोलावतो व तेथे नवउद्योजिका स्वतःच्या उत्पादनाबाबत माहिती सांगतात व त्याची ओळख करून देतात. त्यामुळे मुखोद्गत प्रसिद्धी मिळते, कधी तिथेच ग्राहक मिळतात. त्याशिवाय आम्ही आमच्या संस्थेतर्फे नवउद्योजिकांच्या उत्पादित वस्तूंचे प्रदर्शन भरवतो. आता

तर आमच्याकडे तयार झालेल्या महिला मुंबई ग्राहक पंचायत व लोकमान्य सेवा संघातर्फे आयोजित प्रदर्शनातही भाग घेतात. आजपर्यंत आमच्या संस्थेत जवळजवळ ४०० महिलांनी प्रशिक्षण घेतले व आता त्या त्यांच्या व्यवसायात स्थिरावल्या आहेत. काहींनी उद्योगाचा विस्तार केलाय, काहींना उद्योजिकतेबद्दल पारितोषिके मिळाली आहेत याचा मला खूप अभिमान आहे.''

संस्थेतर्फे चालवण्यात येणाऱ्या समुपदेशन केंद्रातर्फे वैयक्तिक, व्यावसायिक व कौटुंबिक विषयावरील व्याख्याने, चर्चासत्रे आयोजित केली जातात, त्याचा अनेक महिलांना लाभ मिळतो. त्यांच्या संस्थेतील सभासदांमध्ये आपलेपणा, बांधिलकीची भावना असल्यामुळे सतत एकमेकींना मदत करण्याची वृत्ती असते. संस्थेच्या महिला वर्षातून दोनदा तरी इतर संस्थांना भेटी देऊन त्यांची कार्यपद्धती व वैशिष्ट्ये यांचा अभ्यास करून स्वतःच्या संस्थेचा विकास करत आहेत, हे विशेष नमूद करावेसे वाटते. अलका बांदेकर अभिमानाने सांगतात ''ट्रेनमध्ये फिरून वस्तू विकणाऱ्या एका मुलीला आम्ही ट्रेनिंग दिल्यावर आज तिने स्वतःचा छोटासाच पण यशस्वी उद्योग उभा केलाय, याचा आनंद वाटतो.'' संस्थेच्या सदस्य महिलांना आर्थिक अडचणीतून बाहेर येण्यासाठी 'मासिक बचत योजना' सुरू केली आहे. आरोग्यविषयक सेवाही स्वस्तात पुरवल्या जातात. शासनाच्या महिलांसाठी असणाऱ्या योजनांबद्दल माहिती दिली जाते.

मुंबईत जन्मलेल्या व सेंट कोलम हायस्कूलमध्ये शालेय शिक्षण घेतलेल्या पूर्वश्रमीच्या अलका आरोलकर यांनी एस.एन.डी.टी. महाविद्यालयातून शहरी व ग्रामीण या विषयात स्पेशलायझेशन केले. वडील पोलीस दलात असल्याने कडक शिस्तीत वाढलेल्या अलकाताईंमध्ये नेतृत्वगुण वडिलांकडूनच आले. शाळेत त्यांच्या नेतृत्व गुणांचा विकास झाला. खणखणीत आवाज व नेतृत्वास आवश्यक असलेली निर्भयता असल्याने त्यांना स्काऊटमध्ये नेतृत्वाची संधी मिळाली. जागतिक आरोग्य संघटनेसाठी आरोग्यविषयक सर्व्हे करताना झोपडपट्टीत जाण्याची संधी मिळाली. तेथील जीवन जवळून बघितले. शिपिंग कॉर्पोरेशनमध्येही काही वर्षे काम केल्यानंतर 'कास्प' या सामान्य कष्टकरी व तळागाळातल्या लोकांसाठी काम करणाऱ्या संस्थेत कामाचा अनुभव घेतला. तेथे काम करता करता तळागाळातल्या महिलांची जीवनशैली तर बघायला मिळालीच, पण त्यांच्या समस्यांचीही जाणीव झाली.

त्यामुळेच त्या आज अनेक सामाजिक संस्थांसाठी सल्लागार म्हणून काम करत आहेत. अशासकीय सामाजिक संस्थांना फंडिंग कसे करावे, प्रोजेक्ट रिपोर्ट कसा तयार करावा, एखाद्या कार्यक्रमाचे आयोजन कसे करावे, कायदेशीर बाबीबाबत मार्गदर्शन,

बजेट कसे बनवावे, नियोजन कसे करावे, एखाद्या योजनेशी संबंधित असलेल्या लोकांच्या मीटिंग्ज् ठरवणे इ.कामे त्या करतात. त्यामुळे सामाजिक संस्थांच्या कामाला गती येते व कामाची दिशाही योग्य असते.

सामाजिक संस्थांची सल्लागार म्हणून काम करता करता त्यांच्या लक्षात आले, की या संस्थांना फाईल्स, फोल्डर्स, पेन स्टॅण्ड इ. वस्तू लागतात व विशेषतः फाईल्स फोर्टमधील दुकानातून आणाव्या लागतात. त्यामुळे त्यांनी स्वतःच फाईल्स, फोल्डर्स, पेन स्टॅण्ड, व्हिजिटिंग कार्ड होल्डर, टेलिफोन डायऱ्या, बँकेचे डॉक्युमेंटस् म्हणजे चेक्स्, स्लीपबुक, पासबुक ठेवण्यासाठी फोल्डर, सीडी फोल्डर, चष्मा ठेवायला फोल्डर इ.वस्तू बनवून विकण्याचा छोटासा व्यवसाय 'आधी आर्ट्स'या नावाने सुरू केला. अलकाताई स्वतः चित्रकार आहेत त्यामुळे कलेशी संबंधित व्यवसाय सुरू करण्याचा त्यांचा मानस होताच. त्यांचे पती प्रवीण बांदेकर हेसुद्धा कर्मशियल आर्टिस्ट आहेत, त्यामुळे चित्रकलेशी संबंधित व्यवसाय सुरू करणेच योग्य निर्णय होता. त्यांच्या फाईल्स व इतर उत्पादने यासाठी त्या कापडाचा वापर करतात व त्यावर भरतकाम, वारली पेंटिंग, जर्दोसी वर्क, मणी, मोती, आरसे, शिंपले इ.ने डेकोरेट करतात. त्यात कापडाचा वापर असल्याने त्या धुता येतात व वजनालाही हलक्या असतात. फाईल्सना व फोल्डरला चेन असल्याने आतली कागदपत्रे, सीडी इ.सर्व वस्तू व्यवस्थित राहतात. मुंबई ग्राहक पंचायततर्फे व लोकमान्य सेवा संघातर्फे आयोजित विलेपार्ले, बोरिवली, ठाणे, गोरेगाव, दादर इ. ठिकाणी प्रदर्शनात त्या वस्तूंची विक्री करतात. त्यांची सर्व उत्पादने हाताने बनवत असल्याने अनेक गरजू महिलांना रोजगार मिळतो व अप्रत्यक्षपणे हस्तकलेचे प्रशिक्षणही मिळते. १५–२० महिला त्यांच्या नेतृत्वाखाली हे काम करतात. थोडा स्वार्थ आणि परमार्थही या म्हणींप्रमाणे त्यांचा व्यवसाय तर होतोच; पण अनेक श्रमिक किंवा झोपडीतल्या महिलांची कुटुंबे उभी राहिली आहेत, याचे त्यांना खूप समाधान आहे. त्यांच्या फोल्डर्सची कीर्ती परदेशी पोहचली असल्याने त्या परदेशी फोल्डर्स पाठवतात.

स्वतःच्या व्यवसायाचा व्याप सांभाळता सांभाळता आपल्याच भगिनीसमान असणाऱ्या इतर गरजू महिलांना काम देऊन, तसेच उद्योगशील महिलांचे गुणे हेरून त्यांना उद्योगाची दिशा दाखवून, जास्तीत जास्त महिला उद्योजिका निर्माण करण्याची तळमळ व धडपड असणाऱ्या बांदेकर यांचा जीवनप्रवास अनेक महिलांना स्फूर्तिदायी ठरेल, यात शंकाच नाही.

❖❖❖

सौ. मनिषा जेशी

नऊवारी साड्या शिवण्याची मक्तेदारी

पाश्चात्त्यांनी भारतावर अनेक वर्षे राज्य केल्यामुळे आपण त्यांच्या अनेक सवयी व जीवनपद्धती आत्मसात केल्या व त्या आपल्या संस्कृतीच्या विरुद्ध असूनही त्या आता अनेकांच्या अंगवळणी पडल्यात. कामाची शिस्त, स्वच्छता व कामावरची निष्ठा हे त्यांचे चांगले गुण सोडून सगळं काही आपण त्यांच्याकडून शिकलो. त्यांची पार्टी संस्कृती, मेणबत्त्या विझवून वाढदिवसाचे गाणे इंग्रजीत म्हणून वाढदिवस साजरा करण्याची प्रथा, चहा, मद्य व इतर शरीराला घातक पेयांचे अतिरेकी सेवन, फास्टफूडचे सेवन, कोठेही आणि कोणत्याही वेळी खाद्यपदार्थांचे सेवन, मॅरेज रिंग एक्स्चेंज करणे, एकमेकांना भेटल्यावर नमस्कार न करता हाय–हॅलो करून हस्तांदोलन करणे, मिठ्या मारणे इ. शिकलो. त्याचप्रमाणे त्यांची वेषभूषासुद्धा आत्मसात केली. त्यामुळे पुरुषांनी धोतर नेसायचे सोडून सुटसटीत पॅन्ट, टी शर्ट, शर्ट असा पेहराव स्वीकारला तर महिलांनीसुद्धा साड्या नेसायचे कमी करून शर्ट, पॅन्ट, पंजाबी ड्रेस, खोल गळ्याचे, बिनबाह्याचे, बॅकलेट इ. वस्त्रे स्वीकारले जसे धोतर नेसायचे बंद झाले. तसेच नऊवारी साड्यांचा वापर जवळजवळ बंदच झाला ; पण भारतात सणासुदीच्या दिवसांत, धार्मिक समारंभाना, लग्नकार्यात धोतर, सोवळे, नऊवारी साड्या याचा वापर लोक करतात. जुन्या फॅशन्स जशा रिपीट होतात तसेच नऊवारी साड्यांच्या बाबतीत झाले आहे. लग्नाला, सत्यनारायणाच्या पूजेला, मंगळगौरीला नऊवारी साडी नेसण्याची फॅशन आज तरुणींमध्ये आली आहे. मग नऊवारी साडीत त्यांचे फोटोसेशनही होते. पण ही नऊवारी साडी नेसायची कशी? किंवा कोण नेसवणार? हा प्रश्न असतोच. परत ती सुटायची भीती

असते. हल्ली एकत्र कुटुंबाचा ऱ्हास झाल्याने विभक्त कुटुंबात वडिलधाऱ्या स्त्रिया नसल्याने किंबहुना नऊवारी साडी नेसणाऱ्यांची पिढीही आता संपत आल्यामुळे नऊवारी साडी नेसणे एक संकटच होऊन बसले आहे. त्यासाठीच ठाण्याच्या मनीषा मोहन जोशी या महिलेने नऊवारी साड्या, पाचवारी साड्या, सोवळे, धोतर इ. शिवून देण्याचा व्यवसाय सुरू केलाय. त्यामुळे कमरेला नाडी बांधून रेडीमेड साडी, धोतर, सोवळे पाच मिनिटांत नेसता येते व परत धाकधूक नसते. पाचवारी साडीच्या निऱ्या,नऊवारी साडीचा ओचा इ.शिवलेले असल्याने त्या हलत नाहीत. चापुनचूपून बसतात व त्यामुळे साडीचा ग्रेसही खूप वाढतो. मुख्य म्हणजे नऊवारी साडी नेसूनही अस्वस्थपणा जाणवत नाही.

मनीषाताईंनी जेव्हा नऊवारी साड्या शिवण्याचा व्यवसाय सुरू केला तेव्हा ही नवीन संकल्पना लोकांना रूचेल का? त्यासाठी गिऱ्हाईक मिळेल का? आपला व्यवसाय वृद्धिंगत होणार का? इ.अनेक प्रश्नांचे काहूर त्यांच्या मनात होते. पण त्यांनी व्यवसायाला सुरुवात केली आणि आज त्यांना ऑर्डर पुऱ्या करता करता अजिबात उसंत मिळत नाही. त्यांच्या नऊवारी साड्यांना मंगळागौरीचे खेळ खेळणाऱ्या बायकांकडून खूप मागणी असते. हल्ली मंगळागौरीचे खेळ खेळणे व बायकांना आपल्याबरोबर खेळवणे हा व्यवसायच झाला आहे. त्यामुळे अशा मंगळागौरीच्या ग्रुपकडून त्यांना दरवर्षी एकदम २५-३० साड्यांची ऑर्डर असते. स्फूर्ती ग्रुप, निवेदिता रानडे ग्रुप, कविता कोळी ग्रुप इ. तिचे ग्राहक आहेत. त्याशिवाय हल्ली झी, अॅवॉर्ड नाट्य संमेलने इ.मध्ये नृत्य सादर करणाऱ्या महिलांसाठी त्यांच्या कोरीओग्राफर हव्या त्या रंगात साड्या शिवून घेतात. टी.व्ही सिरिअलमधील कलाकारांनासुद्धा शिवलेल्या नऊवारी साड्या त्या पुरवतात. इ.टी.व्ही वरील 'झोका एक नियतीचा' या मालिकेसाठी त्यांनी साड्या शिवल्या. सुप्रिया पाठारे, स्निग्धा सबनीस यांच्यासाठीही काम केले. संपदा कुलकर्णी कधीच शिवलेल्या नऊवारी साड्या वापरत नाही त्यांना नेसलेलीच साडी खूप आवडते. पण जेव्हा त्यांचा दिल्लीला कथाकथनाचा कार्यक्रम होता, तेव्हा तिथे वेळ मिळेल किंवा नाही व घाई होऊ नये म्हणून त्यांनी मनीषाताईंकडून शिवलेली नऊवारी साडी घेतली व त्यांना ती खूपच आवडली. आता संपदा कुलकर्णी त्यांच्या कायमस्वरूपी ग्राहक आहेत. नऊवारी शिवलेल्या साड्या भाड्याने देणारे काही ग्रुप असतात, त्यांच्याकडे मनिषाताई साड्या देतात. बरेच ठाण्यातील दुकानदार त्यांच्याकडे नऊवारी साडी खरीदल्यावर शिवून घ्यायची का विचारतात व मनीषाताईंकडे पाठवतात. मनीषाताई सांगतात, ''मी जेव्हा नऊवारी साड्या शिवण्याचा व्यवसाय सुरू केला तेव्हा ठाण्यातील दुकानात नऊवारी साड्या अगदी मोजक्याच असत. त्यात व्हरायटी नसे. त्यामुळे मला दादरला जाऊन साड्यांची खरेदी

करावी लागे; पण आता ठाण्यातही दुकानदार नऊवारीतसुद्धा भरपूर व्हरायटी ठेवत आहेत. अगदी २०० रुपयांपासून ते ५००० पर्यंत नऊवारी साड्यांची रेंज ठाण्यात आहे. हे दुकानदारही माझ्या व्यवसायाची प्रसिद्धी करतात.''

नऊवारी साड्या शिवता शिवता एक दिवस त्यांच्याकडे पाचवारी साडी पण शिवून द्याल का, म्हणून विचारणा झाली. तीसुद्धा आकस्मिकपणे. एका कॅन्सर झालेल्या पेशंटला पोटाचे ऑपरेशन झालेले असल्याने साडी नेसणे अवघड वाटे. त्या बाईसाठी म्हणून पाचवारी साडी शिवून दिली आणि आता त्यालाही मागणी वाढलीय. मनीषाताई सांगतात, ''हल्लीच्या तरुणींना पाचवारी साडीसुद्धा नेसता येत नाही. घरी आई, बहीण किंवा मैत्रिणीकडून लग्नकार्यासाठी किंवा सणासुदीला नेसून घेतात, पण सासरी गेल्यावर कोणाची मदत घेणार? त्यामुळे हल्ली बऱ्याचशा तरुणी अगदी भारी साड्यासुद्धा माझ्याकडून शिवून घेतात. लग्न होऊन परदेशात जाणाऱ्या तर अनेक तरुणी पाचवारी साड्या शिवूनच घेऊन जातात. परदेशात तर नऊवारी व पाचवारी दोन्ही साड्यांना मागणी आहे. माझ्या शिवलेल्या साड्या आता अमेरिकेतही पोहोचल्यात. अमेरिकेतील महाराष्ट्र मंडळातील एका ग्रुपने सतत दोन वर्षे माझ्याकडून साड्या नेल्या. गेल्या चार वर्षांत २००० च्यावर साड्या शिवून पुरवल्या. इथून अमेरिकेला जाताना आई-वडील मुलींना, सुनांना, बारसे, डोहाळेजेवण, मंगळागौरी इ.साठी कौतुकाने शिवलेल्या नऊवारी साड्या नेतात. मध्यंतरी रत्नागिरीत एका लग्नासाठी सगळ्यांच्या नऊवारी व पाचवारी साड्या शिवून दिल्या. मुलगा अमेरिकन व मुलगी भारतीय व लग्न भारतीय पद्धतीने केले. मुलाचे धोतरही शिवून दिले. पुरुषांची पूजेसाठी लागणारी सोवळी पण शिवून देते. त्याची सुरुवात आमच्या घरापासून झाली. सोवळे नेसण्यात घाई होई व माझ्या पतीची चिडचिड होई. म्हणून मी त्यांच्यासाठी सोवळे शिवले. शिवलेले सोवळे दोन मिनिटांत पायजमाप्रमाणे काढता घालता येते. गणपतीच्या दिवसांत व इतरही सणांना अनेक सोवळी शिवून देते. गणपतीतील रोजची आरती करताना, श्रावणातील सत्यनारायणाच्या पूजा, ग्रहशांती, वास्तुशांती इ.साठी लोक सोवळे शिवून घेतात.''

मनीषाताईंनी अगदी एक वर्षाच्या लहान मुलीची साडी शिवली आहे. सर्वात मानाने मोठी म्हणजे ठाण्याच्या महापौर स्मिता इंदूरकर यांचीही नऊवारी साडी शिवली आहे. गुढीपाडव्यासाठी महापौरांना नऊवारी साडी शिवून हवी होती. तो अनुभव आठवून आजही मनीषाताई भावुक होतात, ''मला महापौरांनी त्यांच्या केबीनमध्ये बोलावले होते. त्यांचे माप घेण्यासाठी मी गेले होते. एवढ्या मोठ्या व्यक्ती शेजारी आपण बसलोय, यावर विश्वासच बसत नव्हता; पण त्यांनी साडी शिवण्याची जबाबदारी माझ्यावर सोपवली,

याचा अभिमानही होता. ती साडी त्यांना पसंत पडल्याने आनंदही खूप झाला.'' एकदा ठाण्यात एका मंगळागौरीच्या कार्यक्रमानंतर एका आजींनी त्या खेळणाऱ्या बायकांना विचारले 'एवढे खेळूनही तुमच्या साड्या सुटल्या कशा नाहीत'' ? मनीषाताईंसाठी हीच फार मोठी शाबासकी होती. त्यांच्या साड्या शिवण्याच्या हातोटीमुळे त्यांच्या शिवलेल्या साड्या आता गिरगावपासून नवी मुंबई, तसेच गोरेगाव, बोरिवली इ. ठिकाणी गेल्या आहेत. त्याशिवाय पुणे, कोलकता, दिल्ली ही महानगरे व कुवेत, सिंगापूर येथेही त्यांच्या साड्यांना वर्षभर मागणी असते. बंगाली, मद्रासी भाषिकांकडूनही त्यांच्या पद्धतीच्या साड्या शिवण्याबाबत विचारणा होते. आता इतरही राज्यातील महिलांच्या साडी नेसण्याच्या पद्धती शिकून, त्याचेही उत्पादन लवकरच सुरू करेन, असा आत्मविश्वास मनीषाताईंच्या बोलण्यातून जाणवला.

मुंबईत जन्मलेल्या व बी.कॉम.पर्यंतचे शिक्षण झालेल्या मनीषाताईंनी नोकरी अजिबात करायची नाही, हे मनाशी ठरवलेले. माहेरी शिवणाची मशिन होती. सुट्टीत ब्लाऊज, पेटीकोट शिवत असत. पुढे लग्न झाल्यावर त्यांनी फॅशन डिझाईनिंगचा कोर्स केला व त्यानंतर लहान मुलांचे कपडे, पेटिकोट इ.शिवणकाम सुरू केले. चार वर्षांपूर्वी त्यांच्या आईने दूरदर्शनवर नऊवारी साडी नेसलेल्या महिलांचा कार्यक्रम पाहिला व त्यांना त्या साड्या शिवलेल्या असाव्यात, असे जाणवले. त्या मनिषाताईंना म्हणाल्या ''तुझा शिवण्याचा कोर्स झालाय, तुला जमतात का शिवायला बघ''! आणि मनीषाताईंच्या व्यवसायचे बीज रुजवले गेले. घरच्या घरीच आई, सासू यांच्या साड्यांवर प्रयोग केले व मनासारखी साडी शिवणे जमू लागले. मार्केटिंग कसे करायचे यक्षप्रश्न होता. पण 'इच्छा तेथे मार्ग' या म्हणीप्रमाणे त्यांचे स्नेही विद्याधर जोशी यांना पेपरमध्ये एका गृहस्थाने विचारलेला प्रश्न दिसला. 'नऊवारी साडी कोण शिवून देते का?, त्याला उत्तर पाठवून मनीषाताईंनी स्वतःचा पत्ता व फोन नंबर दिला. त्यांना प्रचंड प्रतिसाद मिळाला. अनेक फोन आले. आजही त्या चार वर्षांपूर्वीच्या पेपरचे कटिंग घेऊन लोक त्यांच्याकडे येतात.

नऊवारी, पाचवारी साड्या, धोतर सोवळे या व्यक्तिरिक्त परकर, लहान मुलांचे कपडेही त्या शिवतात. 'नंदकिशोर संस्कार केंद्रा'तर्फे संस्कारवर्ग चालवतात. ठाण्यातील लेडीज नेटवर्क या महिला उद्योजिका तयार करणाऱ्या संस्थेच्या खजिनदाराची जबाबदारीही सांभाळतात. घर सांभाळून व्यवसाय करण्यासाठी प्रोत्साहन व पाठिंबा संस्थेच्या अध्यक्षा अलका बांदेकर यांनीच दिला, याची नम्र कबुलीही देतात. त्यांच्या यशात त्यांचे पती मोहन जोशी व कन्या सायली व स्वरांगी यांची मोलाची साथ व सहकार्य असल्यामुळे घरच्या घरी सुरू केलेल्या शिवणकामाचे आज व्यवसायात रूपांतर झाले आहे.

❖❖❖

www.ingramcontent.com/pod-product-compliance
Lightning Source LLC
Chambersburg PA
CBHW051650260626
47170CB00004B/1424
* 9 7 8 8 1 8 4 8 3 2 1 9 8 *